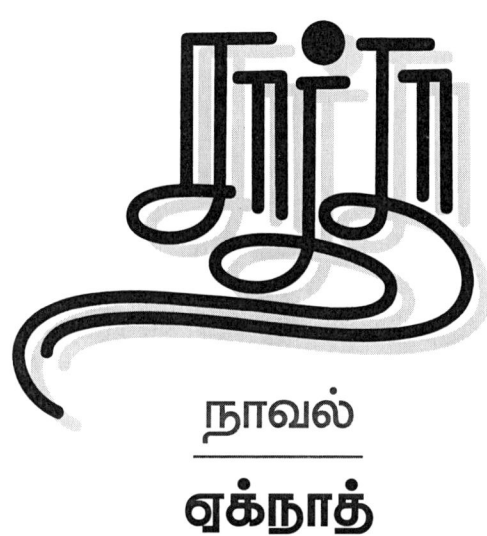

தாத்தா

நாவல்

ஏக்நாத்

நெடில்
வெளியீடு

சாத்தா (நாவல்)
ஆசிரியர் : ஏக்நாத் ©
முதற்பதிப்பு: 2023
நெடில் வெளியீடு
அட்டை வடிவமைப்பு: பி.ஆர்.ராஜன்
பக்கங்கள்: 152
விலை: ரூ.220

Saatha (Novel)
Author: Egnath ©
egnathr@gmail.com
Nedil veliyeedu
First Edition: 2023
Pages: 152
Price : Rs.220/-
ISBN Number : 978-93-6076-652-8

விற்பனை உரிமை
ஸ்நேகா
8, ரமணி நகர் மெயின் ரோடு,
மேற்கு தாம்பரம், சென்னை 600 045.
9840138767, 7550098666
snehabookspublishers@gmail.com

கண்ணாடிக் குடுவைக்குள் சிற்றெறும்பு!

"அடைக்கப்பட்டிருக்கும் சிறு கண்ணாடிக் குடுவைக்குள் அகப்பட்டுக்கொண்ட சிற்றெறும்பை போலவே என்னை எப்போதும் உணர்கிறேன். ஏன் இப்படி? என்பதற்கான எந்த விளக்கமும் என்னிடம் இல்லை. அதற்குள் ஏறுவதும் இறங்குவதும் விழுவதும் எழுவதுமான இந்த உணர்தலில் வெற்றி தோல்வி என்பதுமில்லை. ஆனால், பெரும் தவிப்பைக் கொண்ட உயிர் பயம், கதறக் கதற விரட்டிக் கொண்டே இருக்கிறது. அந்த அடர் இருள் பயத்துக்குள் ஊடுருவி என்னுடலின் பகுதிகள் வெளியேறி எங்கெங்கோ செல்கின்றன. பின் திடீரென அனைத்தும் ஒன்றாகி, கையில் கூராயுதம் தாங்கிய பலவேசக்கார சாமியின் முன் நிறுத்துகின்றன. 'நா இருக்கும்போது, ஒனக்கேன் பயம்?' என்கிற சாமி, தன் கையில் இருக்கும் ஆயுதத்தை எனக்குக் கடத்தி, 'இப்பம் போ தைரியமா...' என்கிறது. ஆயுதம் தாங்கியதும் என்னுள் தொற்றிக்கொண்ட கை, கால் நடுக்கத்துடன் முதன்முறையாக உயிர் பலி எடுக்கத் தொடங்குகிறேன் நான்..."

கடந்த சில வருடங்களாக இப்படியொரு கனவு அடிக்கடி வந்து மிரட்டிக் கொண்டிருக்கிறது. ஒரே கனவை அடிக்கடிக் கண்டுகொண்டிருப்பதில் எனக்கும் சோர்வுதான். கனவு பலன்களை ஆராய்பவர்களிடம் இதற்கொரு விளக்கம் கோரலாம் என்றான் நண்பன். இதற்கு முன், இதை விட கொடூரமாக வந்த கனவுகள் பிறகு மறைந்தே விட்டன. இன்னும் வருகிற நாட்களில், கண்ணாடிக் குடுவைக் கனவு

முடிந்து, வேறு சில நல்ல அல்லது பொல்லாத கனவுகளும் வரலாம் என்பதால், அந்த யோசனை ரத்து செய்யப்பட்டது.

ஆனால், என் நண்பனின் கனவில் அவர்களின் சா(ஸ்)த்தாவும் குலதெய்வமும் ஒன்றாக வந்து அவ்வப்போது ஏதாவது எச்சரித்துவிட்டுப் போகும் என்றும் அவன் தந்தை உயிரோடு இருக்கும்போது அவருக்கும் இப்படி நடந்ததாகவும் சொல்லியிருக்கிறான். அவன் சொன்ன பிறகுதான் எனக்கும் சாத்தாவும் குலதெய்வமும் இருக்கும் என்றே தோன்றியது. ஆனால், அம்மா அதுபற்றி என்னிடம் எப்போதும் சொன்னதே இல்லை. சாத்தாவும் குலதெய்வமும் அப்பா வழி என்பதால் அவள் சொல்லாமல் விட்டிருக்கலாம்.

மந்திரமூர்த்தி கோயிலில் அம்மனுக்கு சாமியாடி, 'ஆத்தா' என்றழைக்கப்பட்ட பிறகு, அம்மாவும் எனக்குப் பயமாகவே தெரிந்தாள். அதனால் சாத்தா பற்றி அவளிடம் கேட்கவும் இல்லை. பிறகு பிழைப்பின் நிமித்தம், சாமியும் சாத்தாவும் மறந்தே போனார்கள்.

கரோனாவுக்குப் பிறகு ஊர்க்கதைப் பேசிக்கொண்டிருந்த பங்குனி உத்திர நாளில் முதன் முறையாக சா(ஸ்)த்தா கோயிலுக்குச் செல்ல நேர்ந்தது, உறவினர்களோடு. அது, மேற்கு தொடர்ச்சி மலையின் வனத்துக்குள் ஆச்சரியப்படுத்திக் கொண்டிருக்கும் சாமி.

பெருந்தெய்வங்களைப் போல இதற்கென புராண, இதிகாச கதைகளோ, பூஜை முறைகளோ, அதற்கென்ற புண்ணிய மொழியோ ஏதுமில்லை. அவை மக்களின் கதைகளைக் கொண்ட மக்களோடு புழங்குகிற மரியாதைக்குரிய சாமிகள். தாங்கள் சமைப்பதைப் படைத்து, தங்களின் கோரிக்கைகளை உரிமையோடு வைத்து அதே உரிமையோடு சாமிகளின் கோரிக்கைகளையும் ஏற்று நிறைவேற்றும் வாழ்வைக் கொண்ட மக்களின் சாமிகள்.

அந்த சாமிகள் மலை உச்சியில் இருந்து கீழிறங்கியதையும் அங்கிருந்த சாமியை வனத்துக்கு வெளியே கொண்டுவர அவர்கள் மேற்கொண்ட முயற்சிகளும் எனக்குப் புதிதாகத் தெரிந்தன. அந்த அனுபவத்தின் அடிப்படையில் புனையப்பட்ட நாவல் இது.

எப்போதும் என் எழுத்தின் மீது அக்கறையோடும் அன்போடும் விமர்சனங்களை வைக்கிற திரு. கவிதாபாரதி, நண்பர்கள் கவிஞர் சுந்தரமூர்த்தி, வீ.கே.சுந்தர், சுந்தரபுத்தன், கீழப்புலியூர் சிவராமன் என்கிற சேகர், பேப்பர் ராமசாமி, எஸ்.சுஜாதா உள்ளிட்டோருக்கும் இந்தப் புத்தகத்தின் விற்பனை உரிமையை ஏற்றிருக்கிற ஸ்நேகாவுக்கும் நன்றி. என் புத்தகங்களுக்கான அட்டைப்படங்களைப் பேரார்வத்தோடு ஓவியமாகத் தருகிற, ஆசான் பி.ஆர்.ராஜனுக்கு நன்றி.

செ.ஏக்நாத்ராஜ்

egnathr@gmail.com

நாவல்

ஏக்நாத்

திரு. வண்ணதாசன்
அண்ணாச்சிக்கு...

1

"கிடாயெ அப்டியே படுக்கப்போடுங்கடெ"

டிராக்டரின், ஓட்டுநர் இருக்கையில் அமர்ந்திருக்கும் ராமசுப்பு, பின்னால் திரும்பிச் சொன்னான். அந்த வெள்ளாட்டங்கிடாய், 'ம்மே' என்றபடி ராமசுப்பை ஏறிட்டுப் பார்த்தது.

"ஆமா, நீ சொன்னால கேட்ரும்லா... அது பாட்டுக்கு நிய்க்கட்டும், நீ வண்டிய எடு" என்றார், அருகில் அமர்ந்திருக்கும் பேச்சிமுத்து. கிடாய் அரக்கப்பரக்கப் பார்த்தவாறு, போடப்பட்டிருந்த பூவரசங் குலையை அசராமல் கடித்துக் கொண்டிருந்தது.

"பய ஆடு, கஞ்சிக்கு செத்த மாதிலா திய்ங்கு. இப்பம் என்ன கொள்ளேல போற அவசரம் இதுக்கு? இப்டி வேவு வேவுன்னு அமுக்குது?" என்றாள் டிராக்டருக்குள் இருந்த பாட்டி.

ஊர் மைதானத்தில் இருந்து கிளம்பத்தொடங்கி இருந்தது, பச்சை நிற டிராக்டர். அசைந்து ஆடி மெதுவாக உருண்ட டிராக்டரின் சத்தத்தில், வேப்பமரத்தின் அடியில் படுத்திருந்த, காலில் காயத்தைக் கொண்டிருந்த கருநிற நாய் நொண்டியபடி ஓடியது. டிராக்டர் நிற்கும் இடத்தின் மேற்புற வீட்டின் சுவரருகே சாக்கடையில், கொம்பு நொடிந்த எருமை, முன்பற்கள் தெரிய வாயை அசைத்தவாறே கிடந்தது. அதன் முதுகில் மட்டும் சாணிக்கரைசல் போல பட்டிருக்கிற சாக்கடைத் தண்ணீர், தொட்டால் பெயர்ந்து விழுவது போல காய்ந்திருந்தது.

எருமையின் பின்பக்கம் ஏழெட்டு குட்டிகளோடு வரும் தாய் பன்றி, மாட்டுக்குப் பயந்து சுவரை இடித்துத் தள்ளுவதுபோல ஒதுங்கி, முணுமுணுத்துச் சென்றது.

டிராக்டருக்குள் சமையல் பாத்திரங்கள், சிறிய அரிசி மூட்டை ஒன்று, காய்கறிகள் அடங்கிய இரண்டு சாக்குகள், கதலி பழத் தார்கள், கைக் குழந்தைகள் வைத்திருப்பவர்கள் உட்பட ஆறேழு பெண்கள் இருந்தார்கள். பத்துப் பதினைந்து தண்ணீர் கேன்களும் அடுக்கி வைக்கப்பட்டிருந்ததால், அனைவரும் உட்கார இடம் போதுமானதாக இல்லை. சிலர், படுக்கப்போட்டிருந்த தண்ணீர் கேன்களின் மீது அமர்ந்திருந்தனர். அப்படி உட்காருவது கஷ்டம்தான்.

இரண்டு மூன்று சின்னப்பிள்ளைகள் ஓரமாகச் சாய்ந்து நின்று விளையாடிக் கொண்டிருந்தன. 'பிள்ளேலா, மூச்சுக்காட்டாம ஒக்காருங்க... வண்டி உள்ள போனா, பள்ளமும் மேடுமா இருக்கும். உளுந்துரக் கூடாது, னா'' என்றான் ராமசுப்பு. அவன் சொன்னதும் அந்தப் பிள்ளைகளை இழுத்து கீழே உட்கார வைத்துக் கொண்டார்கள், அம்மாமார்கள். இடம் நெருக்கடித்தான்.

டிராக்டர் கிளம்பிய நேரத்தில், டீ கடையில் இருந்து வேகமாக வந்த புனமாலை, வண்டிக்குள் இருக்கும் அவர் மனைவி, "ஓரமா சாய்ஞ்சு ஒக்காந்துட்டாளா?'' என்று எட்டிப்பார்த்தார். அப்படி உட்காரும்படி அவர் சொல்லியிருந்தார். ஓரத்தில் சாய இடமின்றி, நடுவில் இடுக்கிக்கொண்டு அமர்ந்திருந்த, ஒல்லித்தேகம் கொண்ட மனைவியிடம், "நா ஓண்ட்ட என்ன சொன்னென். நீ எப்டி ஒக்காந்திருக்கெ?'' என்று பல்லைக் கடித்தார். எதைச் சொன்னாலும் கேட்பதில்லை என்று முனங்கிக் கொண்டார். அருகில் உட்கார்ந்திருந்த, பக்கத்தூர் பொம்பளையிடம், "ஏம்மா அவளெ சாய்ஞ்சு ஒக்கார வெய்ங்க. மேலுக்கு சரியில்லாதவா. அங்ஙனவரைக்கும் இப்டி ஒக்காந்துட்டு போவ முடியாது'' என்றார்.

அந்தப்பெண், அக்கம்பக்கத்தில் இருந்தவர்களை, கொஞ்சம் முன்னே, பின்னே ஆட்டி, அசைத்து நெருக்கி அமரவைத்து, சாய்ந்து உட்கார ஏற்பாடு செய்தாள். இப்போது புனமாலைக்கு நிம்மதி.

கைக்குழந்தையுடன் உட்கார்ந்திருந்த பெண், "அண்ணாச்சி, அவ்வோள கூப்டுங்க'' என்று புனமாலையிடம் கைகாட்டி சொன்னாள். அந்த 'அவ்வோ' அவள் கணவன். மீசையை நன்றாகத் திருக்கி விட்டிருக்கிற அவன், "என்னா?'' என்றான் அங்கு நின்றபடியே.

"வாசக்கதவெ கொண்டி போட்டேளா?'' என்று அவள் சத்தமாகக் கேட்டதும், டிராக்டரில் இருந்தவர்கள், சிரித்தார்கள்.

அவன், 'போடாமயா வருவாவோ? கூறுகெட்டாள கேக்க?' என்று எரிச்சலாகச் சொன்னான். அவனருகில் நின்றிருந்த மஞ்சள் சட்டைக்காரர், "கொண்டி போட்டியா, இல்லியான்னு நாளெக்கு வந்து கேளென்?'' என்றார் எடக்காக.

"திடீர்னு கெதக்குன்னு ஆயிட்டுல்லா. அதாம் கேட்டேன்... அடிக்கடி மறந்துருதுல்லா...''

"மறக்கும் மறக்கும்... அப்டியே வீட்டுக்காரனெயும் மறந்துராதெ...''

என்றதும் இன்னும் சிரித்துக்கொண்டார்கள். டிராக்டர் சிறிது தூரம் சென்றதும், ராமசுப்புக்கு ஃபோன் வந்தது. யாரோ ஓர் உறவினர், அருகில் வந்து விட்டதாகவும் வரும் வரை காத்திருக்கும்படியும் கேட்டிருப்பார் போலிருக்கிறது.

எரிச்சலான ராமசுப்பு, “ஒ... சவுரியத்துக்கு நிய்க்க முடியுமாலெ? வண்டி ஃபுல்லாங்கும். பின்னால லாரி நிய்க்கிலா. அதுல வந்து தொலெ'' என்று ஏழூருக்கு கேட்கும்படி கத்திவிட்டு எரிச்சலுடன் ஃபோனை, சட்டையில் போட்டான்.

“எல்லாங் கிறுக்குபய உள்ளேலாவே இருக்கு”

“யாம், யாரு?” என்று கேட்டான் பேச்சிமுத்து.

“வெற எவம்? எல்லாம் வேண்டிய பயலுவோதாம். இன்னைக்கு காலேல போறோம்னு போனவாரமே சொல்லியாச்சு. எல்லாருக்கும் தெரிஞ்ச கதை தாம். பெறவு, நேரத்துக்கு வந்து தொலய்க்க வேண்டியதானெ. கிளம்புத நேரத்துல, செத்த நின்னு வந்துருதம்னா, என்ன பேச்சு அது? ரயிலுக்குப் போனா இப்டி கேப்பானா? எல்லா மட்டமும் இதே ரோதனைதாம், பாத்துக்கெ” என்ற ராமசுப்பு, டிராக்டரை வேகமாக இயக்கினான்.

மைதானத்தில் நிறுத்தப்பட்டிருக்கும் லாரியில் ஏற இருப்பவர்கள், “சரி போட்டுன்டெ நேரமாயிட்டு... நாங்க பின்னால வாரோம்'' என்று, டிராக்டருக்கு விடை கொடுத்திருந்தார்கள்.

அதன் முன்னே நான்கைந்து இரு சக்கரவாகனங்களில், புதிதாகத் திருமணம் ஆகியிருக்கிறப் பயல்கள், இளம் மனைவிகளை வைத்துக்கொண்டுப் பறந்தார்கள். அப்படி பறப்பதில் அவர்களின் முகத்தில் தெரிந்த குதூகலத்தில் ஒரு தெனாவட்டு ஒளிந்திருந்தது. சொந்தங்களின் முன், அவர்களை அசால்ட்டாக பார்த்தபடி கணவன்களின் பின்பக்கம் அமர்ந்து செல்லும் இளம் மனைவிமார்களின் முகத்தில் தெரியும் அந்தப் பெருமிதப் புன்னகையில், அது வரதட்சணையாக வந்த வாகனம் என்பதைப் புரிந்து கொள்ள முடியும்.

இப்போதுதான் விடிந்திருக்கிறது. மச்சி வீடுகளில் இருந்து மைதானத்தில் விழுந்திருக்கும் நிழல், கொஞ்சம் கொஞ்சமாகக் கீழ் நோக்கி கரையத் தொடங்கி இருந்தது. இன்னும் சிறிது நேரத்தில் வெயில் கொளுத்தத் தொடங்கிவிடும். காலையிலேயே வெளுத்து வாங்குகிறது.

ஊருக்கு வரும் மினி பேருந்து, ‘ரவுடி பேபி’ பாடலைச் சத்தமாக ஒலித்தபடி நிறுத்தம் நோக்கிச் சென்றுகொண்டிருந்தது. கூட்டமில்லா பேருந்தில் இரண்டு மூன்று தலைகள் மட்டுமே தெரிகிறது. அது, அணையின் அருகே வரை சென்று திரும்பும் பேருந்து. ஊரை விட்டு ஒதுக்குப்புறமாக இருக்கிற அணையின் அருகிலும் சிலர் தோப்புக்குள் வீடுகட்டி வசிக்கிறார்கள். அவர்களுக்காகவே அந்தப் பேருந்து அங்கு வரை செல்கிறது.

லாரிக்கான ஆட்களும் அதிகம்தான். போனமுறை இத்தனை பேர் வரவில்லை என்று பேசிக்கொண்டார்கள். அங்கிருந்த யாரையும் தெரிந்திருந்திராத இருபத்தெட்டு வயது முத்துசாமி, அவனுக்குச் சொல்லியிருந்தபடி, காலையிலேயே வந்து விட்டான். நீல நிற ஜீன்ஸும் சிவப்பு நிறத்தில் வெள்ளைக் கட்டம்போட்ட சட்டையும் அணிந்திருந்தான். தோளில் ஒரு பேக் தொங்கிக்கொண்டிருந்தது. தலையில் அதிகமான முடி. அடர்த்தியில்லாத மீசை, அவனை இன்னும் சின்னப்பயலைப் போல அடையாளம் காட்டிக் கொண்டிருந்தது.

அவன் தெரியாத ஊரில், தெரியாத மனிதர்களை, தெரிந்துகொள்வதற்காகவே வந்திருந்தான். மைதானத்தின் அருகில் வந்திறங்கியதுமே, கூரைக்கடையில் டீயை குடித்துவிட்டு, ஓரமாக நின்று நடப்பதைக் கவனித்துக் கொண்டிருந்தான். அங்கு கிடந்த செய்தித்தாளை ஆளுக்கொரு பக்கமாகப் பிரித்து வாசித்துக்கொண்டிருந்தார்கள். பேரன்களுக்கோ, பேத்திகளுக்கோ தூக்குச் சட்டியில் காப்பி வாங்கிப் போகும் சில பெண்கள், அவனை வேற்றுக்கிரகவாசி போல பார்த்துப் போனார்கள்.

உள்ளூர்க்காரர்களுக்குச் சம்மந்தமில்லாத முகத் தோற்றத்தைக் கொண்ட அவனை, கடையில் இருந்தவர்கள், யாரோ என்பதுபோல பார்த்தார்கள். முதல் பார்வையிலேயே வெளியூர்க்காரன் என்பதை கணித்துக் கொண்டார்கள்.

அங்கிருந்த திண்டில், டீ குடித்துவிட்டு யாரோ வைத்திருந்த கிளாசை ஓரமாக தள்ளி வைத்தபடி உட்கார்ந்த முத்துசாமி, அவன் கைக்கு வந்த செய்தித்தாளின் சினிமா செய்திகளை வாசிக்கத் தொடங்கினான். அதில் சுவாரஸ்யம் ஏதுமில்லை. கேள்விப்பட்டவையாகவே இருந்தன. சும்மா மேம்போக்காகப் பார்த்துவிட்டு, கடைக்கு வெளியே பார்த்தான்.

மைதானத்தில் இப்போது சிலர் கூடியிருந்தார்கள். சிலர் வந்துகொண்டிருந்தார்கள். அவனுக்குச் சொல்லப்பட்டிருந்த, கொஞ்சம் உயரமான, திடகாத்திரமான, நெற்றியில் வெட்டுத்தழும்பு விழுந்திருக்கிற ஆண்டி என்கிறவர் அவர்களில் யாராக இருக்கும் என்று இங்கு நின்றபடியே தேடினான். அப்படி யாரும் அருகில் தென்படவில்லை. இதற்குள் அவன் அருகில் இருந்து டீ குடித்துக் கொண்டிருந்த பெரியவர், இரண்டு முறை அவன் முகத்தை உற்றுப்பார்த்தார்.

“வெளியூரா?” என்றார் டீ கடைக்காரர்.

ஊரைச் சொன்னான்

“அங்க யாரு?”

காலமாகிவிட்ட அப்பாவின் பெயரைச் சொன்னான். அவருக்குத் தெரியவில்லை. அம்மா பெயரும் தெரியவில்லை. அக்கம் பக்கத்து ஊர்களில் அறிந்து வைத்துக்கொள்ள அவர்கள் ஒன்றும் புகழடைந்தவர்களோ,

சொத்துபத்து உள்ளவர்களோ இல்லை. தானுண்டு தங்கள் வேலையுண்டு என்றிருப்பவர்கள். ஒருவேளை, கறிக்கடைக்காரரு பேரன் என்று சொன்னால் தெரிந்திருக்க வாய்ப்பிருக்கிறது. ஆனால், அவன் சொல்லவில்லை.

“அங்க எந்த தெரு ஒங்களுக்கு?” என்று கேட்டார். அந்தத் தெருவின் வழி, ‘என்ன பிள்ளேலு?’ என்பதை அறிந்துகொள்ள நினைக்கிறார் என புரிந்தான். அவன் பொதுவாகச் சொன்னான்.

“பாநாசம் ரோட்டுல...”

“பாநாசம் ரோடு அவ்ளவு நீளம்லா. அதுல எங்கெ?”

“பஸ் ஸ்டாண்டு இருக்குல்லா, அதுல இருந்து, மேக்க வந்தா அஞ்சாவது வீடு”

“அங்கன்னா, நம்ம பட்சி வீட்டுக்கு...?”

“கீழ வீடு”

“சர்யா போச்சு... பட்சி எங்க சொக்காரருதாம். சாத்தாங்கோயிலுக்கு போவ வந்திருக்கேளோ?”

“ஆமா” என்றான் முத்துசாமி. வயதானவருக்கு காது கேட்கவில்லை போலிருக்கிறது. டீ கடைக்காரரும் முத்துசாமியும் பேசிக்கொண்டிருந்ததைக் கேட்டுவிட்டு, அவரிடம் என்னது? என்று வலது கையை தூக்கிக் கேட்டார் அவர். “பெறவு சொல்லுதென்?” என்று சைகையால் சொன்னார் டீ கடைக்காரர்.

இப்போது லாரியில் ஆட்கள் ஏறத்தொடங்கினார்கள். சில பயல்கள், லாரியின் முன்பகுதியின் மேலே ஏறிக்கொண்டார்கள். அதில் இருந்தவர்களிடம், “இங்கரு, போம்போது மரக்கெளைலாம் இடிக்கும் பாத்துக்கோ. கண்ணு கிண்ணு போயிரப்போது. பேசாமெ கீழ எறங்கி நின்னுங்க” என்றார் லாரியின் ஓனரும் ஓட்டுநருமான செவநம்பி.

“நீ வண்டிய பாத்து மெதுவா ஓட்டு... மரங்கிரம் இடிக்கால இருந்தா, மெதுவா போ” என்றார்கள், மேலிருந்தவர்கள்.

“எவம் சொல்லி என்னத்த கேக்கியொ? நீங்கலாம் பட்டாதாம்ல திருந்துவியோ” என்று முனங்கிக்கொண்டே ஏறிய செவநம்பி, ஹாரனை அடித்தார்.

முத்துசாமி, தனது தோள் பையைத் தூக்கிக்கொண்டு, லாரியின் அருகில் வந்தான். அவனை எல்லோரும், “இது யாரு?” என்று ஆச்சரியமாகப் பார்த்தார்கள்.

“இங்க ஆண்டின்னு...”

“அந்தா பீடிய குடிச்சுட்டு நிய்க்காருலா அவருதாம் ஆண்டி...” என்ற அந்த

மஞ்சள் சட்டைக்காரர், “ஏ மாமா, ஒன்னய தேடிட்டு ஆளு வந்திருக்கு” என்றார்.

ஆண்டி, அங்கிருந்தே கூர்ந்து நோக்கியபடியே வந்தார். முகத்தில் நரைத்த தாடி. தலையில் முடி அடர்த்தியாக இருந்தது. கருநிற முடியுடன் ஆங்காங்கே வெண்ணிற முடிகளும் தெரிந்தன. டை அடித்திருக்க வாய்ப்பில்லை. இந்த வயதிலும் அவருக்குத் தலைமுடி நரைக்காமல் இருப்பது ஆச்சரியம்தான். கன்னத்தில் காயத் தழும்பு இருக்கிறது. என்ன வீரத்தழும்போ?

“வணக்கம். நா முத்துசாமி, கொத்தனார் இசக்கி தம்பி” என்று கைகூப்பி னான் . அவர் சிரித்துக்கொண்டே, “ஆங்... வா வா, இசக்கி சொல்லிருந்தாம், மறந்தே போயிட்டேன். அப்பளயே வந்துட்டியோ?” என்று கேட்டார்.

“டீ குடிக்கியா?”

“இப்பம்தாம் குடிச்சென்”

“சரி” என்ற ஆண்டி, லாரியை கைகாட்டி, “இதுலாம் நம்ம புள்ளேலு தாம்... ஏறு லாரில. போயி பேசிக்கிடுவோம், னா” என்று திரும்பி, “ஏல முருகா, ஏத்திக்கோ, நம்ம எசக்கி தம்பி” என்று கைகாட்டிச் சொல்லிவிட்டு, லாரியின் முன்பக்கம் போய் உட்கார்ந்து கொண்டார்.

ஆண்டி, சொன்னதையடுத்து லாரியில் இருந்தவர்கள் எல்லோரும் முத்துசாமியை யாரோ என்பது போல பார்த்தார்கள். அவன் அவர்களை நோக்கிப் புன்னகைத்தான். உள்ளூர்க்காரர்களின் தோற்றத்தை விட அவன் கொஞ்சம் தனித்துவமாகத் தெரிந்ததற்கு, அவனுடைய சப்பை மூக்கு காரணமாக இருந்தது. அது ஓர் அந்நியத்தன்மையை வெளிப்படுத்தியது. காதில் மாட்டியிருந்த தங்க வளையமும் அவனுடைய மாடர்ன் முடிவெட்டும் அவர்களுக்கு யாரோ ஒருவனின் சாயலைக் காட்டியிருக்கும்.

லாரி, பின்பக்கமாகச் சென்று, அரச மரத்திண்டை இடிப்பது போல நின்றது. திண்டில் ஏறி, லாரிக்குள் இறங்கினார்கள் பெண்கள். பிறகு ஆண்களும்.

“வேற யாரும் இருக்கெளா..? பொம்பளைலுவோ ஏறியாச்சா..?” என்ற மஞ்சள் சட்டைக்காரர், எட்டிப் பார்த்தார். வேறு எந்த பொம்பளைகளும் வெளியில் நிற்கவில்லை என்பதைத் தெரிந்துகொண்ட பின், “அப்பனா வாங்கடெ, ஏறுவோம்” என்று நின்றிருந்த ஏழெட்டு ஆம்பளைகளும் ஏறிக் கொண்டார்கள்.

கடைசி ஆள் ஏறியதும் லாரியின் பின்பக்கக் கதவுக்குக் கொண்டி போட்டார்கள். பிறகு அதன் ஓரத்தில் வரிசையாக ஐந்தாறு பேர் நின்று கொண்டார்கள். சிலர் வெள்ளைவேட்டிச் சட்டையிலும் சிலர் பனியன் சாரத்திலும் இருந்தார்கள்.

லாரி புறப்பட்டது.

2

தாமிரபரணிக்குச் செல்லும் சாலையில் இருக்கும், அம்பை அரசு மருத்துவமனையில் அங்குமிங்குமாகக் கூட்டம். நோயாளிகளை ஏராளமாக உருவாக்கி வைத்திருக்கிறது அவசர யுகம். வாயில் நுழையாதப் பெயர்களைக் கொண்ட நோய்கள், புதிது புதிதாக முளைத்து, மாத்திரைகளின் ரசாயனத்தில் தீர்வதாகவும் தீராததுமாக வளர்ந்து கொண்டிருக்கின்றன. தாடையைப் பிடித்தபடி வேதனையோடு நகரும் அந்தப் பெரியவர், தனக்குப் பல் வலி என்பதை உணர்த்திச் சென்றார். அவர் அருகில் அமைதியாகச் செல்லும் பெரும்பாலான நோயாளிகளின் கையில் மஞ்சள் பையோ, ஜவுளிக்கடைகளின் பெயர்கள் தாங்கிய பைகளோ ஒரு கையாக இருந்ததைக் கவனிக்க முடிந்தது.

சிலரின் முகத்தில் தெரியும் அந்த வேதனை, அவர்களுக்கான நோயின் தீவிரத்தை நமக்கும் கடத்திவிட்டுச் செல்கிறது. செவிலியர்கள் பரபரப்பாகச் சென்று கொண்டிருக்கின்றனர். அது உயிர் காக்கும் அவசரமாக இருக்கலாம். பெரும்பாலான மருத்துவமனைகளில் வரும் மருந்து வாசனை இங்கும் வீசியது. இங்கு இப்படியொரு வாடை வரும் என்பது தெரியும் என்பதால் வருபவர்கள் அதற்குப் பழகி இருந்தனர்.

மேற்கே தெரிகிற மலையில், பாபநாசம் வனத்தின் மேலே சூரியன் நகர்ந்து சாயங்காலத்தை ஞாபகப்படுத்திக் கொண்டிருந்தான். அங்கு மட்டும் மேகங்கள், இளம் மஞ்சள், சிவப்பு வண்ணங்கள் குழைத்த கொலாஜ் ஓவியங்களாகக் காணப்பட்டன.

எதிரில் சிவப்பு வண்ணம் அடிக்கப்பட்ட நீதிமன்ற வளாகம். ஏராளமான வழக்குகளை விசாரித்து விசாரித்து சட்ட அனுபவங்களைச் சுவரில் பதித்து வைத்திருக்கிற அச்செந்நிறக் கட்டிடம் பல தீர்ப்புகளைப் பாரபட்சமின்றி வழங்கியிருக்கும். சட்டங்களையும் சட்ட வளைவுகளையும் கொண்ட அந்த வளாகத்துக்குள் காவல் நிலையமும் இருக்கிறது. அதைப் பார்த்ததும் அழுக்கு லுங்கியோடு சிறைக்கம்பிக்குள் அடைபட்டு கிடக்கிற முகம் தெரியாத யாரோ ஓர் இளைஞனும் சரசரக்கும் பூட்ஸ் கால்களும் லத்தியின் ஓசையும் மொத்தமாகக் கேட்கத் தொடங்கியது. காலத்தால் முந்தைய இந்த வளாகம் சிறுவனாக டவுசர் போட்டு அலைந்த காலத்திலும் இப்படியே இருந்தது. இதுபோன்றக் கட்டிடங்களைக் கண்டால், இனம்புரியாத வெறுப்போ, பயமோ அல்லது இரண்டும் கலந்ததொரு உணர்வோ தானாக வந்து விடுகிறது. அந்தக் கட்டிடங்களுக்கு வெளியில் இருக்கும் பெட்டிக் கடையில் நான்கைந்து போலீஸ் காரர்கள் எதையோ விவாதித்துக் கொண்டிருக்கிறார்கள். ஒருவர், கையை நீட்டி ஏதோ சொல்லிக் கொண்டிருக்க, இன்னொருவர் வாயை மெதுவாக பொத்தியபடி சிரித்துக் கொண்டிருக்கிறார்.

மருத்துவமனையின் நுழைவாயிலுக்கு இடமற்றும் வலப்புறம் இருக்கும் அரச மற்றும் புளியமரங்களுக்கு கீழ் ஆட்கள் நின்று பேசிக் கொண்டிருக்கிறார்கள். நோயாளிகளின் உறவினர்களாக இருக்கும். சிலர் முகங்களில் அழுந்தப் படிந்திருக்கும் கவலை தெரிகிறது. வாசலின் அருகே ஓடைக்காகக் கட்டப்பட்டிருக்கும் சிறு பாலத்தில் அமர்ந்திருக்கும் ஒருவர், சாலையில் போகும் வாகனங்களை வேடிக்கை பார்த்தவாறு, வலது காலை பாலத்திலும் இடது காலை தரையிலும் ஊன்றியபடி இருந்தார். அவர் யாரையோ எதிர்பார்க் கிறார் போல் தெரிந்தது.

புளியமரத்தின் அருகே, “இந்தப் பேதில போவாம், இப்டி பண்ணுவாம்னு நெனக்கலயே, சண்டாளப் பெய'' என்று அழுது, கண்ணீரை அடக்கிக்கொண்டு குத்த வைத்திருந்தாள், சாயம் போன ஊதா வண்ண சேலை அணிந்திருந்த வயதானப்பெண். கன்னம் ஒடுங்கி, உழைத்துத் தேய்ந்த அவள் கையில் மஞ்சப்பை. அதில் சில பேப்பர்கள் துறுத்திக் கொண்டிருந்தன. ஆதார் கார்டு போட்டோ காப்பியாக இருக்கும். அருகில் இருந்த பெரிய மீசை வைத்திருக்கிற ஆள், ‘இங்கரு பண்ணிட்டாம், முடிஞ்சாச்சு, அடுத்தால ஆவுததெப் பாப்பியா, அதெயெ சொல்லிட்டிருக்கெ’ என்றார்.

“அதெப்படி இந்த நாயி இப்டி பண்ணுவாம்?. என்னால தாங்க முடிலயே... ரெண்டு பொட்டப்புள்ளேல வச்சிருக்காம். எந்த நாயி வந்து கரையேத்தும்னு ஒணரு வேண்டாம்?''

“நீ இப்பம் தொண்டைய கொற, கேட்டியா? இனும அவயம் போட்டு என்ன செய்ய? 'கொணமாயிரும்னு டாக்டரு சொல்லிருக்காருளா?''

“கொணமாயி வரட்டும்... கொள்ளேல போவான, நாக்கெ புடுங்குத மாதி, நாலு வார்த்தெ கேக்கேன்''

“என்னத்தெ குடிச்சாம்?”

“சாமி கொண்டாடி வீட்டு தொழுவுல, பெரிய வாய்க்கா வயல்ல தெளிச்சுட்டு, மிச்ச மருந்தெ வச்சிருந்திருக்காரு. அதெ பாத்திருக்காம் போலுக்கு. தூக்கிட்டு நேரா மன்னாரு கோயிலு தோட்டத்துக்கு போயிட்டாம். கோட்ரு பாட்டில்ல ஊத்தி கலக்கிட்டு இருக்கும்போது, நம்ம ராசம்மா மவன், தண்ணிப்பாய்ச்சிட்டு வந்திருக்காம். அவனும் வெவரம் தெரியாம, ‘என்னண்ணே, என்னத் தையோ அதுல கலக்கிட்டிருக்கெ, போதை ஏறதுக்கா?’ன்னு கேட்டிருக்காம். மூதி, ஒண்ணுமே சொல்லாம மடக்கு மடக்குன்னு ஒரே மூச்சுல குடிச்சுட்டு, அவனைப் பாத்திருக்காம். கொஞ்ச நேரத்துல கண்ணுமுழி ஒரு மாதி ஆவிருக்கு. பெறவுதாம் பக்கத்துல கெடந்த பாட்டில பாத்திருக்காம். ஆத்தாடி, பூச்சி மருந்துல்லான்னு தெரிஞ்சதும், ‘ஏ பேதில போவாம் என்ன வேலை பாத்தெ’ன்னு, மேல தோப்புல நின்ன, சம்முவத்துக்கு அங்ஙன நின்னே சத்தம் கொடுத்திருக்காம். அவன்ட்ட வெஷயத்தை சொன்னதும் அந்தானி, அவம்லா தூக்கிட்டு வந்து ஆஸ்பத்ரில சேத்திருக்காம். அவம் மட்டும் பாக்கலைன்னா, இப்ப சுடுகாட்டுல தாம் இருந்திருப்பாம், சாம்பலா. நம்ம சாமியா பாத்துதாம் ராசம்மா மவனை அனுப்பிருக்காருன்னு நெனச்சுக்கிட்டேன்”

“கோட்டிக்கார பெய, இப்டியா பண்ணுவாம்? அவம் பொண்டாட்டி அப்டி என்ன சொன்னாளாம்?”

“என்னனாலும் சொல்லட்டும்யா. அதுக்காவ, இப்டியா பண்ணுவாம், வெறுவா கெட்டபய?”

“செரிதாம்”

“பொண்டாட்டி என்னமும் சொன்னாங்கதுக்காவ, எல்லாத்தையும் நடு ரோட்டுல விட்டுட்டு போவ நெனச்சாம்னா, இவம் நல்ல பயலாய்யா? யாரு வீட்டுல சண்டை எழவு இல்ல?”

அவர்கள் சத்தம் போட்டுப் பேசிக்கொண்டிருந்தார்கள். சிகிச்சைக்கு அனுமதிக்கப்பட்டிருக்கும் அந்த முகம் தெரியாதவருக்காகப் பரிதாபப்பட்டான் வேடிக்கை பார்த்துக்கொண்டிருந்த முத்துசாமி. பொண்டாட்டி புருஷன் சண்டைக்காக விஷம் குடிக்கும் அளவுக்கு என்ன காரணமாக இருக்கும் என்று தனக்குள் கேட்டான்.

அவன் தாய்மாமா, அத்தையிடம் சண்டை போட்டு விஷம் குடித்து இறந்தது ஞாபகத்துக்கு வந்து எரிச்சலைத் தந்தது. அந்நினைப்பில் இருந்து வெளியில் வந்து, அவர்கள் பேச்சைக் கவனிக்க ஆரம்பித்தான்.

மனதை குறுகுறுக்க வைக்கிற நாகர்கோயில் மரகதமும் அவள் மகள் அழகம்மையும் இன்னும் சில பெண்களும் தாங்கள் ஊருக்குப் போவதாகச் சொல்லிவிட்டு, பேருந்து நிலையம் நோக்கி நடக்கத் தொடங்கி இருந்தார்கள். அவர்களுக்கு என்ன அவசரமோ? மறக்காமல் அவன் நம்பரையும்

வாங்கிக்கொண்டார்கள். அவர்கள் நம்பரையும் கொடுத்திருந்தார்கள். அழகம்மை போகும்போது அவனுக்கு வழங்கிய, வெட்கம் அடங்கிய புன்னகை, சிலிர்ப்பை ஏற்படுத்தி இருந்தது. அந்தப் புன்னகை இதற்கு முன் பல்வேறு முறை அவன் கண்முன் காட்சிகளாகி போயிருந்தன. அவன் அதை மீண்டும் மீண்டும் கண்முன் நிறுத்திப் பார்த்துக் கொண்டான். அக்காட்சி அவனுக்குக் கிளுகிளுப்பாக இருந்தது.

"என்ன வெவரம்னு, ராத்ரினாலும் மறக்காம சொல்லு,னா? பெறவுன்னா பஸ்சு கெடக்காது, அதாம் போறோம்' என்று கூறியிருந்தார்கள். சாலை கடந்து வடக்கு நோக்கி திரும்பும்வரை அவளையே பார்த்த, அவனுக்கு அழகம்மை, மீண்டும் ஒரு தரிசனத்தோடு புன்னகைத்தாள்.

அருகில் நின்றிருந்த முத்தையாவும் லட்சுமி டீச்சரும் அவன் காதுக்கு எட்டி விடாமல் எதையோ பேசிக்கொண்டிருந்தார்கள். அவ்வப்போது இவனையும் ஒரு பார்வை பார்த்துக் கொண்டார்கள். இந்தப் பார்வை, சும்மா என்பதற்காக. கூட வந்தவனை, கண்டுகொள்ளாமல், பேசிக்கொண்டிருப்பதாக நினைத்துவிடக் கூடாது என்பதற்காக இருக்கலாம். அதைப் புரிந்துகொள்ளாதவனல்ல அவன். இருவரும் அப்படி எதை ரகசியமாகப் பேசுவார்கள் என்பதை அறிய அவனுக்கும் ஆவல்தான். காலையில், தூரத்தில் நின்று பேச்சை ஆரம்பித்த அவர்கள் பேசிப் பேசி, இப்போது நெருங்கி விட்டதை உணர்ந்தான். பேச்சிலும் நெருக்கத்திலும் இருந்த இடைவெளி உடைந்து நொறுங்கியதை அவன் கண்முன் பார்த்தும் பார்க்காமல் இருந்தான். அவர்களின் நடை, உடை பாவனையில் உண்டான மாற்றத்தையும் அவனால் புரிய முடிந்தது. இது எதற்கானது என்பதை எளிதாகக் கண்டு கொள்ள முடிவதற்கான நெருக்கமாகவே அது இருந்தது. அவன் அதை ரசிக்கவும் செய்தான்.

அதற்குள் டீச்சர், தான் மருத்துவமனையில் நிற்பதாகவும் டூவீலரில் வந்து வீட்டுக்கு அழைத்துப் போகும்படியும் தனது மகனிடம் போனில் கூறியிருந்தாள். தன்னை டீச்சரும் அவரும் இடைஞ்சலாக நினைக்கிறார்களோ என்று கூட நினைத்தான் முத்துசாமி. நினைத்தால்தான் என்ன என்று அப்படியே நின்றான்.

போய் விடுவதற்குள் அவளிடம் எதையோ சொல்லிவிடவும் அல்லது எதையோ பெற்றுவிடவுமாக முத்தையாவிடம் காணப்பட்ட அவசரத்தை, பரபரப்பை, அவன் சுவாரஸ்யமாகவே உணர்ந்தான். ஏதோ ஒன்றைச் சொல்ல அவர் முயல்வதும் அதை ஏதோ ஒன்று உள்ளுக்குள் தடுத்து நிறுத்துவதுமாக நிகழும் மனப்போராட்டத்தை முத்தையாவின் முகம் அப்பாவியாகக் காண்பித்தது. கல்லூரி படித்த போது, சேர்வலாறு மலைப்பகுதியில் இருந்து வந்த காயத்ரி பற்றிய ஞாபகமும் இப்போது எதேச்சையாக வந்து போனது.

இன்னும் சிறிது நேரத்தில் மகன் வந்ததும் டீச்சரும் போய்விடுவார். பிறகு இங்கு நானும் முத்தையாவும்தான் நிற்க வேண்டியிருக்கும் என்று அவன் யோசித்துக் கொண்டிருக்கும்போதுதான், மருத்துவமனையின் உள்ளிருந்து, ஆண்டி, செவநம்பி, அவர் மனைவி, விசில் மணி ஆகியோர் வந்தார்கள்.

‘கூட்டமா உள்ள வராதீங்க’ என்று வாசலில் நின்ற செவிலி ஏற்கெனவே சொன்னதால், இவர்கள் வெளியே நின்றுகொண்டார்கள். முத்தையாவும் லட்சுமி டீச்சரும் ஆர்வமாக அவர்களைத் தேடிப் போனார்கள். “என்னாச்சாம்?'' என்று அவர் கேட்டதைக் கவனிக்காமல், செவநம்பியுடன் பேசிக்கொண்டிருந்தார் ஆண்டி.

“ஒண்ணுமில்ல, ஒரு நாளு ஆஸ்பத்ரில இருக்கணும்னு டாக்டரு சொல்லிட்டாரு''

“உசுருக்கு ஒண்ணுமில்லலா?''

“இல்ல, ஆனா வயசாயிட்டுல்லா''

“இப்பம் எப்டிருக்கு?''

“குளுக்கோஸ் ஏத்துதாவோ''

“அவ்வோ மவனுக்கும் பேரனுக்கும் தாக்கல் சொல்லிருமா?’

“மவம் ராசாமணிட்ட சொல்லிட்டேன். வந்துட்டிருக்காம். அவனுக்கு என்னமோ வேலைன்னுதாம் இன்னைக்கு நம்மகூட வரலயாம். பேரன், தெக்க எங்கயோல்லா இருக்கானாம்''

“ஏம் இப்டியாச்சாம்?''

“இவ்ளவு வயசுக்கு பெறவு வெரதம் இருக்கேன்னு அடம்பிடிச்சா என்ன செய்ய? விடிஞ்சதும் ரெண்டு இட்லியாது வாயில பிச்சிப் போட்டுட்டு வந்திருக்கலாம்லா. பூசை பண்ணி படப்பு சோறுதாம் திம்பேன்னு அவ்வளவு நேரம் வெறும் வயித்தோட கெடந்தா, என்னத்துக்காவும்? நம்ம வயசுக்கே, செத்த நேரம் தப்பிட்டுன்னா, அன்னா இன்னான்னு தலைய சுத்திட்டு வந்துருது. அவ்வோ வயசுக்கு அந்த ஒடம்பு தாங்குமா?'' என்றார் விசில் மணி.

“அதான... நானும் என்னமோ ஏதோன்னுல்லா பயந்துட்டேன்'' என்ற முத்தையா, லட்சுமி டீச்சரை ஒரு கண் பார்த்துக்கொண்டார். டீச்சரும் அவரைப் பார்த்துக் கொண்டார்.

செவநம்பி, “ஒரு டீயெ குடிப்பமா?'' என்றதும் எதிரில் இருந்த கடைக்கு நடந்தார்கள். ஆண்டியும் முத்துசாமியும் அந்தக் கடையை பார்த்தார்கள். அங்கு நின்றிருந்த போலீஸ்காரர்கள் நகன்றிருந்தார்கள். அது சின்ன கடைதான். இவர்களைக் கண்டதும் அங்கு சேரில் உட்கார்ந்திருந்த சிலர் எழுந்து கொண்டார்கள். ‘‘ஒரு, ஆறு டீ போடுங்கெ?” என்று செவநம்பி சொன்னதும், “அஞ்சு போதும்” என்றாள், அவர் மனைவி.

“யாம்?''

"எனக்கு வேண்டாம்" என்றவள், தனது கைப் பைக்குள் வைத்திருந்த பிஸ்கட் பாக்கெட்டை பிரித்தாள். அது பிரித்தவேகத்தில் பாக்கெட் கிழிந்து இரண்டு பிஸ்கட் கீழே விழுந்தது. அதைப் பரிதாபத்தோடு பார்த்த அவள், இன்னொன்றை எடுத்து வாயில் போட ஆரம்பித்தாள். அங்கு நின்றிருந்த உறவினர் ஒருவரிடம், "என்ன மாப்ள இந்தப் பக்கம்?" என்று விசாரித்தார் செவநம்பி.

"அந்த இடப் பிரச்னைதாம். கொஞ்சம் கைகலப்பாவிப் போச்சு. இன்னா, இன்ஸ்பெக்டரை பாக்க வந்திருக்கேன்" என்ற அந்த உறவினர், "நீரு, சாமி கொண்டாடியாச்சே, இன்னைக்கு சாத்தாங்கோயிலுக்கு போயிருப்பேருன்னுல்லா நெனச்சேன், இங்க வந்து நிக்கேரே, யாம்?" என்று கேட்டார்.

"ஆஸ்பத்ரிக்கு வந்தென்"

"யாம், யாருக்கு என்னாச்சு?"

"ஒரு ஆளெ சேத்திருக்கு"

"யாரெடே?"

"குலதெய்வம்"

3

லாரியின் உள்ளே, ஓர் ஓரமாக சாய்ந்து அமர்ந்திருந்த பெண்களின் அருகில் கூச்சப்பட்டவாறு கால்களை ஒடுக்கி அமர்ந்திருந்தான், முத்துசாமி. அவனருகில் இன்னும் இரண்டு இளைஞர்கள் அமர்ந்திருந்தார்கள். எதிரில் இருந்த வயதானப் பெண்ணின் தொடையில் உரசியவாறு இருந்தது கால். அங்கும் இங்கும் திருப்ப முடியாததால் தவிப்பாக உணர்ந்தான். அந்த அம்மா என்ன நினைப்பாரோ என்று கவலையாகவும் இருந்தது. அம்மா வயதில் இருக்கிற ஒருவரை இப்படி மிதிப்பது சரியானதல்ல என்றும் அவனுக்குள் கேள்வி எழுந்தது. கூச்சப்பட்டவாறும் தர்மசங்கடமாக உணர்ந்தபடியும் இருந்தான்.

அவனுடைய அதிகப்படியான கூச்சத்தைக் கவனித்த அந்த வயதானப் பெண், ‘‘எய்யா.. நாங்க வேற யாருமில்ல, சவுரியமா ஒக்காரு... எம்மேல தான காலு இடிக்கி, பரால்லய்யா’’ என்று முத்துசாமியின் கால்களைத் தன் கால்களுக்கு அருகே இழுத்துக்கொண்டு புன்னகைத்தாள். அவன் இப்போது கொஞ்சம் சகஜத்துக்கு வந்தான்.

லாரி கிளம்பியது. வேகமாக ஓடி வந்த ஒருவர், தடுமாறி ஏறி, லாரிக்குள் இறங்கினார். வண்டியின் ஆட்டத்தில் அவர் இடுப்பில் வைத்திருந்த மூன்று குவார்ட்டர் பாட்டில்கள், கீழே உட்கார்ந்திருந்த பெண் ஒருத்தியின் மடியில் மெதுவாக, ஒவ்வொன்றாக விழுந்தன. நல்ல வேளை, அவள் மடியில் விரித்திருந்த தேங்காப்பூத்துண்டில் விழுந்ததால் தப்பியது. அதைக்கண்டதும் ஒருவரை ஒருவர் பார்த்துக் கமுக்கமாகச் சிரித்துக் கொண்டார்கள்.

“இந்த எழவெ, எம்மடில போடதாம் இவ்ளவு ஓட்டமா வந்தேரோ? அப்பபடி கேக்கு, காலேலயே'' என்ற அந்தப்பெண், “இன்னைக்கு, கோயில்ல சாமியாட்டம் கூடுனாலதாம் இருக்கும்'' என்றாள், பக்கத்தில் இருந்தவளைப் பார்த்து.

“எங்க போனாலும் இந்த சனியனையும் சொருவிட்டு வந்திருதேரே? கோயிலுக்குமா இப்டி வரணும்? அதுக்கு, மாட்டு மோத்திரத்தெ குடிக்கலாம்லா'' என்ற ஒருத்தி அவரை முறைக்க, “வாயை பொத்திட்டு இரிட்டீ'' என்று நாக்கைத் துறுத்தினார் அந்த ஆள். அது அவர் மனைவியாக இருக்கும். இதற்குள் அவர் அருகில் இருந்த இன்னும் இரண்டு பேர் தங்கள் இடுப்பைத் தடவிப் பார்த்துக்கொண்டார்கள்.

வெயில், இப்போதே சுடத் தொடங்கிவிட்டது. மணி எட்டுக்குள்தான் இருக்கும். லாரி மெதுவாக ஆடியபடி சென்று கொண்டிருந்தது. உள்ளே உட்கார்ந்திருந்தவர்களில் சிலரைத் தவிர, மற்றவர்கள் வெவ்வேறு ஊர்களைச் சேர்ந்தவர்கள். ஆனால் வருடத்துக்கொரு முறை இந்தக் கோயிலின் பொருட்டு, இங்கே சந்தித்து விடுவார்கள். இது இல்லையென்றாலும் எங்காவது கல்யாணம், காட்சிகளில் சந்தித்துக்கொள்பவர்களாக இருந்தார்கள்.

“எந்தூர்யா ஒனக்கு?'' என்று அந்த அம்மா மெதுவாகக் கேட்டதும், சென்னையில் வேலைப்பார்ப்பதாகவும் இப்போதுதான் முதன்முறையாக குலதெய்வத்தையும் சாஸ்தாவையும் பார்க்க வருவதாகவும் சொன்னான் முத்துசாமி. அப்படிச் சொல்லிவிட்டு அவன் கொஞ்சம் வெட்கப்பட்டுக் கொண்டான்.

“கல்றகுறிச்சி எசக்கி மொவச்சாடை கொஞ்சம் இருக்கு, கொஞ்சம் வேற மாதியும் இருக்கு... காலைல கடைக்குள்ள நிய்க்கும்போதே நெனச்சென். இருந்தாலும் திடீர்னு பொத்தாம் பொதுவா, ‘யாருய்யா நீ?ன்னு கேட்ர முடியாதுல்லா?'' என்றாள் அவள், அவனைப் பார்த்துக்கொண்டே.

பிறகு என்ன நினைத்தாளோ? கேட்டாள்:

“அதென்னய்யா ஒத்தக் காதுல மட்டும் வளையத்தை மாட்டிருக்கெ?”

லாரியின் மேல் அமர்ந்திருந்த ஓர் இளைஞன், “அதெல்லாம் பேஷன் பாட்டி. எங்கம்ம அதுக்குலாம் சம்மதிக்க மாட்டேன்னுட்டா” என்றான் வருத்தமாக.

முத்துசாமி சிரித்தான்.

பாட்டி “ஒத்த கடுக்கமும் வளையமும்தாம் பேசனு போலுக்கு” என்று சொல்லிவிட்டு, “நாங்க சின்ன பிள்ளையா இருக்கும்போது, எங்க தாத்தா, சின்ன தாத்தாலாம் காதுல கடுக்கம் போட்டுட்டுத்தாம் இருப்பாவோ. ஆனா, ரெண்டு காதுலயும்லா போட்டிருப்பாவோ. பெறவு எங்க காலத்துல எந்த

ஆம்பளையும் அதை போடலை. இப்பம் என்னடான்னா ஒத்தக் கடுக்கனையும் ஒத்த வளையத்தையும் போட்டுட்டு அலையுதியோ'' என்றாள், பக்கத்தில் இருந்தவளைப் பார்த்துக்கொண்டு.

முத்துசாமி புன்னகைத்தபடி, தனது காது வளையத்தைத் தடவிப் பார்த்துக்கொண்டான்.

அருகில் இருந்த, சிவந்த நிறம் கொண்ட நடுத்தர வயதுபெண், ''ஒவ்வொரு வருஷமும் புதுசு புதுசா ஆளுவோ வாராவோ. நமக்கு எங்கலாம் சொந்தம் இருக்குன்னு அதெ பார்த்துதாம் தெரிஞ்சுகிடுதோம்'' என்று சொல்லிவிட்டு முந்தானையைச் சரி செய்து கொண்டாள். அவள் சுசீந்திரத்தைச் சேர்ந்தவள். இன்னொரு பெண், ''கல்றகுறிச்சி எசக்கி, எனக்கு மச்சாம்லா. ஓங்களெ எனக்கு தெரியாம போச்சே... சித்தப்பா, பெரியப்பா மக்களா?'' என்று கேட்டாள்.

''சித்தப்பா மவெம்'' என்ற முத்துசாமி, அவளைப் பார்த்தான். ''அப்பாவுக்கு சாமி, சாத்தாலாம் ஆவாது. அவரு கூடவே போயி எனக்கும் அப்படித்தாம். இங்கதாம் படிச்சேன். முடிச்சுட்டு மெட்ராஸ் போயிட்டென். அப்பாவுக்கு அஞ்சு வருஷத்துக்கு முன்னால மாரடைப்பு. போயிட்டாரு. பெறவு சொந்த பந்தம் தேடி இப்பம் அலையுதேம். கொலதெய்வக் கோயிலுக்கெ இப்பதாம் வாரம்னா பாருங்க...''

''சர்தாம்...''

பிராந்தி பாட்டிலை இடுப்பில் நன்றாகச் சொருகி வைத்துக்கொண்டு, அதில் ஒரு கையையும் ஓடிக்கொண்டிருக்கும் லாரியின் பின் கதவில் ஒரு கையையும் வைத்தபடியிருக்கும் ஆள், ''சரியா போச்சு... இப்பம் எசக்கிக்கு காலு எப்டிருக்கு?'' என்றார்.

''நல்லாருக்கு'' என்றான் முத்துசாமி. அடுத்த நொடியே, உள்ளே தள்ளி இருந்த ஒரு நடுத்தர வயதுப்பெண், ''ஏம் அவ்வோளுக்கு என்னாச்சு?'' என்று கேட்டாள், ஆச்சரியமாக.

''அதையேம் கேக்கெ? சுத்தமல்லில மச்சி வீட்டு வேலையாம். சாரம் சரிஞ்சு காலு மொறிஞ்சுட்டுல்லா''

''ஆமா, இவா கண்டால பேசுவா? காலு எங்கட்டி மொறிஞ்சுது? கம்பிலா, கால கிழிச்சுட்டு'' என்றாள், இன்னொருத்தி.

''காலு மொறிஞ்சுட்டுன்னுதாம் சொன்னாவோ'' என்றார் ஓரத்தில் நின்றிருந்த மஞ்சள் சட்டைக்காரர்.

''ச்சே ச்சே, நான் வீட்டுல போயி பாத்துட்டுல்லா வந்தேம்'' என்ற முன் பல் விழுந்த பெரியவர், 'கம்பிதாம் கிழிச்சுட்டு'' என்றார். ''அந்த எசக்கிதாம்

நாம இப்ப காட்டுக்குள்ள போவவே காரணம்... அந்த காலத்துலயே அவம் முயற்சி எடுக்கலன்னா, இப்பம் நாம சாத்தாவை பார்த்துக்கிட முடியாது?'' என்றார் கூடவே.

"காலு பிரச்சனன்னுலா இந்த வருஷம் வரல... இல்லன்னா, அவருல்லா முன்னால நின்னு ஆளுவோள, ஏறச் சொல்லிட்டு இருப்பாரு''

இசக்கியின் பெருமைகள் பேசப்பட்டுக் கொண்டிருந்தன. பிறகு அருகில் இருந்த பாட்டி, "கொலதெய்வக்கோயிலு எங்க இருக்குன்னு இப்பதாம் தெரியும்னு சொன்னேளே, எசக்கிட்ட கேட்டா, சொல்லிருப்பாம்லா'' என்று முத்துசாமியிடம் கேட்டாள்.

"தோணலலா''

"இப்பம் மட்டும் எப்படி? ஜோஸ்யக்காரம் சொன்னானா?'' என்று அவள் கேட்டதும் முத்துசாமி ஒரு நிமிடம் அவளைப் பார்த்தான். அவனுக்கு ஆச்சரியமாக இருந்தது. எப்படி சரியாகச் சொல்கிறாள் என்று. பிறகு அதைக் காட்டிக்கொள்ளாமல், "கரெக்டா சொல்லிட்டேளே...'' என்று புன்னகைத்தான். "நெசம்தான். ஜோஸ்யக்காரம் சொன்ன பெறவு, வரணும் வரணும்னு நெனச்சு இப்பம் வந்திருக்கென்'' என்றான்.

"அதானெ பாத்தேம். இதுக்கும் ஜோஸ்யக்காரம்தாம் சொல்ல வேண்டிருக்கு, கேட்டேளாட்டீ?'' என்றதும் சிரித்துக்கொண்டார்கள்.

''நாலெழுத்து படிச்ச பிள்ளேலுக்கு சாமி, சாத்தான்னா, எளக்காரமாதாம் இருக்கு'' என்ற அந்தப்பாட்டி, வெற்றிலைப் பெட்டியைத் திறந்தாள்.

"இதுக்கு முன்னால எசக்கியண்ணன் குடும்பம், இந்த லாரிய ஓட்டுதாருல்லா செவநம்பி... அவரு குடும்பம். நாங்க ஏழெட்டு பேரு, வீ.கே.புரத்துல இருந்து பெரிய மீசை வச்சவரு ஒருத்தரு குடும்பத்தோட வருவாரு... பாப்பாகுடியில இருந்து கொஞ்ச பேரு, நாகரோயில்ல இருந்து அஞ்சாறு பேரு... இவங்கதாம் போவோம். பெறவு தேடி தேடி சாமிய பாக்க ஆளுவோ வருஷா வருஷம் புதுசா வந்துட்டுதாம் இருக்காவோ'' என்றார் அந்த பிராந்தி பாட்டில்காரர்.

"போன வருஷம் கூட, ஆந்த்ரால இருந்து வாரம்னு ஒருத்தரு சொன்னாருல்லா''

"ஆமா... இந்த வருஷம் காணல''

"அது என்ன பக்கத்துலயா இருக்கு. நெனச்ச நேரம் வந்துட்டு போவெ?''

"கொல தெய்வம், சாத்தா கோயிலுன்னா அப்படித்தாம்''

"அந்தக் காலத்துல, நாங்கலாம் நடந்தேல்லா போவோம். மொதல்ல ஒரு டிராக்டருக்குதாம் ஆளுவோ சரியா இருக்கும். இப்பம், டிராக்டரு போயி,

லாரியும் முட்டிபோச்சு. இனும இன்னொரு லாரி வேணும் போலுக்கு'' என்றார்.

லாரி, குலுங்கிக் குலுங்கிச் சென்றுகொண்டிருந்தது. எதிர்க்காற்று லேசாகக் குளிர்ந்து போனதால், வெயில் அதிகம் தெரியவில்லை. முத்துசாமியின் எதிரில் சாய்ந்து அமர்ந்திருந்த இளம்பெண், தனது ஹேண்ட்பேக்கில் இருந்து ஒரு புத்தகத்தை எடுத்து வாசித்துக் கொண்டிருந்தாள். இங்கு நடந்த உரையாடலையோ, சிலர் பேசிக் கொண்டிருக்கிறார்களே என்றோ எதையும் கவனிக்காமல் வாசிப்பதி லேயே கவனம் செலுத்திக் கொண்டிருந்தாள். இந்தக் கூச்சல், சத்தங்களுக்கிடையிலும் ஒரு பெண், கவனமாக வாசிக்கிறாள் என்றால் அது அசாத்தியமானதுதான். அவள் வைத்திருக்கிறப் புத்தகத்தின் அட்டையைப் பார்த்து விட நினைத்தான். தெரியவில்லை என்றதும் விட்டுவிட்டான்.

லாரியின் பின்பக்கக் கதவின் அருகில் சாய்ந்து அமர்ந்திருந்த மஞ்சள் சட்டைக்காரர், வேஷ்டியை மேலே தூக்கி டவுசருக்குள்ளிருந்து பீடி கட்டையும் தீப்பெட்டியையும் எடுத்ததும், உள்ளே உட்கார்ந்திருந்த கசங்கிய சட்டை அணிந்திருந்த இளைஞனும் எழுந்தான். “எனக்கொன்னு'' என்று.

“ஏம், பீடி வாங்காமயா வந்தெ?''

“ச்சே... அது இல்லாம நாளு பூரா இருக்க முடியுமா? பைய, வீட்டுக் காரிட்டே கொடுத்தேன். அதுல பீடிகெட்டு மாட்டிக்கிட்டு. அவா, டிராக்டருல போயிட்டா...'' என்றான். ஆளுக்கொரு பீடியை பற்ற வைத்துக்கொண்டு புகையை வெளியே விட்டாலும் அது லாரிக்குள் ளேயே சுற்றிச் சுற்றி வந்து, சின்னப் பிள்ளைகளை இறும வைத்தது. “பீடி, பொகய வெளியில விட்டுத் தொலைச்சான்னா?'' என்றாள் ஒரு பெண்.

“வெளியில விடுததுதாம் உள்ள வருது'' என்றார் மஞ்சள் சட்டை.

“எங்களுக்கே இந்தா நாத்தம் நாறுதெ... இந்த சனியனை எப்படித்தாம் குடிக்கேளோ?'' என்றாள் இன்னொருத்தி. அவள் மஞ்சள் சட்டைக்கு சொந்தக்காரியாக இருக்க வேண்டும். அவளை முறைத்துப் பார்த்த மஞ்சள் சட்டை, “ஏம் ஓம் புருஷன் நாத்தம் வராத பீடியவா குடிக்காம்?'' என்று கேட்டார்.

“எல்லாருக்கும் சேத்துத்தாம் சொல்லுதென், அப்டி என்ன எழவுதாம் இருக்கோ, அதுல?''

“என்ன எழவு இருக்குன்னா தெரியணும்? இந்தா ஒரு இழுப்பு இழுத்துப் பாரு'' என்று கையில் வைத்திருந்த பீடியை அவளை நோக்கி நீட்டினார். அதற்குள் லாரி, அங்கும் இங்கும் ஆடியதில் லேசாக லம்பினார் மஞ்சள் சட்டை.

“ஒம்ம வீட்டுக்காரிட்ட குடிக்கச் சொல்லும், ஏங்கிட்ட யாம் தாரியோ?''

“அவளா இதுல என்ன எழவு இருக்குன்னு கேட்டா?''

“கோயிலுக்கு போறம்லா, அவாட்ட சொல்லுதெம்''

“நல்லா சொல்லு”

முத்துசாமிக்கு, இப்படி உட்கார்ந்திருப்பது சங்கடமாகத்தான் இருந்தது. சமாளித்தபடியே இருந்தான்.

“அங்கெ என்ன சோலி பாக்கெய்யா?”

“சினிமால இருக்கென்”

அவன் இப்படி சொன்னதும் லாரியில் இருந்த அனைவரும் திரும்பிப் பார்த்தார்கள். அந்தப் பார்வையில் ஏதோ தெரிந்தது. சும்மா, புன்னகை செய்தார்கள் அவன் முகம் பார்த்து. ஊர்களில், சினிமாவுக்கு இன்னும் மரியாதை இருக்கிறது என நினைத்துக் கொண்டான்.

“நடிக்கியோ?”

“இல்ல கோ டைரக்டரு”

“அப்படின்னா”

“இணை இயக்குநரா இருக்கேன்”

“அப்பம்னா நல்ல சம்பளம் கிடைக்கும்லா, னா?”

“பரால்லாம போது”

அந்தச் சுசீந்தரத்து சிவந்த மேனியை கொண்டவள், “எங்க சித்தி மவனும் சினிமாலதாம் இருக்காம்.. அவென தெரியுமா? பேரை கூட என்னன்னோ மாத்தி வச்சிருக்காம்... ஆங்... கிருஷ்ண சரவணன்...” என்று கேட்டுவிட்டு அவன் முகத்தைப் புன்னகையும் ஏறிட்டாள்.

“தெரிலய... யார்ட்ட வொர்க் பண்ணுதாரு?”

“சினிமாலதாம்”

“எந்த டைரக்டர்ட்ட?”

“அது தெரில... சினிமால இருக்கம்னு சொன்னாம்...”

“தெரிலயே”

ஊரைத் தாண்டிய லாரி, சிறிய மண்சாலைக்குள் இறங்கியது. இப்போது வழக்கமான வேகத்தை விட மெதுவாகச் சென்றது. அப்படித்தான் செல்ல முடியும். பள்ளமும் மேடுமான பகுதி. இரண்டு பக்கமும் வளர்ந்திருந்த மாமரங்களும், புளியமரங்களும் பூவரசம் மரங்களும் கிளைகளை வெளியே நீட்டியிருந்தன. லாரிக்கு மேலே உட்கார்ந்திருப்பவர்களை இந்தக் கிளைகள் பதம் பார்க்கும் என்ற உணர்வில் அதை கவனித்தபடியே லாரியை மெதுவாக ஓட்டினார், செவநம்பி. கிளைகள் லாரியின் மேல் பக்கத்தை தட்டுவதாக இருந்தால், நிறுத்தி, “ஏல மண்டெ பத்தரம்” என்று சத்தம் கொடுத்து

விட்டே, நகர்த்தினார். இரண்டு பக்கமும் இருந்த முள்மரங்கள், பின்பக்கம் நின்றிருந்தவர்களையும் ஓரத்தில் உட்கார்ந்திருந்தவர்களின் தலையிலும் தட்டிச் சென்றன.

இது வாகனங்கள் செல்லும் பகுதி அல்ல. ஆட்கள் செல்லும் பகுதியும் இல்லை. அதனால், பாதை என தெரியாமல், முள்மரங்களும் ஒழுங்கில்லாமல், வளைந்து நெளிந்து தன் கிளைகளை விரித்திருந்தன. அப்படி மரக்கிளைகள், லாரிக்குள் வரும்போது, விளையாட்டுப் பிள்ளைகளைப் போல ஓவென சத்தம் கொடுத்துக் கொண்டார்கள்.

அது காய்ந்து ஓய்ந்த அணை. ஒரு காலத்தில் எப்போதும் தண்ணீர் தேங்கி அலை அலையாய் நுரைதள்ளி கரையை முட்டும் அழகைக் கொண்டிருந்த அணை. இப்போது அப்படியில்லை. மழைக் காலங்களில் கடல் போல் நிரம்பியும் மற்ற நேரங்களில் குட்டை போன்றும் காட்சியளிக்கும் சீக்கு அணையாகிவிட்டது. மழை பெய்யாத கோடைகளில் அணையின் ஓரங்கள் வாழைத் தோப்புகளாகவும் உளுந்து வயல்களாகவும் மாறியிருக்கும். அப்படித்தான் இப்போதும். உள்ளே டிராக்டர்கள், பைக்குகள் சென்று வந்த தடங்கள் இருக்கின்றன. ஆடு, மாடு மேய்ப்பவர்கள் வனத்துறையினருக்குத் தெரியாமல் செல்லும் பாதை அது.

வனத்துறையின் செக்போஸ்ட் ஒன்று இருந்தாலும் அக்கம்பக்கத்து ஊர்க்காரர்கள்தான் அதில் வேலை பார்ப்பவர்கள் என்பதால், என்ன மாப்ளே, மாமா என்று உறவு கொண்டாடிவிட்டு, மலைக்குள் சென்று வருகிறார்கள், அவர்கள். சட்டம் அனுமதி மறுத்தாலும் மனிதாபிமானம் அனுமதித்தது. அவர்களின் பிழைப்பைக் கெடுக்க வேண்டாம் என்று விட்டு விடுகிறார்கள்.

எருக்கிலைச் செடிகளும் கருவை முட்களும் ஏராளமாக வளர்ந்து வளைந்து கிடந்தன, அந்தச் சாலையில். திருட்டு மணல் அள்ளி அள்ளி ஏற்படுத்தப் பட்டிருந்த பள்ளங்கள் அணைக்குள் அதிகம் காணப்பட்டன. சாலை மாதிரியான இடத்தை மட்டும் விட்டு வைத்துவிட்டு ஆங்காங்கே பள்ளங்களாக்கி இருந்தார்கள். அதன் ஓரங்களில் வளர்ந்திருக்கும் செடிகளை மேய்ந்தவாறு வெள்ளாட்டுக்குட்டிகள் அலைந்து கொண்டிருந்தன. அதை மேய்க்கும், தலையில் முடியில்லாத பெரியவர் ஒருவர், ஒருகையில் பித்தளைத் தூக்குச் சட்டியுடனும் மறுகையில் கம்பு ஒன்றையும் வைத்துகொண்டு நிழல் தேடி சென்றுகொண்டிருந்தார். அவர் இடது காலில் ஒரு ரப்பர் செருப்பையும் வலது காலில் தோள் செருப்பு ஒன்றையும் போட்டிருந்தார். இரண்டும் வெவ்வேறு விதமாக இருந்தன.

குட்டையாகத் தேங்கிக்கிடக்கிற அணையின் தண்ணீரில் நான்கைந்து பெண்கள், துணி துவைத்துக் கொண்டிருக்கிறார்கள். இங்கு வந்து குளிப்பதற்காகவே சிலர் பைக்கில் வந்திருக்கிறார்கள். யாருமற்ற மாலை வேளைகளில் மிளா, கரடி போன்றவை இங்கு வந்து தண்ணீர் குடிக்கும் என்றும் சொல்லி இருக்கிறார்கள்.

ஏக்நாத்

லாரி, மெதுவாக ஆடி ஆடி சென்று கொண்டிருந்தது. நீண்ட நேரமாக ஒரே வாக்கில் உட்கார்ந்திருந்ததால், முத்துசாமிக்கு இடதுகாலில் ரத்த ஓட்டம் தடைபட்டு விர்ரென்று பிடித்துக்கொண்டது. இதற்கு மேல் முடியாது என்று எழுந்து நின்றான். காலை உதற இடமில்லை. யார் மீதாவது படும். ஒரு காலை மடக்கிக் குனிந்து நின்றான். இப்போதுதான் அவனுக்கு ஆசுவாசமாக இருந்தது.

“எய்யா ஏம், எந்திரிச்சுட்டெ?''

“காலு புடிச்சுட்டு..''

“இந்த வயசுலயே இப்படின்னா, நாங்கலாம் வயசானவோ என்னடெ செய்வோம்?''

“ஆங். அவருக்கு இப்டி உக்காந்துட்டுப் போன பழக்கம் இருக்காதுல்லா. நீ, பாதி நாளு வயல்ல கெடக்கெ, மீதி நேரம் தொழுவுல கெடக்கெ...'' என்றார் மஞ்சள் சட்டைக்காரர்.

“ஏம்ல, சாவம் விடுத மாதி சொல்லுதெ?''

“ஒனக்கு சாவம் விட்டு எனக்கு என்னாவப்போது?''

டாப்பில் உட்கார்ந்திருந்த, முக்கால் பேண்ட் அணிந்திருந்த ஒருவன், அங்கிருந்தபடியே செல்ஃபி எடுத்துக் கொண்டிருந்தான். அந்த செல்ஃபிக்குள் முத்துசாமி உட்பட கீழிருந்தவர்களும் அடங்கினார்கள்.

“ஏடெ, நாங்களாம் நல்லா தெரியுதமா பார்த்துக்கங்க'' என்றாள் கீழிருந்த ஒருத்தி.

“தல முடிய நல்லா ஒதுக்கி விட்டுக்கிடுங்க'' என்ற அந்த முக்கால் பேண்ட், உட்கார்ந்திருந்தவர்களை செல்போன் கேமராவுக்குள் அடக்கியவாறு இப்போது மீண்டும் எடுத்தான். இரண்டு மூன்று முறை எடுத்துவிட்டு, “சூப்பரா இருக்கு'' என்று திருப்திப்பட்டுக் கொண்டான். பிறகு வாட்ஸ் அப்பில் அனுப்பி வைப்பதாகச் சொன்னான்.

“இன்னும் கொஞ்ச தூரம் போனா, பட்றையன் கோயிலு வரும்...'' என்றார் அந்த குவார்ட்டர் பாட்டில்களை வைத்திருந்தவர்.

“அதுக்கு முன்னால ஒரு பெரிய ஆலமரம் இருக்கும்லா?''

“ஆமா, குட்டியான தண்டில... அதுக்கு இன்னும் செத்த நேரம் ஆவும்''

“போன வருஷம்லாம் இவ்வளவு பள்ளத்தெ பாக்கலயெ. அணையில மொத்த மண்ணெயும் தோண்டி எடுத்துட்டானுவோ, போலுக்கு''

“இதயாது மிச்சம் வச்சாவளெ?''

“இதுக்கு மேல தோண்டுனா, கீழே ஒரு ஒலகம் இருக்காம்லா, அது வந்துரும்’’

“கீழ ஒரு ஒலகமா?’’

“ஆமா. சொல்லுவாவள்லா, அப்டி’’

“ஆமாலெ. ஒம் மாமனாரும் மாமியாளும் அங்கெ பங்களா கெட்டி, தங்கமா சேர்த்து வச்சிருக்காவளாம். போயி அள்ளிட்டு வாரியா?’’

“நீயும் வா, கெடய்க்கதுல பாதி’’

‘‘நா எதுக்கு, நீதானலெ அங்க ஒலகம் இருக்குங்கெ?’’

சொன்னவனைப் பார்த்து எல்லாரும் சிரித்தார்கள். அவன் பேச்சை மாற்றினான்.

இங்கு இவ்வளவு கரைச்சல் இருந்தாலும் புத்தகம் வாசித்துக் கொண்டிருந்த பெண், எதையும் கவனிக்காமல் அதில் கவனமாக இருந்தாள். அவள் அணிந்திருக்கும் கண்ணாடி, மாடர்னாக இருந்தது. தனது கண்ணாடி பிரேமை விட அது அழகுதான் என்று நினைத்த முத்துசாமி, அதைக் கழற்றி சட்டையில் துடைத்துக்கொண்டான். அதெப்படி, இந்தச் சத்தத்துக்கு இடையிலும் அவளால் புத்தகம் வாசிக்கமுடிகிறது என்று மீண்டும் நினைத்துக் கொண்டான்.

“எத்தனெ புள்ளேலுய்யா இருக்கு?’’ என்றாள் அந்த வயதானப் பெண்.

“யாருக்கு?’’

“ஒனக்குத்தாம்’’

“இன்னும் கல்யாணம் ஆவலெ...’’

“சரியா போச்சுப் போ’’ என்று அந்தப் பொம்பளைச் சொன்னதும், சிரித்துக் கொண்டார்கள். இப்போது புத்தகத்தின் மேலிருந்து அந்த இளம் பெண்ணின் கண்கள் மேலே எட்டி முத்துசாமியைப் பார்த்தன. அதை அவன் கவனிக்கவில்லை.

காட்டின் அருகே, வாகனங்கள் செல்வதற்காக மண்ணை நிரப்பி, சிறிய பாலம் ஒன்றை ஏற்படுத்தியிருந்தார்கள். இரண்டு பக்கமும் பெரும் பள்ளங்கள். மணல் அள்ளும் லாரிகளுக்காகவும் டிராக்டருக்காகவும் உருவாக்கப்பட்ட பாலம். செவநம்பி, லாரியை மெதுவாக இயக்கினார். உள்ளே நின்றிருந்த குவார்ட்டர் பாட்டில்காரர், “இதுக்குள்ள வண்டி சரிஞ்சுதுன்னு வையி, எல்லாரும் சட்னிதாம்’’ என்றதும் உட்கார்ந்திருந் தவர்கள், எட்டி பார்த்துவிட்டு அமர்ந்தார்கள். அது அவ்வளவு பெரிய பள்ளமில்லை. ஒன்றரை ஆள் உயர ஆழமிருக்கும். இருந்தாலும் விழுந்தால் காயம் கண்டிப்பாக உண்டு. மணலுக்காகத் தோண்டிய குழியில் தண்ணீர் தேங்கி பிறகு வற்றி, பெரும்பள்ளமாக அந்த இடம் மாறியிருந்தது. உள்ளே ஈரமணல் தெரிந்தது.

“நீரு வாயை வய்க்காதியும்யா, கருநாக்குகாரரு..'' என்றாள் அந்த வயதானப் பெண்.

“நானா கருநாக்குக்காரம்?”

“கருநாக்குகாரம் மாதி நீரு சொன்னாதாம் பலிக்கெ?”

“என்னத்த அப்டி பலிச்சுட்டு, நா சொல்லி?”

“போன பூவுக்கு மழை தண்ணி இல்லாம, கருவிரும்னு சொன்னேரு, அதே போல ஆச்சுல்லா”

“இது நல்லாருக்கே. மழை தண்ணி இல்லன்னு பயிருவோ கருவுச்சு. நாம் சொன்னாப்லயா கருவுச்சு?”

“இங்கரு, நீ எதுக்கும் நல்லதெ சொல்லி பழவு”

“இது வேறயா?”

லாரி, பள்ளத்துக்குள் மெதுவாக இறங்கி பிறகு மேலேறி, வலதுபக்கம் வளைந்து திரும்புவதற்குள் ஒரு வழியாகியிருந்தது. இடம் வலம் என ஆடி அசைந்ததில் உள்ளே இருந்தவர்கள் தடுமாறிச் சாய்ந்தார்கள். ‘ஏத்தாடி’, ‘எய்யா’, ‘ஏத்தா’ என்ற குரல்கள் வெவ்வேறு பெண்களின் வாய்களில் இருந்து வந்தன. அது சலிப்பைக் கொடுக்கும் வார்த்தைகள்.

ஒருத்தி, “ஏய் மெதுவா ஓட்டு, வண்டியெ? என்றாள், அருகில் இருந்த பெண் மீது மோதிய நெற்றியைத் தடவிக்கொண்டு. வண்டி குலுங்கியதில், வாசித்துக் கொண்டிருந்த பெண்ணின் கையில் இருந்த புத்தகம் நழுவி முன்பக்கம் விழுந்து சரிந்தது. முத்துசாமி, அதன் அட்டையை பார்த்துவிட இப்போதும் முயன்றான். பின்பக்கம்தான் வெளியே தெரிவதுபோல கிடந்தது. அந்த அட்டை வடிவமைப்பு, மொழிபெயர்ப்பு புத்தகத்தின் தோற்றத்தைத் தந்தது.

அந்தப் பெண், “ஸ்ஸ்...'' என்று சொல்லிவிட்டு யாரையும் பொருட்படுத்தாமல், தனது கண்ணாடியை சரிசெய்தபடி, தான் வாசித்தப் பக்கத்தை எடுத்து மடியில் வைத்துக்கொண்டாள். அது ஒரு குழந்தையை போல, அவள் மடியில் வானம் பார்த்துக் கிடந்தது. பிறகு சும்மா எதிரில் பார்த்து, உதட்டைச் சுழித்துவிட்டு பார்வையைத் திருப்பிக் கொண்டாள்.

இப்போது லாரி, வனத்துக்குள் நுழைந்ததை உணர முடிந்தது. பார்வை படும் இடமெங்கும் பச்சை. சுற்றிலும் மரங்கள். குட்டையும் நெட்டையுமான மரங்கள். அடர்ந்த மற்றும் அடர்த்தியற்றக் கிளைகளைக் கொண்ட மரங்கள் அவர்களை வரவேற்றன. உள்ளிருந்து வரும் பறவைகளின் சத்தங்கள் அதை ஆமோதித்தன.

இந்தப் பகுதியை காட்டின் வாசலெனக் கொள்ளலாம். வனாந்தரத்துக்கு வாசலேது என்றாலும் இதற்கு முன், மனித பாதங்கள் பதிந்த வழித் தடங்கள் வழியாக மாறியிருந்ததால், அதை அப்படி சொல்லலாம். முத்துசாமி, பின்னால் திரும்பி, வந்த பாதையைப் பார்த்தான். தூரத்தில், அணையை ஒட்டியிருந்த

சிறிய கோயிலும் அருகில் ஆடுகள் கூட்டமாகக் காட்டை நோக்கி வருவதும் புள்ளியாகத் தெரிந்தன. இவ்வளவு தூரம் வந்துட்டோமா? என வியந்தான்.

லாரி, உள்ளே செல்லச் செல்ல, புதுவிதமான வாசனை குளிரோடு வந்தது. வேறெங்கும் கண்டிராத காட்டின் வாசனை. பச்சை வாசனை. மழைகாலத்தில், மரங்களும் செடிகளும் நிறைந்த தோப்புகளுக்குள் செல்லும்போது வரும் ஈர வாசனை போல, அது வேறொன்றாக இருந்தது. மனதெங்கும் நுழைந்த அந்தக் குளிர்காற்றை நுரையீரலுக்குள் இழுத்து விட்டான் முத்துசாமி. இதற்கு முன் காட்டுக்குள் சென்றதில்லை அவன். காட்டின் வாசம் அவனுக்குத் தெரிய வாய்ப்பில்லை. ஆனால் காட்டை வாசித்திருக்கிறான். கேள்விப்பட்டிருக்கிறான். ஆங்கில, சீன மொழித் திரைப்படங்களில், விதவிதமான அழகுடன் பசுமையைப் போர்த்தியிருக்கும் காடுகளைப் பார்த்து வியந்திருக்கிறான். அப்படியொரு காடு, அவன் மனதுக்குள் ஏற்கனவே கட்டியெழுப்பப்பட்டிருந்தது. அதைக் காணப்போகிறோம் என்கிற ஆவல் அவனுக்கு மெதுவாக எட்டிப் பார்த்தது.

சுற்றிலும் தேக்கு மரங்களும் ஆய்மா மரங்களுமாக நின்றிருந்தன. அதன் நன்றாகக் காய்ந்த இலைகள் தரையில் விழுந்து கிடந்தன. அதன் மேல் கால்படும்போது அவை நொறுங்கித் தூள்களாகின. இந்த மரங்களின் வாசனைதான், காட்டின் வாசனையாக வெளிப்பட்டிருக்கும் என நினைத்தான்.

"கடுக்கா வாசத்தெ பாத்தியாடெ?" என்றார் குவார்ட்டர்.

"வேங்கெப் பூ வாசமால்லா இருக்கு" என்றார் புனமாலை. அவர்கள் காட்டிய ஆய்மா மரத்தில், பச்சை நிறத்தில் பேரிக்காய் போன்ற காய்கள் பறிக்க ஆளின்றித் தொங்கிக் கொண்டிருந்தன. அதன் கிளைகளில் கொத்துக் கொத்தாக முளைத்திருக்கிற இலைகள் அண்டி மர இலைகள் போன்று கடினமாக இருக்கின்றன. அந்தக் காய்களைச் சாப்பிடலாமா என்றும் தெரியவில்லை. அதன் ருசி பற்றியும் தெரியாது. குவார்ட்டர் பாட்டில்காரரின் பக்கத்தில் நின்றிருந்தவர், "மிளாவுக்கு புடிச்ச காயிலா இது. இந்த மரத்தைச் சுத்தி நாலஞ்சு மிளாவாது நிய்க்கும்" என்றார்.

"மிளா நிய்க்குமா?"

"ஆமா" என்றதும் லாரியில் இருந்து சிலர் எட்டிப்பார்த்தார்கள்.

"மிளா அப்புராணில்லா"

"அப்புராணின்னா?"

"நம்ம மாடுவோ மாதிதாம்"

"முட்டுமோ?"

"அதுக்கு முன்னால போயி, கப்பைய விரிச்சுட்டு நின்னு, முட்டுதா, இல்லையான்னு பாப்போம்"

ஏக்நாத்

“தெரியாமதான கேக்கென்’’

“அது என்னல செய்யும்? கடுவா, யானையோதாம் வில்லங்கம்’’

பட்றையன் கோயில் அருகே வந்திருந்தது லாரி. சின்னதாகக் கட்டப்பட்டிருந்த, செங்கல்கள் பெயர்ந்தச் சுவருக்குள் சிலையாக நின்றிருந்தார் பட்றையன். அதன் ஒரு பக்கச் சுவர், சரிந்திருந்தது. வெளியே நான்கைந்து சிலைகள். அவை துணைச் சாமிகள். கருங்கற்களால் செய்யப்பட்டிருந்த அந்தச் சாமிகளின் கை, கால்கள் உடைந்திருந்தன. போதையில் ஆட்கள் உடைத்ததோ, உணவு தேடி கீழே இறங்குகிற விலங்குகளின் கால்கள் பட்டு உடைந்ததோ? சுற்றி வெண்மணற்பரப்பு. அதில் நான்கைந்து பாட்டில் மூடிகளும் பிளாஸ்டிக் கிளாஸ்களும் மணலில் பூந்தும் பூராமலும் கிடந்தன. அருகில் புற்களில் உடைக்கப்பட்ட மதுபாட்டில்களும் கிடந்தன. பெரிதாக வளர்ந்து நிமிர்ந்திருந்த இரண்டு கோங்கு மரங்களினருகில், வயதான புளியமரங்கள். வளைந்து தரையின் அருகில் வந்து கிடக்கிற காய்ந்த கருநிற கிளைகள், கைபட்டாலே விழுந்துவிடும் நிலையில் இருந்தன.

டிராக்டருக்கு முன்பாகவே பைக்கில் சென்றிருந்த சிலர், வண்டியை அங்கு நிறுத்திவிட்டுக் காத்திருந்தார்கள். அதில் ஒருவர், உடைந்த பாட்டில்களைக் கண்டு, “பேதில போவானுவோ, எப்படி உடைச்சிருக்கானுவோ பாரேன்’’ என்று ஏசியபடி செடிகளுக்குள் தள்ளிவிட்டார். செவநம்பியும் லாரியின் முன் உட்கார்ந்திருந்த ஆண்டி உள்ளிட்டவர்களும் இறங்கி பட்றையனைக் கும்பிட்டார்கள். செவநம்பி, ஒரு தேங்காயை அங்கு வெடலைப் போட்டார். தெறித்து விழுந்த சில்லுகளை பொறுக்க யாருமில்லை. நாமே போட்டுவிட்டு, எடுக்கக் கூடாது என்பதால் அவர்கள் யாரும் தொடவில்லை. இப்போதைய இளவட்டங்கள், அப்படி தேங்காய் பொறுக்குவதைக் கவுரவக் குறைச்சலாகப் பார்க்கிறார்கள். இதெல்லாம் நாகரிக வகைக்குள் வராது என்பது அவர்கள் கணிப்பு.

முத்துசாமிக்கு ஒரு தேய்ங்காய்த் துண்டை எடுத்து வாயில் போடலாம் என்று ஆசைதான். யாருமே, அதைக் கண்டுகொள்ளாதபோது தனக்கு மட்டும் ஏன் அப்படியொரு ஆசை என நினைத்து அந்த எண்ணத்தைக் கைவிட்டான்.

லாரியின் பின்பக்கம் நின்றிந்தவர்களும் இறங்கப் போனார்கள். “யாரும் எறங்காதியோ... இன்னா, கெளம்பியாச்சு’’ என்று வேகமாக வந்து லாரியை இயக்கினார் செவநம்பி.

பைக்கில் நின்றிருந்தவர்கள், “தண்ணி வேணுமா, இருக்கா? வேறதும் வேணுமா?’’ என்று லாரியின் பின்பக்கம் இருந்தவர்களிடம் கேட்டார்கள். குவார்ட்டர் பாட்டில்காரர், ‘இன்னொரு ஆஃப் இருந்தா வாங்கிட்டு வாரியாலெ?’ என்று சைகையில் கேட்டார். அந்த இளைஞன் தரையில் கிடந்த மண்ணை அள்ளி, “வேணுமா?’’ என்பது போல கேட்டான். நாக்கைத் துறுத்தினார் குவார்ட்டர்.

லாரி கிளம்பியது.

4

டீக்கடையில் ஓரமாக போடப்பட்டிருந்த நீலவண்ண பிளாஸ்டிக் சேரில் அமர்ந்திருந்தார் டீச்சர். அருகில் கிடந்த மற்றொரு சேரில் உட்கார்ந்திருந்த முத்தையா, முதுகை நன்றாகச் சாய்த்துக்கொண்டு கொட்டாவி விட்டார். இன்னும் கொஞ்சம் முதுகைச் சாய்த்தால் மல்லாந்துவிட வாய்ப்பிருக்கிறது. காலை முதல் அலைந்து திரிந்ததின் அசதி அவர் முகத்தில் தெரிந்து கொண்டிருந்தது. அருகில் டீச்சர் இருந்ததால், அந்த அசதி அவருக்கு உற்சாகமாகவே மாறியிருந்தது. முத்துசாமி, டீ கிளாசை கையில் வைத்துக்கொண்டு அவர்கள் அருகில் நின்று கொண்டான்.

எதிரில் இருந்த ஓட்டல் சுவரில் பீஸ்ட் பட போஸ்டர் ஒட்டப்பட்டிருந்தது. அந்தப் படத்தில் தனது நண்பன் வேலை பார்த்தது முத்துசாமிக்கு ஞாபகத்துக்கு வந்தது. அந்த போஸ்டரையே பார்த்துக் கொண்டிருந்தான்.

ஆண்டி, இடுப்பில் இருந்து பீடியை எடுத்து பற்ற வைத்துக்கொண்டு விசில் மணிக்கும் பீடி கட்டை நீட்டினார். அவர், 'ஏன்ட்ட இருக்கு' என்பது போல சைகை செய்துவிட்டு தானும் ஒரு பீடியை பற்ற வைத்துக் கொண்டார். இருவரும் அங்கு உட்கார வேறு ஏதும் சேர் இருக்கிறதா என்று பார்த்தார்கள். இருந்தவற்றில் மேலும் சிலர் அமர்ந்திருந்ததால், கடையின் ஓரத்தில் இருந்த இரண்டு தூண்களில் ஒன்றில், ஒரு காலை ஊன்றிக் கொண்டு நின்றார், ஆண்டி. விசில் மணி, கீழே கிடந்த சிறிய கல் ஒன்றின் மேல் அமரப் போனார். பிறகு, மாட்டுச் சாணத்தில் மிதித்த செருப்புக் காலை, அந்தக் கல்லில் யாரோ இழுவித் துடைத்திருந்தது தெரிந்ததால், உட்காரும் எண்ணத்தை மாற்றிக்கொண்டு மற்றொரு தூணில் சாய்ந்து, தலையில் கட்டியிருந்த துண்டை அவிழ்த்து முகத்தைத் துடைத்தார்.

“டப்புன்னு கொலதெய்வம்னுட்டெ? எனக்கு திக்குன்னு ஆயிபோச்சி?'' செவநம்பியின் உறவினர் சொன்னார்.

“பெறவு என்ன சொல்வாவோ, அவா யாருன்னு தெரியாதோடே, ஒனக்கு?''

“யாம் தெரியாது. ஓங்க கோயில்ல யாரு எந்த சாமிக்கு ஆடுதான்னு தெரியாமயா இருக்கென்?''

“அதாம் அப்டி சொன்னெம்''

“ராசாமணி அம்மதானெ?, வெடிக்காரம் வீட்டுக்கு எதுத்தால இருக்கா வோள்லா''

“அவ்வோதாம்''

“வயசு எம்பதுக்கு மேல இருக்குமெ?''

“இருக்கிருக்கும், எங்கப்பா ஓட்டல்லா''

“ஆமா, எங்கய்யாவுக்கு மொறெ பொண்ணாம்லா''

“கெட்டியிருந்தார்னா, ஒனக்கு அம்மெதாம்''

“இப்பமும் அம்மெ மாதிதானெ”

“இதெலாம் தெரிஞ்சாது வச்சிருக்கியே?”

“நா என்னத்தெ கண்டேன், நம்ம வீட்டுல ஒரு கெழவி கெடந்தா, அவா என்னைக்காது இது மாதி பழசை சொல்லிட்டிருப்பா”

ஆம்புலன்ஸ் ஒன்று சைரன் எழுப்பியபடி, மருத்துவமனைக்குள் வேகமாகச் சென்று நின்றது. அதன் பின்னால், நான்கைந்து பைக்குகளில் வந்தவர்கள் அதை வெளியே நிறுத்திவிட்டு வேகமாகப் போனார்கள். அக்கம் பக்கத்தில் இருந்தவர்கள் அனைவரும் அந்த ஆம்புலன்ஸையே எட்டிப் பார்க்கத் தொடங்கினார்கள். சிலர் அதன் பின்னால் ஓடினார்கள், என்ன யாரென்று பார்க்க?

நின்ற ஆம்புலன்ஸின் பின்பக்கக் கதவு திறக்கப்பட்டதும் உள்ளிருந்து, பழைய போர்வை ஒன்றால் மூடப்பட்டு ஸ்ட்ரெச்சரில் கிடந்த இருவரை கீழே இறக்கினார்கள். மூடப்பட்டிருந்த துணியை மீறி ரத்தம் பரவி வடிந்தது. ஒருவருக்கு வலது கால், வெட்டி வெட்டி இழுத்ததைப் பார்க்க முடிந்தது. வேகவேகமாக ஸ்ட்ரெச்சரை, அவசரச் சிகிச்சைப் பிரிவுக்குத் தள்ளிக்கொண்டு சென்றார்கள். அங்கு ஓடிய சிலரை, மருத்துவமனை ஊழியர், “நீங்கள்லாம் இங்கயே நில்லுங்க, அங்க போவக் கூடாது'' என்று தடுத்தார். இரு சக்கர வாகனத்தில் வந்த இரண்டு போலீஸ்காரர்கள், அந்த ஆம்புலன்ஸின் அருகில் நின்ற சிலரிடம், ஏதோ விசாரித்துக் கொண்டிருந்தார்கள். அவர்களைக் கண்டதும் ஆண்டி, முகத்தை மேல் பக்கம் திருப்பிக் கொண்டார்.

விபத்தாகவோ, வெட்டுக் குத்தாகவோ இருக்கலாம் என்று நினைத்துக் கொண்டான் முத்துசாமி. கொலைகள் சர்வசாதாரணமாக நடக்கின்றன. யாருக்கும் உயிர் பயம் இல்லை. மற்ற உயிர்களின் மீதான மரியாதை இல்லை, முக்கியத்துவம் தெரியவில்லை. உயிர்களைக் கொன்று உயிர் வாழும் வாழ்க்கை உச்சமாக நடக்கிறது. செவநம்பி பொண்டாட்டியும் மருத்துவமனைக்குள் சென்ற ஆம்புலன்ஸையும் அங்கு நடப்பதையும் கவலையோடு பார்த்துக் கொண்டிருந்தாள்.

செவநம்பி, "ஒரு நாலு நாளு ஆஸ்பத்ரில வந்து எவனும் படுத்திட்டாம்னு வையென், பெறவு ஒரு எழவுக்கும் போவமாட்டாம், பாத்துக்கெ'' என்றார், டீ கிளாசை வைத்துவிட்டு.

"பயம் இருக்கத்தாம் செய்யுது. ரெண்டு மூனு நாளு அப்படி இருக்கும். பெறவு பழைய குருடி கதவெ தெறடி கதைதாம்'' என்றார் செவநம்பியின் உறவினர்.

இவர்கள் பேசிக்கொண்டிருக்க, டீச்சரும் முத்தையாவும் வேறு ஏதோ ஓர் உலகத்தில் இருப்பது போல தெரிந்தது. இப்போது இன்னும் நெருக்கமாக இருந்தார்கள். கிட்டத்தட்ட, இருவரின் கைகளும் உரசுவது போலவே நெருங்கி இருந்தார்கள். திட்டமிட்டு அவராக அல்லது அவர்களாக உரசிக்கொள்ள ஏதுவாக, வேண்டுமென்றே உருவாக்கிய நெருக்கம்.

"ஒரு நா, வீட்டுக்கு வாங்க" என்றார் முத்தையா.

"அந்தப் பக்கம் வந்தா வாரென்"

"ஏம், அந்தப் பக்கம் வந்தா? எங்கள பாக்க வரக்கூடாதா?, நாங்க ஆளுவோளா தெரியலயா?" என்று கேட்டார், முத்தையா.

டீச்சர், சிரித்தார். அந்தச் சிரிப்பு, ஏதோ ஒரு ரகசியத்தை தனக்குள் பொத்தி வைத்துக் கொண்டிருப்பதாகச் சொல்கிறது. அந்த ரகசியம் எது என்கிறத் தேடலுக்கு மனம் அலையத் தேவையில்லை. எளிதாகக் கண்டு கொள்ளும்படியாகவே அது தன்னைக் காண்பித்தபடி இருந்தது.

"பதில காணுமெ?"

"செரி" என்று புன்னகைத்தவாறே மெதுவாகத்தான் சொன்னார் டீச்சர். ஆனால், முத்துசாமியின் காதில் அது தேடி வந்து விழுந்தது. இப்போது இருவரும் ஒருவரை ஒருவர் பார்த்துக் கொண்டனர். அந்தப் பார்வைகள் பேசும் பேச்சின் கற்பனை அவனுள் விரிந்து சென்றுகொண்டிருந்ததை உணர்ந்ததும் முத்துசாமிக்குச் சிரிப்பை அடக்க முடியவில்லை.

5

உள்ளிருந்து சிறு கோடாக வளைந்து நெளிந்து வந்து கொண்டிருக்கும் ஓடை போல் செல்லும் ஆற்றின் அருகில் நிறுத்தப்பட்டது லாரி. இதற்கு மேல், வண்டி போகாது என்றார் செவநம்பி. கனரக வாகனங்கள் செல்வதற்கானப் பாதைகளற்ற வனம். அந்த இடம் வெளிச்சமாக இருந்தது. வெட்டையாகத் தெரிகிற இடங்களில் இடுப்புவரை கோரைப்புற்கள், காய்ந்து ஆடிக்கொண்டிருந்தன. உள்ளே நான்கைந்து ஒற்றையடி பாதைகள் இடம், வலம் என மேல் நோக்கி சென்றன.

தரை முழுவதும் விழுந்து மண்ணோடு புதைந்து கிடக்கிற செத்தைகளும் புற்களும், தரை விரிப்பைப் போல தெரிந்தன. அங்கும் இங்குமாக மரங்கள் இஷ்டம் போல் வளைந்து, இடித்து, இன்னொரு மரத்தினுள் கிளைகள் நுழைத்து, விஸ்தாரமாக வளர்ந்திருந்தன. உயரமான மரங்களில் இருந்து விழுந்த காய்ந்த மரக்கிளைகள், கீழுள்ள மரங்களில் விழுந்து ஆங்காங்கே தொங்கிக் கொண்டிருந்தன.

தரையை ஒட்டியபடியும் சில கிளைகள் வளைந்து கிடந்தன. ஏறி அமர்ந்து கொள்ளலாம் என்பது போன்ற தோதான ஒரு கிளை தெரிந்தது. அதன் தோற்றமும் முன்புறம் தெரியும் காட்டின் அழகும், முத்துசாமியின் சினிமா மூளையைத் தூண்டியது. அதை நான்கு சட்டத்துக்குள் பார்த்து, ஒரு காதல் காட்சியின் சில ஷாட்களுக்கு இதைப் பயன்படுத்தினால் கொள்ளை அழகு எனச் சொல்லியது.

மலைபாம்புகளின் நிறத்தில் உயரமாக சிறிய கிளைகளோடு நின்றிருந்தன தேக்குமரங்கள். இந்த வெயிலில் காய்ந்து, பழுப்பு நிறத்துக்கு மாறிய அதன் இலைகள் எங்கெங்கும்

சிதறிக்கிடந்தன. படர்ந்து விரிந்து கிடக்கிறத் தரையில் சில இடங்களில் பாறைகளும் தென்னிக்கொண்டு நின்றன. சிறியதும் பெரியதுமான அந்தப் பாறைகள் ஓடைக்குள்ளும் தென்பட்டன. எல்லோரும் இறங்கி தங்கள் பைகளைத் தூக்கிக்கொண்டு நடந்தார்கள். வெயில் அடித்தாலும் குளிர்ந்த காற்றை உணர்ந்தான் முத்துசாமி. இந்த இடத்தை கடந்துவிட்டால் உள்ளே இருட்டு மாதிரி அடர்நிழல் என்றாள், அந்த வயதானப் பெண்.

இரண்டு மூன்று பேராக உள்ளே நடந்துகொண்டிருந்தார்கள். நேற்றே இங்கு வந்து, பாதையை மறித்திருந்த மரக்கிளைகளையும் செத்தைகளையும் வெட்டி வழி ஏற்படுத்தி இருந்தார்கள், உள்ளூர்க்காரர்கள். இருந்தாலும் அது முழுமையாக நடக்கவில்லை. பாதை பிரிகிற இடங்களில் மட்டும் அடையாளமாக, கிழிக்கப்பட்ட சிவப்புநிறச் சேலைத்துண்டுகளை, சில கிளைகளில் கட்டி வைத்திருந்தார்கள். அதைப் பின்பற்றி தொடர்ந்து நடக்கலானார்கள். மழைக்காலங்களில் தண்ணீர் சென்றிருக்கிற பள்ளமான ஓடைகள் காய்ந்து கிடந்தன. அந்த ஓடையில் பெரும் கற்களுக்கிடையில் தெரிகிற, படிப்படியாகப் படிந்துகிடக்கிற மண்ணும் அதில் பாதி அமுங்கியும் வெளியே தெரிந்தும் முங்கிக் கிடக்கிற மரச்செத்தைகளும் தண்ணீர் சென்றிருப்பதை உறுதிப்படுத்தின. உள்ளே, டிராக்டர் ஏற்கனவே சென்றிருந்த தடம் தெரிந்தது. அந்தத் தடம் பார்த்து நடக்கத் தொடங்கினார்கள்.

பத்து பதினைந்து பேரைத் தவிர, எல்லோரும் வெவ்வேறு ஊர்களில் இருந்து வந்திருப்பவர்கள். குவார்ட்டர் பாட்டில்காரரின் பெயர் மாசானம் என்பதும் மஞ்சள் சட்டைக்காரர் விசில்மணி என்பதும் அந்த வயதானப் பெண், மாசானத்தின் அண்ணன் மனைவி என்பதும் தெரியவந்தது. அவர்கள் நெருங்கிய சொந்தங்கள். புத்தகம் வாசித்துக்கொண்டிருந்த பெண்ணும் சிவப்பாக இருந்தவளும் யார் என்று தெரிய அவனுக்கு ஆவல்தான். இன்னும் தொடர இருக்கிற முழுநாளில் தெரிந்துகொள்ள முடியும் என்று நினைத்தான்.

''கோயிலு இன்னும் அஞ்சாறு கிலோ மீட்டரு இருக்குமா?''

''அதெலாம் யாரு கெடந்து அளக்கா? இன்னா, நடந்துட்டே போனா வந்துரும்''

''எவ்வளவு தூரம்?''

''இதுவரெ அளந்ததில்ல''

''ஏம்?''

''அதுலாம் தோணலயே'' என்ற மாசானம், ஆற்றின் ஒரு ஓரத்தில் மட்டும் குறைவாகச் செல்லும் தண்ணீரில் கால்படாமல், அங்கு கிடந்த பாசிப் படிந்த பாறைகளில், தவளைப் போல தாவித்தாவி குதித்து அடுத்தப் பக்கம் சென்றார். அது ஏற்றம். கொஞ்சம் செங்குத்தான ஏற்றம். அதில் டிராக்டர் ஏறிச் சென்றது ஆச்சரியம்தான். அந்த ஏற்றத்தின் உள்ளிருந்தும்

சிறு கோடுபோல் வருகிற ஊற்றுத்தண்ணீர் மேலிருந்து வடிந்து ஆற்றுக்குள் கலந்துகொண்டிருந்தது.

அதில் முழுவதுமாக முங்காமல் பாம்பு போல் வளைந்தும் நீண்டும் கிடக்கிற வேங்கை மரத்தின் வேர்கள், பாசியோடு பச்சையாகக் காணப்பட்டன. மாசானத்தைத் தொடர்ந்து ஒவ்வொருவராகத் தாவினார்கள். ஓடையின் மறுகரையில் நின்ற மாசானத்திடம் முத்துசாமி கேட்டான், "ஏம் தண்ணிக்குள்ள இறங்கி போலாம்லா?'' என்று.

"போலாம்... ஆழம்லாம் கெடையாது. ஆனா, முள்ளுவோ கெடக்கும். நேத்து, வழிய சரி பண்ண வந்த ரெண்டு பேருக்கு கால்ல குத்தி, வீங்கி போச்சு வீங்கி. சனியனுவோ, தண்ணிக்குள்ள கெடக்க முள்ளு குத்துச்சின்னா, உள்ள போயி ஒக்காந்து ஒடெஞ்சிரும் பாத்துக்கெ. அது இப்பம் வலிக்காது. வயக்காட்டு வேலைல நிய்க்கும் போதுதாம் வின்னுன்னு தெறிக்கும். என்னா வலி, வலிக்குங்கெ'' என்றார்.

"இதுக்கு முன்னால என் தம்பி மவனுக்கு கால்ல பீய்ங்காம் குத்தி, அடிபாதத்தை கிழிச்சிருக்கு... இங்க ஆட்டுக்கு வாரப்பயலுவோ, சும்மா போணும்லா... பெயயுள்ளேலு கோர்ட்டரை குடிச்சுட்டு, பாட்ல ஒடைச்சு ஓடைக்குள்ள போட்டா, என்னத்துக்காவும்?''

"நீரும்தாம் ரெண்டு மூணு பாட்ல சொருவி வச்சிருக்கேரு?''

"நா இந்த மாதிலாம் போடமாட்டம்டெ?''

"பெறவு?''

"மத்யானம் படப்பு முடிஞ்சதும் ரெண்டு பாட்லயும் ஒண்ணுல ரசம், ஒண்ணுல மோரு. கீழே இறங்கதுக்குள்ள மோரு காலியாயிரும். வீட்டுக்குப் போறதுக்குள்ள ரசத்தை காலி பண்ணிருவேன்... பெறவு அங்கல்லா பாட்ல போடுவேம்''

"என்னமோ சொல்லுதேரு...'' என்றார், விசில் மணி.

அவர்கள் பேசிக்கொண்டிருக்கும்போதே தண்ணீரில் தவளை மாதிரி ஒவ்வொரு பாறையாகப் பார்த்து குதித்து முத்துசாமி, அடுத்த பக்கம் வந்திருந்தான். அங்கு நின்றபடி தாவி வருபவர்களை, 'மெதுவா, இப்டி கால வைய்ங்க' என்று ஆலோசனை சொல்லிக் கொண்டிருந்தான். அந்தச் சிவந்தமேனி கொண்ட இளம்பெண் தாவி, பாறையில் கால் வைத்ததும் அது வழுக்கியது. கண் இமைக்கும் நொடியில், முத்து சாமியின் கை அனிச்சையாக அவளைத் தாங்கிப் பிடித்துக்கொண்டது. இந்தப் பிடித்தலில் அவன் கால் சறுக்கி பாலன்ஸ் கிடைக்காமல் விழப் போனான் என்றாலும் தன்னைத் தடுமாற்றத்தோடு நிறுத்திக் கொண்டான். அவள் அவன் வலதுகைக்குள், முதுகோடு சாய்ந்து பாதி சரிந்து கிடந்தாள். அவள் முகத்தைக் கைப்பிடிக்குள்

பார்த்ததும் அவனுக்கு ஏதோ போல் தோன்றியது. அவள் உடலில் இருந்து வெளிப்பட்ட சந்தன வாசனை அவனை இன்னும் நுகர வைத்தது. மைசூர் சாண்டல் சோப்பு அல்லது பவுடராக இருக்கும்.

முதன் முதலாக ஓர் இளம்பெண்ணின் ஸ்பரிசம் அவனுக்குள் பரவசத்தை ஏற்படுத்தியது. அது இதுவரை காணாத உணர்வு. அடுத்த நொடியே, சினிமா கதாநாயகர்கள் பல படங்களில் செய்த, இதே போன்ற பழைய காட்சிகள் அவன் மனதுக்குள் மின்னல்வெட்டிப் போனது.

அதற்குள், “எய்யா, எம்புள்ள” என்று அவள் அம்மாவும், “பாத்து பாத்து” என்று இன்னும் சிலரும் அவயம் போட்டார்கள். “நல்லவேளை அந்த தம்பி புடிச்சுட்டாம். இல்லனா என்னத்துக்காவும்? பொடதியில போயி தான் முட்டிருப்பா” என்று ஒருத்திச் சொன்னதும் தன்னை ஹீரோவாக உணர்ந்தான் முத்துசாமி. இதுவரை அறிந்திராத மகிழ்வின் உணர்ச்சி உடலுக்குள் ஊடுருவி படர்வதை உணர முடிந்தது. இந்த உணர்வை உடனடியாக விளக்கிவிடவும் முடியவில்லை.

சிறிது தடுமாற்றத்துக்குப் பிறகு அவள் சுதாரித்து, காலை தண்ணீருக்குள் வைத்து அவன் கை தாங்கலோடு கரை சேர்ந்தாள். அவள் கூந்தலில் வைத்திருந்த மல்லிகைப்பூக்கள் அவன் கைகளில் அழுத்தியதில் அந்த வாசமும் அவன் கையில் அப்படியே தங்கிக் கிறக்கியது. ‘ரொம்ப தேங்ஸ்’ என்றாள், புன்னகைத்து. இது, தேங்ஸ் என்பதைத் தாண்டி தொடரும் என அவன் புரிந்துகொண்டான். “இதுல என்ன இருக்கு” என்று சொல்லிவிட்டு அவள் அம்மாவைப் பார்த்தான். சிரித்தாள் அவள்.

இது, யானைகள் அதிகமாக நடமாடும் இடம் போலிருக்கிறது. பாதை யெங்கும் யானை லத்தி, அளவெடுத்து வைத்த மாதிரி ஒன்று ஒன்றரை அங்குல உயரத்தில் வட்ட வட்டமாகக் கிடந்தன. அந்த வட்டத்தை விட்டு, சின்ன பிசிறாகக் கூட அந்தச் சாணம் வெளியேறவில்லை. அதன் பின் பகுதியில் இருந்து விழுந்தால் கொஞ்சமாவது சிதற வாய்ப்பிருக்கிறது. ஆனால், இதில் அப்படி ஏதும் இல்லை. அது எப்படி இவ்வளவு துல்லியமாக அளவெடுத்தது போல, விழுந்து கிடக்கிறது என்று ஆச்சரியப்பட்டான் முத்துசாமி.

ஒவ்வொரு வட்டத்திலும் யானை, வாயால் அரைத்தப் பயிர்கள், ஒரு இன்ச் நீளத்தில் நார் நாராகக் காய்ந்து கிடந்தன. இந்தச் சாணிகள் போடப்பட்டுப் பத்து பதினைந்து நாட்கள் இருக்கும் என்று மாசானத்திடம் ஆண்டி சொல்லிக் கொண்டு போனார்.

முத்துசாமி, அதை ஆவலாகக் குனிந்து பார்த்தபடி நின்றான். “ஏன்டே, அதை போயி மோந்து பாக்கெ?” என்றார் மாசானம்.

“நா மோந்தா பாக்கென்? குனிஞ்சுலா பாத்தேன், யானையோ என்னத்தெ தின்னுருக்குன்னு” என்றான். சில இடங்களில் அந்தக் காய்ந்த சாணிகளை,

வட்டமாகக் கரையான்கள் அரித்திருந்தன. அதற்கு அடையாளமாக, செம்மண் துகள்கள் அதில் காணப்பட்டன. சில வட்டங்களில் இருந்து கருவண்டுகளும் வெளிப்பட்டு அதற்குள் நுழைவதும் வெளிவருவதுமாக விளையாடிக் கொண்டிருந்தன. யானையின் காய்ந்த சாணி, கரையான்களுக்கு உணவு என நினைத்த முத்துசாமி, பின்னால் திரும்பிப் பார்த்தான். யாருமில்லை. மரங்களின் நிழல்களுக்குள் முட்டி, தன்னைத் துண்டு துண்டாக வெளிப்படுத்திக் கொண்டிருந்த ஒளி கூட பயமாகத் தெரிந்தது அவனுக்கு. வேகமாக ஓடி, முன்னே சென்று கொண்டிருந்தவர்களுடன் ஒட்டிக் கொண்டான்.

ஓரமாக ஒளிந்திருக்கிற பயம் வெளிப்பட்டு, யானைகளோ, சிறுத்தையோ, புலியோ பாய்ந்து வந்து தாக்கிவிட்டால், பிழைப்பதற்கு வாய்ப்பில்லை. கடந்த சில நாட்களுக்கு முன்பு, இங்கிருந்து சிறுத்தை ஒன்று ஊருக்குள் புகுந்து ஆட்டுக்குட்டிகளைக் கடித்து குதைத்துச் சென்றிருந்த செய்தியைப் படித்திருந்தான்.

கோயிலுக்குச் செல்லும் பாதைக்கு இடையூறாக இருந்த மரங்களின் கிளைகளையும் வளர்ந்திருந்த முட்களையும் நேற்றே சிலர் வெட்டியிருந்தாலும் ஒடை முட்கள் கை, கால்களைக் கிழித்து ரணப்படுத்தின. சிறு கீறல்தான். ஆனாலும் வலித்தது. குளிக்கும்போது தண்ணீர் பட்டு இன்னும் காந்தும். உடலில் ஆங்காங்கு சிவப்பு நிற கோடுகள் மாதிரி அடையாளம் தெரியும்.

மார்பளவு வளர்ந்திருக்கிற முட்களோடான செத்தைகளைக் கைகளால் அகற்றிச் செல்வது கடினமாகத்தான் இருந்தது. காடுகரைகளுக்குச் சென்று வரும் ஆம்பளை, பொம்பளைகளுக்கு இந்தக் கிழித்தல் ஒன்றும் செய்வ தில்லை. அவர்கள் எப்போதும் அதோடு வாழ்பவர்கள். அவர்களின் தேகங்கள் இந்த ரணங்களையும் இதைத் தாண்டிய ரணங்களையும் பார்த்திருக்கிறது. வலி பழகிய தேகங்கள். அவர்களை இது ஒன்றும் செய்யாது.

முத்துசாமி போன்ற ஆட்களுக்குத்தான் கடினம். அதோ அங்கு செல்கிற அந்த நாகர்கோவில் பெண்களுக்கும் வலிக்கும். அவர்களின் சிவந்த கை களிலும் கால்களிலும், குங்குமப்பொட்டு கொண்டு அங்கங்கு மெல்லிய கோடு போட்டதுபோன்ற அடையாளம் தெரியும்.

ஆட்கள் அடிக்கடி வந்து செல்லாத பாதை என்பதால், சிறு செடிகளின் காய்ந்த வேர்களும் கத்தி மாதிரி தரையில் நீட்டிக்கொண்டிருந்தன. அதில் செருப்புக் காலை வைத்தாலும் பதிகிற பாதத்தில் குத்தியது. முத்துசாமி, ஜீன்ஸ் பேன்ட் அணிந்திருந்ததால் தப்பித்தான். இருந்தாலும் கைகளில் கிழித்தன. கழற்றிப் பார்த்தால்தான் காயங்கள் தெரியும். பெருமரங்களையும் பசுமையையும் போர்த்தியிருக்கும் காட்டுக்குள் நடக்கும் அனுபவம் அவனுக்கு இனிமையாக இருந்தது.

லாரியின் மேலிருந்து செல்ஃபி எடுத்த, முக்கால் பேன்ட் வாலிபன், முத்துசாமி தனது அருகில் வருவதற்காக, முன்னே நின்று கொண்டிருந்தான்.

கூட ஒரு சிறுவனும். முதலில் சென்ற பெண்களுடன் அவர்கள் நடந்துகொண்டிருந்தார்கள்.

முத்துசாமி அருகில் வந்ததும் அவன் புன்னகைத்தபடி, தன்னை கணேஷ் என்று அறிமுகப்படுத்திக் கொண்டான். பதிலுக்கு அவனும் புன்னகைத்தான். கொஞ்ச தூரம் சென்ற பிறகு, 'சினிமால ஹீரோவா நடிக்கணும், என்ன பண்ணணும்?' என்று கேட்டுவிட்டு, தனது கண்ணாடியை ஸ்டைலாகத் தூக்கிவிட்டபடி, அவனை புன்னகையுடன் பார்த்தான்.

முத்துசாமிக்கு என்ன சொல்வது என்று தெரியவில்லை. அவன் ஆசை தவறுமில்லை. அது எல்லாருக்குமான ஆசை. ஹீரோவாக இன்று வளர்ந்திருக்கிற எல்லோரும், ஆரம்பத்தில் இப்படியொரு ஆசையில் இருந்துதானே வந்திருப்பார்கள்.

"நீங்க என்ன பண்தீங்க?" என்றான் முத்துசாமி.

"பி.காம் பர்ஸ்ட் இயர்"

"அப்பா, அம்மா"

"அப்பாக்கு மில்லுல வேலை. அம்மா வீட்டுலதாம்"

"சொத்து பத்து?"

"ஒரே ஒரு வயலு. அதெப் பாக்கதுக்கு எனக்கு இஷ்டமில்ல. அப்பாதான் நொய் நொய்ன்னு அத பாத்துட்டு வாலம்பாரு... ஏன் இதெல்லாம் கேக்கியோ?"

"நடிக்கணும்னு கேட்டேளே..."

"அதுக்கும் இதுக்கும் என்ன சம்மந்தம்?"

"சொத்து நெறய இருந்தா, வீட்டுல துட்டை வாங்கிட்டு, நடிக்க வாய்ப்பு தேடலாம். நீங்களும், ஹீரோவாதாம் நடிக்கணுங்கியோ. இன்னும் வசதியா இருந்தா, நீங்களே தயாரிச்சு, என்னை போல ஆளை டைரக்டரா போட்டு படம் பண்ணலாம், அதுக்குத்தாம் கேட்டேன்"

"தயாரிக்க அளவுக்கு இல்லை"

"மொதல்ல நடிப்புப் பயிற்சி பெறுங்க... உங்க மேல நம்பிக்கை வந்த பெறவு, ஷார்ட் ஃபிலிம்ல நடிங்க. ஒரு டீமா வாங்க. சென்னைக்குதாம் வரணும்னு இல்லை. இங்கயே ஷார்ட் பிலிம் பண்ணலாம். யூடியூப்ல ஏதாது புதுசா பண்ணலாம். நல்லாருக்குன்னு தெரிஞ்சா, வாய்ப்பு தன்னால தேடிலா வரும்"

"நெசமாவா?"

“ஆமா, அதுக்கு முன்னால படிப்பை முடிச்சிருங்க”

அட்வைஸ் போல சொன்ன முத்துசாமியை, அவன் ஏதோவாகப் பார்த்தான். வியர்வை, முத்துசாமியை நனைத்திருந்தது. முதுகில், கழுத்தில் இருந்து கோடு போல வடியத் தொடங்கியது. தோலில் பட்டு ஓடுவது கூச்சத்தைத் தந்தது. நெற்றியில் இருந்தும் இடதுபக்கக் கன்னத்தில் வடிந்தது. உடலில் நச நசப்புக் கூடி எரிச்சலாக இருந்தது. இரண்டு கக்கங்களும் நனைந்து வெளியேறும் வியர்வையின் நாற்றம் குமட்டும் என்பதால், எப்போதும் வாசனையைத் தெளிக்கும் புட்டியை கைப்பைக்குள் வைத்துக்கொண்டு அலைபவன். இப்போதும் வைத்திருக்கிறான். இந்தக் காட்டுக்குள் அதை அடித்தால், இவர்கள் ஏதும் நினைக்கக் கூடும் என்பதால் சகித்துக்கொண்டு நடந்தான்.

முன்னே சென்ற பெண்கள், ஊரில் நடந்த சம்பவம் ஒன்றை அவயத் தோடு பேசிப் போனார்கள். காடு அதிரும்படி சிரித்துக் கொண்டார்கள். விலங்குகள் அருகில் வர பயங்கொள்ளும் அளவுக்குச் சிரிப்பாணி இருந்தது. அல்லது தூங்கிக்கொண்டிருக்கும் விலங்குகளை உசுப்பி, இவர்கள் பக்கம் திருப்பவும் வாய்ப்பிருக்கிறது. புத்தகம் வைத்திருந்த அந்த இளம்பெண், அவ்வப்போது பின்னால் திரும்பி காட்டைப் பார்த்தபடி நடந்தாள். அவள் தன்னையே பார்ப்பதாக நினைத்துக் கொண்டான், முத்துசாமி. அவளுடன் சென்று கொண்டிருந்த பெண்ணும் அவளோடு திரும்பிப் பார்த்தபடி நடந்தாள். இருவரும் அக்கா தங்கை போலவே இருந்தார்கள். ஒன்று போலவே இடதுபக்கம் மூக்குக் குத்தியிருந்தார்கள். அம்மா, ஒற்றைக் கல் மூக்குத்தியும் மகள் சிறு வளையமும் அணிந்திருந்தார்கள். இருவருக்கும் அழகான சுருட்டை முடி.

லாரியில் இருந்தபோது பார்த்ததற்கும் இப்போது பார்த்ததற்கும் வித்தியாசம் தெரிந்தது. இப்போது அவள் இன்னும் அழகாகத் தெரிந்தாள். சிறிது நேரத்துக்குப் பிறகு அவளிடம் பேசும் வாய்ப்பு கிடைக்கும் என நினைத்தான். அவள் உடல் தாங்கிய கையில் அந்த மல்லிகை வாசம் இன்னும் மணந்துகொண்டிருந்தது. அவள் பார்க்கும்போது, அவன் கையை மூக்கின் அருகில் வைத்து வாசனைப் பிடித்தான்.

இதற்கு முன், தான் உதவி இயக்குநராகப் பணியாற்றிய பட நாயகியின் தோழியாக வரும் அந்தப் பெண்ணும் இவளும் ஒரே ஜாடையைதான் கொண்டிருக்கிறார்கள். ஆனால், அவளுக்கு உதட்டுக்கு மேல் அழகான மச்சம் இருக்கிறது. அவளைப் பார்க்கும்போதெல்லாம், அந்த மச்சத்தை மெதுவாகக் கிள்ளுவதற்கு கை பரபரக்கும். ஒருநாள், தன்னையும் தன் பரபரப்பையும் கவனித்து விட்ட அந்தப் பெண், பிறகு சிரிக்கத் தொடங்கினாள். சக உதவி இயக்குநர்கள், அவளை அவனுடன் இணைத்துப் பேசினார்கள். அவளுக்கான கடைசி நாள் படப்பிடிப்பில் தான் புதிய படம் ஒன்றில் நாயகியாக நடிக்க இருப்பதாகவும் நீங்கள் படம் பண்ணும்போது தன்னை

அழைக்க வேண்டும் என்றும் கேட்டுக் கொண்டாள். அவள் அறிமுகமாகும் பட நிறுவனம் அவனுக்குத் தெரியும் என்பதால், 'அதில் போய் மாட்டுதாளே, அதில் வேண்டாம்' என்று சொல்ல நினைத்தான். "ஏன் அப்படிச்சொல்லணும்?" என்று நினைத்தவன், அதன் மூலமாக அவளுக்கு வேறு தொடர்பு, வேறு வாய்ப்புகள் கிடைக்கலாம் என்று விட்டுவிட்டான். அவன் நினைத்தது போலவே, அந்தப் படம் ஒரு ஷெட்யூலோடு நின்றுவிட்டது. சினிமா இப்படித்தான். அவள் இப்போது வேறொரு படத்தில் நாயகியாக நடிக்க இருப்பதாகச் செய்தி வெளியாகி இருந்தது. அவன் அவளுடைய தொடர்பை விட்டிருந்தான்.

6

“போயிட்டே இருக்கமெ, இந்த அத்துவானத்துல கோயிலெ எப்டி கண்டு பிடிப்பியொ?”

மேட்டில் ஏறிக்கொண்டே முத்துசாமிதான் கேட்டான். அவனுக்குத் திசை தெரியவில்லை. எல்லா பக்கமும் ஒன்றுபோல்தான் தெரிந்தது. ஏதாவது பாறையோ, மேடோ தெரிந்தால், ஏறி வெளிச்சம் பார்க்க வேண்டும் என்று நினைத்தான். பகலை காண வேண்டும் என்ற ஆவல் வந்து விட்டது. இது பகல்தான் என்றாலும் எங்கோ மேட்டில் ஏறிநின்று கீழே தெரிகிற பகலை, முகத்தில் வந்து விழுகிற சூரியனின் சுள்ளென்ற வெப்பத்தை உணர வேண்டும் என்ற ஆவல் அவனுக்கு உண்டானது. இது ஏன் எனத் தெரியவில்லை.

இவ்வளவு நேரம் வெளிச்சம் அதிகமில்லாத, வானமும் மேகமும் தெரியாத ஓர் இடத்துக்குள் நடந்துச் சென்று கொண்டிருப்பதால் அப்படித் தோன்றுகிறதோ என்னவோ? மேலே செல்லச் செல்ல, முழு வெளிச்சம் பார்க்கக் கூடிய இடம் வரவில்லை. குறைந்தளவு தண்ணீரைக்கொண்ட இடப்பக்கத்து நீரோடை மட்டும் உள்ளே, அவர்களைத் தாண்டி சென்று கொண்டிருந்தது. அல்லது அதனருகில் அவர்கள் நடந்து கொண்டிருந்தார்கள்.

ஆண்டி, அவனைத் திரும்பிப் பார்த்துவிட்டு, ‘இன்னா இருக்குல்லா... இந்த நீரோடை மாதி வருதுல்லா ஆறு, இதுதாம் வழி. இன்னும் செத்த நடந்தா, வெள்ளப்பாறை. அதுட்ட நின்னு, கண்ணைத் தூக்கி மேக்கப் பாத்தா, ‘இன்னா நிய்க்கம்லா’ன்னு சொல்லுத மாதி ஒத்தப்பனெ தெரியும். அதாம் அடையாளம். அதுக்கு கீழதாம் கோயிலு’’ என்றார்.

“இங்கருந்து பாத்தா, ஒரு பனெயும் தெரிலயே’’

“வெள்ளப்பாறை வரட்டும் காட்டுதென்’’ என்ற ஆண்டி, “நாங்க சின்னப் புள்ளல இந்தக் காட்டுக்குள்ள வரும்போது கோயில கண்டுபிடிக்கதுக்குள்ள பெரும்பாடுலா பட்டுருக்கோம்’’ என்றார். இப்போது முத்துசாமியின் செல்போன் அடித்தது.

“சிக்னலு கெடெய்க்கா, பரால்லயே?’’ என்றார் ஆண்டி.

முத்துசாமி, எடுத்துப் பேசினான். சிக்னல் தெளிவாகக் கிடைக்கவில்லை. விட்டு விட்டுக் கேட்டது.

‘சார் குட்மார்னிங். உங்க அக்கவுன்ட் நம்பருக்கு கிரெடிட்...’’

இடைநிறுத்தி, “நீங்களும் தெனமும் கேட்கீங்கெ. நானும் வேண்டாம், வேண்டாங்கேன். இன்னொரு மட்டம் ஃபோன் பண்ணாதீங்க...’’ என்று எரிச்சலாகச் சொல்லிவிட்டு, கட் பண்ணினான்.

ஆண்டியும் மாசானமும் தங்கள் செல்போனில், சிக்னல் இருக்கா? என்று பார்த்துவிட்டு வைத்துக்கொண்டார்கள். இப்போது கொஞ்சம் ஏத்தம். இருபுறமும் போனமுறை பெய்த மழையில் அடித்துக்கொண்டு வரப்பட்ட மரக்கிளைகள் காய்ந்து விறகாகக் கிடந்தன. ஆங்காங்கே கருகிப்போன செத்தைகளும் பச்சைமர, செடிகொடிகளுடன் இணைந்தே கிடந்தன. மண்ணை அரித்துக்கொண்டு வந்த தண்ணீர் சென்ற வழித்தடம், சில இடங்களில் பழுப்பும் சிமெண்ட் நிறமும் கலந்த பட்டுத் துணி போல படர்ந்து கிடப்பதாகத் தெரிந்தது. இன்னும் அதில் எந்த விலங்கும் கால் வைக்கவில்லை. அதனால், தரையில் ஒட்டிய அச்சு போல வரிவரியாக அழகாகக் காட்சியளித்தது அந்த இடம். முத்துசாமி, அதை சிறிது நேரம் நின்று ரசித்தான். செல்போனில் அதைப் புகைப்படம் எடுத்துக்கொண்டான்.

‘‘சின்னப்புள்ளேல, கோயில கண்டுபிடிக்க பெரிய பாடுபாட்டோம்னு சொன்னேளே... எப்பம்?’

“எனக்கு ஆறேழு வயசு இருக்கும்னு வையேன்’’

“எப்டி கண்டுபிடிச்சியோ?’’

“கண்டுபிடிக்க என்னா பாடுபட்டோங்கெ, இந்தக் காட்டையே சுத்தி சுத்தி அலைஞ்சிருக்கோம்’’

“அவ்ளவு கஷ்டமா?”

“ஆமா. என்னா வேசடைங்க?”

“எப்டின்னு சொல்லுங்க, கேப்போம்”

“ஆமாமா. நீங்கள்லாம் தெரிஞ்சுக்கிடணும்லா... எங்கப்பா, தாத்தா, அம்மா, ஆச்சின்னு ஒரு குடும்பம், இன்னொரு ரெண்டு, மூனு குடும்பம்னு காட்டுக்குள்ள வருவோம். இப்பமாது காட்டுக்குள்ள கொஞ்சம் வெட்டை கெடக்கு. அப்பம்லாம் கும்மிருட்டால்லா இருக்கும். ஙொய்ய்ய்ன்னு ஒரு சத்தம் வரும் பாரு, காதெ கப்புன்னு வந்து அடைக்கும். எல்லாம் சின்ன சின்ன வண்டுவோ. அப்பம் நம்ம சாமி, மேலணைக்கு மேல இருந்தாரு. காலைல நாலு மணிக்கு ஊர்ல இருந்து நடக்க ஆரம்பிச்சம்னு வையி, அணைக்கு வந்துட்டு, மேலே போய் சேரதுக்கு பதினொன்னு, பன்னெண்டு மணிகிட்ட ஆயிரும். மலை உச்சியில சரியான வேங்கை மரம் பாத்துக்கெ. அஞ்சாறு ஆளு சேத்துப் புடிச்சாலும் கைக்குள்ள அடங்காத மாதி, பெரிய மரம்னா பாரேன். அந்த மூட்டுலதாம் நம்ம சாமி. மரத்தோடயே பூந்து இருப்பாரு.

அங்ஙன போயி நின்னாலே, என்னமோ மாதி இருக்கும் பாத்துக்கெ. அதை எப்டி சொல்லன்னு தெரியல. அந்த எடத்த விட்டு நவுழ தோணாதுன்னா பாரேன். காத்தடிக்குத சத்தமே, பூசாரி மணியடிச்ச மாதில்லா இருக்கும். அந்த மண்ணுல காலு பட்டா, கை தன்னால ஒன்னு சேர்ந்து சாமிய கும்புடச் சொல்லும். இன்னைக்கும் அப்டித்தாம்டே இருக்கு...'' என்று ஆண்டி சொன்னதும், “அங்கயும் செல இருக்குமா?'' என்று கேட்டான், விசில் மணி.

“செலலாம் இல்லை. அதாம் சொன்னம்லா, மரத்துலயே சாமியே பூந்து இருப்பாரு. அங்க கெடக்க சாமானத்தலாம் போட்டாலயே வந்தாச்சுல்லா”

“ஏம், தூக்கி கொண்டாந்திருக்கலாம்லா''

“இன்னொரு மட்டம் போனால்லா தூக்கிக் கொண்டார முடியும்? நாங்க போவவே இல்லயே...''

“போயி பாத்திருக்கலாம்லா”

“போணும்னு ஆசெதான். யாரு கூட வாரா? எல்லாருக்கும் சோலி கெடக்கு. இன்னா வாரானே, இந்த விசிலு, ஆயிரம் பேசுவாம் வீராப்பா. தைரியமா வந்துருவானான்னு கேளுங்கெ. பயட்ட மூச்சே இருக்காது. அதுமில்லாம இன்னைக்கு எல்லா வெலங்குவோளும் கீழ எறங்கிருதா, அந்த பயம் வேற இருக்கு”

“அதும் சரிதாம்”

“ஏதும் ஒன்னுன்னா, கீழ யாரு வந்து தாக்கல் சொல்லுவா? கையில அருவா கிருவா தூக்கிட்டுப் போவ விடமாட்டாம், பாரஸ்டுகாரம். பெறவு, ஏம் போறெ? எதுக்குப் போறென்னு ஆயிரத்தெட்டு கேள்விக் கேப்பாம். கள்ளத்தனமா மரங்கிரம் வெட்டபோறம்னு கூட நெனக்கலாம்”

“இருக்கிருக்கும்”

“இருக்கிருக்கும்லாம் இல்ல. அதாம் நெசம். அதாம் அப்டியே விட்டாச்சு. பாப்போம் நேரம் அமைஞ்சா ஒரு மட்டம் போயிட்டு, பூசைய போட்டுட்டு வரணும்னுதாம் இருக்கென்”

“ம்ம்... பெறவு, அங்கருந்து சாமி எப்டி கீழ வந்துச்சு?”

”அது பெரிய கதைல்லா...”

இருப்பிடத்தில் இருந்து சாமியை அழைத்துவரும் விஷயம் அவனுக்குப் புதிதாக இருந்தது. சாதாரண சக மனிதனை ஓர் இடத்துக்கு அழைத்தாலே, ஏன் எதற்கு என்று ஏகப்பட்ட கேள்விகளை அடுக்குவார்கள். இது, ஒரு பெருங்கூட்டம் வழிபடும் சாமி. வழி வழியாக வழிபட்டு வருகின்ற தொன்ம சாமி, இவர்கள் கேட்டுக்கொண்டதும் எப்படி கீழிறங்கினார் என்கிற ஆர்வம் முத்துசாமிக்கு அதிகமாக இருந்தது.

முன்னே சென்று கொண்டிருந்த பெண்களின் சிரிப்பு இன்னும் அதிகமாகக் கேட்டது. யாரையோ பற்றி ஏதோ சொல்லிக்கொண்டு சென்று கொண்டிருக்கிறார்கள்.

7

மறைமலை நகரில் இரு சக்கரவாகனங்களுக்கான உதிரிபாகங்கள் தயாரிக்கும் நிறுவனத்தில் வேலை பார்த்துக்கொண்டிருந்த முத்துசாமியின் அப்பா தென்னரசு, அவனை சென்னையில் உள்ள கல்லூரி ஒன்றில் சேர்ந்து படிக்கச் சொன்னார். அவனுக்கும் ஆசைதான். அது ஆசையைத் தாண்டிய பேராசையாகவும் இருந்தது. பேராசைகள் எப்போதும் மனதை அசைத்துக்கொண்டே இருப்பவை. அதை அடைவதற்கான உள்கோடுகளில் நெஞ்சம், இரக்கமற்ற ஒருவனைப் போல நிற்காமல் ஓடிக்கொண்டே இருந்தது. அந்தப் பேராசைக்குள் சினிமா எனும் பெருங்கனவு உயரத்தில் நின்றது. அதற்குச் சென்னை படிப்புச் சரியெனவும் பட்டது. அந்தக் கற்பனையே அவனை சுகமாகத் தாலாட்டிக் கொண்டிருந்தது. திரைப்படங்களை இயக்கி இருக்கிற, தலையில் தொப்பியோடும், ஒளிப்பதிவுக் கருவியோடும் நின்றபடி போஸ் கொடுக்கிற இயக்குநர்களின் உருவங்களில் அவனை நிறுத்தி வைத்துப் பார்த்துக் கொண்டான். அப்படியொரு கற்பனையை அப்பாவின் அந்த வார்த்தை அவனுக்குத் தந்தது.

அதற்காகத் துடித்துக் கொண்டிருந்தான். ஆனால், அம்மா அவன் கனவை ஒரே வார்த்தையில் சிதைத்தாள். 'அந்த பெய ஊர்ல, என்னால ஒரு நிம்ஷம் இருக்க முடியாது, ஊரா அது' என்றாள். எப்படியாவது அங்கு சென்று விட பலவித பிரயத்தனங்களை மேற்கொண்டான். "வேணும்னா ஹாஸ்டல்ல தங்கி படி" என்றாள். மொத்தமாக நொறுங்கியது அவன் கனவு. அதை வெளிக்காட்டிக் கொள்ளவில்லை. தன்னைத்தானே மீட்டுக் கொண்டான்.

ஹாஸ்டலில் தங்கி படிக்க வைக்க அப்பா விரும்பவில்லை. அவருக்கு அந்த நிறுவனமே தங்கும் அறைக் கொடுத்திருந்தது. அதில் குடும்பம் தங்க முடியாது. அம்மா வந்தால் குறைந்த

வாடகைக்கு வீடு எடுத்துக் கொள்ள நினைத்தார். நகரத்தின் பரபரப்பு அவளுக்குப் பிடிக்கவில்லை. அவசரமென பாயும் மனிதர்களை இயந்திரமாக மாற்றியிருக்கும் பணத்தின் மாயம் அவளுக்கு ஜீரணிக்க முடியாததாக இருந்தது. இருக்கிற குருணையில் சந்தோஷப்பட்டு, தனக்கான அடுக்களை உலகத்தில் இனிமையாக வாழப் பழகிய பெண் அவள். அது போதுமென்று நினைக்கிறவள். "இன்னும் கொற காலத்தெயும் இப்டியே ஓட்டிரலாம்" என்று சொல்பவள்.

சினிமா கனவுகள் பற்றியோ, லட்சியம் பற்றியோ அவளிடம் சொல்லி புரியவைக்க முடியவில்லை. அவளுக்குத் தன் பிள்ளை தன்னுடன் இருக்க வேண்டும் என்கிற தாய்ப்பாசம் மட்டுமே தெரிந்தது. அவள் வைக்கும் வத்தக் குழம்பையோ, புளித் தண்ணியையோ தின்று விசேஷ நாட்களில் இட்லியோ, தோசையோ அவளுடன் உண்டு இருப்பதே அவளுக்கு அதிகபட்ச மகிழ்ச்சி. அவளின் பாச அக்கறைக்குள், பக்குவமாக விழுந்துகிடக்கும் அவன், அவளை ஊரில் தனியாக விட்டுவிட்டு, சென்னையில் படிக்க விரும்பவில்லை. பிறகு பாளையங்கோட்டையில் சேர்ந்தான்.

முதல் வருடம் முடிவதற்குள்ளாகவே அப்பாவுக்கு மாரடைப்பு. இரண்டு நாள் மருத்துவச் சிகிச்சைக்குப் பிறகு அவர் அகால மரணமடைந்திருந்தார். அவருக்காக நிறுவனம் கொடுத்த பணம் மற்றும் பி.எஃப் பணத்தில் மூன்று வருட கல்லூரி முடிந்தது. மிச்சமிருந்த அப்பாவின் சேமிப்பு அம்மாவின் வங்கிக் கணக்கில் பத்திரமாக இருக்கிறது. எப்போதும் எதையாவது துறுதுறுவென்று செய்துகொண்டே இருக்கும் அம்மா, இந்த வயதில் தையல் கற்றுக்கொண்டது அவனுக்கு ஆச்சரியம்தான். அக்கம் பக்கத்து பெண்களுக்கு, சரியான அளவில் அவளால் ஜாக்கெட் தைத்துக் கொடுக்க முடிகிறது.

"யேக்கா, நம்ம கணேசன்ட்ட தைய்க்க கொடுத்தேன், பேதில போவாம், எப்டி வச்சு தச்சிருக்காம் பாரு? எனக்கு நெஞ்சுல இவ்ளவு லூசாவா விடுவாம்? ஆளை பாத்தா அளவு தெரியாதா அவனுக்கு. நல்லா வெவரமா சொல்லிட்டு வந்திருக்கம் பாத்துக்கெ. ஊங் ஊங்னு கேட்டுட்டு, இப்டி தய்ச்சி வச்சிருக்காம். நல்ல துணிய வம்பாக்கிட்டாம்க்கா. அதாம் ஓன்ட்ட வந்திருக்கேன். நீ நல்லா தய்க்கேன்னு செல்வியக்கா சொன்னா..." என்கிற பக்கத்துத் தெருப் பெண்கள் சொல்லும் வார்த்தைகள் அவன் காதிலும் விழும். அதில் அம்மாவுக்குச் சந்தோஷம்.

தனது தேவைக்கானப் பணம் அவளுக்குப் போதுமானதாக இருக்கிறது. கல்லூரி முடிந்ததும் சென்னைக்குப் போறேன் என்று அவன் சொன்னதும் அவளுக்கு வருத்தம்தான்.

"நீயும் போய்ட்டென்னா, நா சொவத்துட்டயா பேசிட்டு இருக்கெ?"

அந்த வார்த்தையின் வலியை அவன் உணர்ந்தான். வெளிநாடுகளில் வேலை பார்க்கும் மகன்கள், தந்தை, தாயின் இறப்புக்கு வர இயலாத முகப்புத்தகத்தின்

கண்ணீர் தகவல்களை அவர் வாசித்திருக்கிறான். அந்த வேதனையை உணர்ந்திருக்கிறான். கஷ்டப்பட்டு வளர்த்த தந்தை, பாசம் காட்டி வளர்த்த தாய் ஆகியோரை விட்டுவிட அவனுக்கும் விருப்பம் இல்லைதான். ஆனால், ஊரில் என்ன வேலை இருக்கிறது?

“நாலஞ்சு மாசம் பொறுழா. ஒரு மாதி வேலைல சேர்ந்துட்டா, பெறவு நீயும் எங்கூட வந்துரு”

“அங்கெதுக்கு நா வரணும்?”

“நீயும் வரமாட்டே. என்னையும் போவ விடமாட்டேங்கெ?”

“ஒங்களுக்குலாம் பெத்தவோள விட்டுட்டு எங்கயாது ஓடணும்... அப்டி கேக்கு, துட்டாசெ?”

“அப்டியில்ல. இந்த ஊருல பெட்டிக் கடெதாம் வைக்கணும்”

“அதுக்கா காலேஜ் போயி படிச்செ?”

“தெரியுதுல்லா, பெறவு வேலைக்கு எங்க போவ? அங்கதாம் போணும்”

“நீ வேலைக்கு போறதுக்கா துடிக்கெ? சினிமால்லா ஆசையா கெடக்கு?”

“மொதல்ல கிடைச்ச வேலெ. பெறவுதாம் மத்தது”

அவள் சமாதானம் அடையவில்லை. மூன்று நாட்களாக உம்மென்று முகத்தை வைத்துக்கொண்டு இருந்தாள். அவளின் பாசம் உணர்ந்தவன் என்பதால் அதைப் பெரிதாக எடுத்துக் கொள்ளவில்லை. நான்காவது நாள் காலையில், “நீ சொல்லுதது சரிதாம், நீ வளந்துட்டே. இங்க இருந்து சேராத பயலுவோலோட சேர்ந்து வீணா போறதுக்கு அங்கயெ போ” என்றாள்.

“அங்க போயி சேராத பயலுவோலோட சேரமாட்டனா?”

அவளுக்கு என்ன சொல்வதென்று தெரியவில்லை. முழித்தாள்.

“மொதல்ல ஒம் பிள்ளெய நம்புழா. சினிமா, பெரிய கனவு... அதை நெனச்சாலே எப்டி இருக்குத் தெரிமா?”

“அதுல நிறைய பேர் தோத்து, வாழ்க்கைய தொலைச்சுருக்கா வோன்னு நீதாம் ஒரு மட்டம் சொன்னே”

“ஜெயிக்கோம் தோக்கோம்லாம் இல்ல. நானும் அதுல இருக்கணும், அவ்வளவுதாம்ழா”

“ஆமால, மொளச்சு மூனு எலை வெடலை. எனக்கு பத்தி சொல்லித் தாரியோ? கதை எழுதுதேன், கவித எழுதுதேன்னு சொல்லும்போதே, ஒங்கைய

திருவியிருந்தா, இப்படி வந்திருக்க மாட்டே? சொன்னதெ கேட்டு, பொங்குதத்தெ தின்னுட்டு வீட்டுல கெடந்திருப்பே"

"நாளெக்கு செல்லத்தாயி மவம் சினிமா டைரக்டராம்லானு யாராது சொன்னா, ஒனக்குத்தானழா பெருமெ"

"அந்த பெருமய வச்சு..?"

சிறிது நேரம் அமைதியாக இருந்தாள். பிறகு என்ன நினைத்தாளோ? "அரிசி பானையில மூவாயிரம் ரூவா இருக்கு. எப்ப போறியோ, எடுத்துட்டுப் போ. ஆனா, எந்த கெட்டப் பழக்கத்தையும் பழவிராத. ஒன் ஒடம்புக்கு ஆவாது"

"நீ இன்னும் என்னிய சின்னப் பெயன்னே நெனக்கெ"

"என்னைக்கும் நீயெனக்கு சின்னப்பயதாம்ல?"

8

பெரும் வல்லமை கொண்ட, தன் மக்களின் குறை போக்கும் ஒரு தெய்வம் எப்படி மக்களுக்காகக் கீழிறங்கினார் என்கிற அதிசய கதையைக் கேட்கத் தொடங்கினான் முத்துசாமி. ஐஸ் குச்சிக்கு ஏங்கும் ஒரு சிறுவனை போல, அந்த ஆர்வம் அவனுக்குள் ஆவலாக எழுந்தது. தெய்வங்கள் எப்படி பராக்கிரமசாலிகளாக இருக்கிறார்கள் என்பதும் அதனால்தான் அவர்கள் தெய்வங்களாக்கப்பட்டார்களா என்பதும் அவன் கேள்வியாக இருந்தது.

ஆண்டி, இறுமிக்கொண்டார். அவரை அறியாமலேயே உதட்டுக்கு வந்து விட்ட சளியை, வலதுபுறம் திரும்பி, 'த்தூ' என்று ஓரமாகத் துப்பினார். துண்டால் முகத்தைத் துடைத்துக்கொண்டு, சொல்லத் ஆரம்பித்தார்.

அதெல்லாம் தெரியும் என்பது போல, "நம்ம விசிலுக்குலாம் தெரியுமோ என்னமோ?'' என்றார் மாசானம்.

"ஏந் தெரியாது? எங்க அய்யாக்குலாம் இதுல சம்மந்தமில்லலா?''

'ஒனக்கு எப்டி தெரியும்?''

"சின்னப்பிள்ளேலயே சொல்லிருக்காருல்லா... அவருதானெ சாமிய கீழ கொண்டாரணும்னு உடும்பு பிடியா இருந்தாராம்'' என்றான் விசில்.

"அவரு மட்டுமில்ல. வயசாளியோ நடக்காண்டாமா? இன்னா, இங்ஙன போவதுக்குள்ளயே கையும் காலும் வின்னுன்னு வலிக்கு. மூசு மூசுன்னு மே மூச்சு கீழ் மூச்சு வாங்குது. கொஞ்ச

வயசுனா நடக்கலாம். என்னய போல எழுவது வயசுக்கு மேல முடியுமா, சொல்லு? அதுக்குத்தாம் சாமிய கீழ கொண்டாந்தோம்'' என்றார் ஆண்டி.

"கீழ வரணும்னு சொன்னதும் சாமி வந்துட்டாரராங்கும்?'' முத்துசாமி ஆர்வமாகக் கேட்டான். அவரை எப்படி கீழே அழைத்து வந்தார்கள் என்கிற ஆவல், அவனுக்கு அதிகமாக இருந்தது.

முன்னே சென்ற பெண்கள், இப்போது நின்றிருந்தார்கள். அவர்கள் எதையோ சொல்லி சிரிப்பதைக் கண்டதும் ஆண்டி, 'சிரிப்பாணி, காட்டை பொளக்கலா செய்யுது'' என்றார். சும்மாதாம் என்று சொல்லிவிட்டு மீண்டும் சிரித்துக் கொண்டார்கள். அது வெள்ளைப் பாறை. ஆனால் கருநிறத்தில்தான் இருந்தது. பிறகு ஏன் வெள்ளைப் பாறை என்றழைக்கிறார்கள் என்று கேட்டால், ஒரு கதை சொல்லலாம். இப்போது சாமி இறங்கிய கதை போதும் என்று நினைத்தான் முத்துசாமி.

'எய்யா, யாரோ கேட்டாவுளெ, ஒத்தப்பனை எப்டி தெரியும்னு...?' என்ற மாசானம், பின்னால் திரும்பிப் பார்த்தார். 'நான்தாம்' என்பது போல புன்ன கை செய்தான் முத்துசாமி.

'இங்கருந்து பாரு... அந்தா, தெரிதா?''

பார்த்தான். அது மேடு. இவர்கள் கீழே இருந்தார்கள். கருகருவென வளர்ந்திருந்த அந்த ஒத்தப்பனை தெளிவாகத் தெரிந்தது. அது கொஞ்சமல்ல, அதிக உயரத்துடன் இருந்தது. குச்சிபோல வளர்ந்திருக்கிற ஒரு சிறுமியின், சிதறிக் கிடக்கிற தலைமுடி போல அதன் உச்சி இருந்தது. அதில் இரண்டு ஓலைகள் காயந்து தொங்கிக் கொண்டிருந்தன. வேகமாகக் காற்றடித்தால் விழுந்து விடும். ஏற்கனவே அதிலிருந்து விழுந்த சில காய்ந்த பனையோலைகள், கீழே இருக்கிற ஆலமரத்தின் மண்டையில் சிதறியபடி கிடந்தன. அந்த மரத்துக்கு, அது பழுப்பு நிற சிறுகுடை மாதிரி தெரிந்தது.

இங்கிருந்து, அருகில்தான் கோயில் என்று நினைத்தான். தூரத்தில் ஏதோ, அசைகிற அல்லது கேட்கிற விசித்திர அவயங்கள் முத்துசாமிக்குப் பயத்தைத் தந்தன. அது இயல்பானதுதான். நம்மை தவிர யாருமற்றக் காட்டில், அசைதலும் அவயமும் இயல்பாகவே அச்ச உணர்வை தந்து விடக் கூடியதுதான். ஆனால், அது என்னவென்று அறிவதற்குள் அங்கு சத்தம் ஏதும் கேக்கவில்லை.

ஆண்டி, உரசிய முள்ளில் இருந்து வேகமாகக் கையை இழுத்து, 'எப்பம் வந்தாலும் இந்த முள்ளு சனியன்ட்ட தப்ப முடியலெ' என்று சொல்லிக் கொண்டார். இங்க வந்துட்டு, கோரைப்படாம ஒரு மட்டமும் திரும்பல. எப்பமும் இப்டித் தான்' என்றவர், பிறகு ஆரம்பித்தார். 'அந்த காலத்துல இப்பம் மாதிலாம் இல்லை. இந்தக் காட்டுக்குள்ள வெலங்குவோ நிறைய கெடக்கும். இப்பவும் இருக்குவோ. அப்பம் காட்டுக்குள்ள நடக்கும் போதே, அங்கங்க புலி, சிறுத்தைன்னு கண்ணுகாங்க போவும்னா பாரேன். ஆனா சாமி, நம்ம

கூட பக்கபலமா இருக்கதால அதுவோ நம்மள அண்டாது. அவ்ளவு ஒசரத்துல சாமி இருக்கதால, எல்லாராலயும் போயி கும்பிட முடியல. அதுமட்டுமில்லாம, மேல ரெண்டு ஆத்தைக் கடக்கணும் பாத்துக்கோ. திடீர்னு வெள்ளம் கிள்ளம் வந்துட்டுன்னா, கடக்கது ரொம்ப கஷ்டம். பாறையோ மேல பாத்து தாவித்தாவி போயிரலாம்னாலும், நம்ம போயிரலாம். சின்னப் பிள்ளேலு? ரெண்டு மட்டம் போனவோ தண்ணில விழுந்துலாம் எந்திரிச்சிருக்காவோ. அப்டிலாம் கஷ்டப்பட்டுதாம் மேல போவ முடியும். செல காலம், தண்ணி முட்டி ஓடுத காலத்துல, கரை தாண்ட முடியாம, அவ்வளவு வழி போயிட்டு திரும்பியும் வந்துருக்காவோ.

வயசாலியளுக்கு நடக்க முடியாம ரொம்ப வேசடை. அதனால, எல்லா குடும்பமும் கூடி பேசியிருக்கு. அப்பம்தாம், சாமிய கீழ கொண்டாந் துரலாம்னு யோசிச்சிருக்காவோ. எப்டி கொண்டார? என்ன ஏதுன்னு கூடி பேசிருக்காவோ. அப்பம் நம்ம கோயில்ல சாமியாடுனது யாருன்னா, ஒங்க பூட்டி. கேட்டியா எந்த பூட்டின்னு? இசக்கிக்குப் பூட்டி. அவனுக்கு பூட்டின்னா, நமக்கும் யாரு? பூட்டிதாம். அவாதான் கொல தெய்வத்துக்கு ஆடுத மூத்த சாமிகொண்டாடி. ஆளு, தொன்னூறு வயசுலயும் ஒரு மூட்டை நெல்ல, ஒத்தையில தூக்கிருவாளாமே? அவ்வளவு பலமாம். கருகருன்னு ஒரு பனை ஒசரத்துக்கு இருப்பாளாம் பூட்டி. அப்பம்லாம் எல்லாரும் அவ்ளவு ஒசரமா இருப்பாவோளாம்.

“இப்பம் நீ மட்டும் என்ன ஒசரம் கொறயோ?”

“நா என்ன ஒசரம்ங்கெ. இதுக்குலாம் மேல இருந்திருக்கா?”

“நீ அந்தக்காலத்துல பட்டாளத்துக்குலாம் போயிருந்தா, ஒடனே தூக்கி வச்சிருப்பாம்”

“ஆங்... செரி” என்ற ஆண்டி தொடர்ந்தார்.

“பெறவு தாத்தாவுக்கு அப்பாவும் ஆடுவாரு. அவரு பேரும் என் பேர்தாம். அவ்வோ சாமியாடும்போது இது பத்திக் கேட்டுரணும்னு பேசிக்கிட்டாவோ. பெறவு ஒரு பங்குனி உத்ரத்துக்கு வழக்கம் போல வெரதம் இருந்து கோயிலுக்குப் போயிருக்காவோ...”

“வெரதம் இருக்கணும், னா?”

“இப்பம் யாரு அதுலாம் பாக்கா? நீயும் நானும் வெரதமா இருந்தோம்? அந்த காலத்துல அப்டி இருந்திருக்காவோ”

“இப்பமும் சாமி கொண்டாடியோ, வெரதம் இருக்காவல்லா”

“அவ்வொ இருக்கலாம்... நம்மளாம் இருக்காண்டாம்”

“செரி, செரி...”

“அதாம். அந்தானி கோயிலுக்கு போயிருக்காவொ... படைப்பு வச்சு சாமி கும்புட்டுட்டு இருக்கும்போது, அருள் வந்திருக்கு. பூட்டி, கண்ணெ மூடி சாமியாடிட்டு இருக்கும்போது, இதாம் சமயம்னு ஆரம்பிச்சிருக்காவொ, ஆடி முடிச்சு, திருநாறு பூச எல்லாரும் போவும்போது, சொல்லியாச்சு வெஷயத்தை. ‘இவ்ளவு பாதெ, பிள்ளைலுவோள கூட்டியார முடியல. சாமிக்கு தெரியாதது இல்ல. எங்க நெலம இதுதாம், சாமி மனசு வெய்க்கணும்’னு சொல்லிருக்காவொ. பூட்டிக்காரி கண்டமேனிக்கு ஏசிட்டாளாம். ‘என்னெய பாக்க வாரதை விட ஒங்களுக்கு வேற என்ன சோலி? உங்க இஷ்டத்துக்கு வரப் போவ நாயென்ன, புளுக்க வேலயா பாக்கென்? ஒங்களுக்கு நா வேணும்னா என்னெய தேடி வாங்க, வேண்டாம்னா வராண்டாம்’னு கோவமா சொல்லிட்டாளாம்...’’

“சாமிக்கு கோவம் வந்துட்டோ?’’

“வராம என்னயும்? அதுவொ கேக்கதுலயும் என்ன தப்பிருக்கு? நாமதாம் சாமிய தேடி போணும்’’ என்றான் விசில் மணி. பீடியை பற்ற வைத்துக் கொண்ட ஆண்டி, லேசாக இறுமி, புகையை விட்டபின் தொடர்ந்தார்.

“கோவப்படாதியோ... எங்க நெலம இது... இந்த அத்துவான காட்டுக்குள்ள குஞ்சும் குருவானுமா இவ்வளவு தொல நடந்து வாரதுக்குள்ள அவ்ளவு லோலுபட வேண்டியிருக்கு. வெலங்குவள பாத்தா பயமா இருக்கு. ஒரு ஆத்தைக் கடந்தா இன்னொரு ஆத்துல தண்ணி, வெள்ளம் மாதி வருது. பாறையோ, மரம்னு தாவி அதெக் கடந்து வாரதுக்குள்ள பிராணம் போயிருது. சாமி, கொஞ்சம் கருணை வெய்க்கணும்... எங்களுக்காவ, கீழ எறங்கிதாம் வரணும்... வேற வழி இல்லை’ன்னு, எல்லாரும் பொத்துன்னு சாமிகொண்டாடி கால்ல விழுந்து கெஞ்சிருக்காவோ...

பெறவும் சாமி கேக்கல. ‘சொன்னதயே சொல்லாதியோ. என்னால இந்தக் காட்டெ விட்டு கீழ எறங்க முடியாது. ஆண்டாண்டு காலமா உண்டு ஒறங்கிட்டு, நா ஓடியாடிட்டு வார மலை இது, சொந்த வீட்டை விட்டுட்டு என்னய எங்க கூட்டிட்டு போவ பாக்கியோ எல்லாரும்? இங்கருந்து ஒரு இம்மி கூட நவுர முடியாது. இது என் வேரு... நீங்க என்னய பாக்க வரலன்னாலும் பரால்ல. நா பொழங்குன இடத்தை விட்டுட்டு கீழ வரவே மாட்டம்’னு அடம்பிடிச்சிருக்கு சாமி. பெறவு ரொம்ப நேரமா, சாமிட்ட முட்டி மோதிருக்காவோ. பெய சாமி, ஒரு இம்மி கூட அசையல.

பெறவு, காட்டை விட்டு ஊருக்குள்ள எறங்காண்டாம். இங்கயே, நாங்கலாம் வந்து போற மாதி கொஞ்சமாது கீழ வாங்கன்னு கெஞ்சிருக்காவோ. பெறவு விடாம கேக்காவளேன்னு, போய் தொலங்கன்னு சாமி ஒரு மாதி மனசெறங்குச்சு. ‘இவ்ளவு கெஞ்சுதேளேன்னு சம்மதிக்கேன்”ன்னு கண்ணை மூடி, சாமி செத்த நேரம் கெழக்க பாத்து நின்னுச்சு. யாரும் மூச்சுக் காட்டல. எல்லாரும் சாமி என்ன சொல்லப் போதோ, தெரியலயேன்னு கையெடுத்து கும்புட்டுட்டு வாயையே பாத்துட்டு இருந்துருக்காவோ.

அந்தானி சொல்லுச்சு, "குருவபத்துல இருந்து, உச்சிக் கெடைக்கு போற வழில, தெம்பக்கமா, சாம்புராணி மரம் மணக்கும் செக்கு மொட்டை கெடை. அதுக்கு நேர்கீழ, வானத்தை முட்டுதாப்ல நிய்க்கி முப்பனை. ஒவ்வொன்னும் ஒட்டியும் ஒரசியும் கொஞ்சி குலாவிட்டு இருக்குத மாதி ஆடிட்டிருக்கும். அந்த பனைக்குக் கீழே மீனுவோ துள்ளும் பாறையோடை. எந்தக் காலத்துலயும் வத்தாத அந்த ஓடை பக்கத்துல, நாலு நவ்வா மரம் தெசைக்கு ஒன்னா தலைவிரிச்சு நிய்க்கும். ஒவ்வொன்னுலயும் கொத்து கொத்தா காய்ச்சு விழுந்து கிடக்கும் நவ்வா. ஒரு, குட்டை மரத்துக்கு பக்கத்துல மண்ணை மீறி வளைஞ்சு கெடக்க வேர்ல, வானத்தை பாத்தாப்ல தல மட்டும் தெரியுத மாதி, மல்லாந்து கெடப்பேன். கூட எம் பரிவாரங்களும் இருக்கும். எங்கன்னு தேடிக் கண்டுபிடிச்சு அடுத்த பங்குனி உத்தரத்துக்கு வந்து கும்பிடுங்க"ன்னு உத்தரவு கொடுத்துச்சு சாமி. இவ்வோளுக்குச் சந்தோஷம்... என்று சொல்லிவிட்டுப் பின்னால் திரும்பிப் பார்த்தார், ஆண்டி. எல்லோரும் அமைதியாகக் கேட்டபடி வந்து கொண்டிருந்தனர்.

விசில் மணி, "அது, நீ சொல்லுத கெடையா, வேற எந்த கெடையுமா?'' என்று கேட்டான்.

"செக்கு மொட்டை கெடைதாம்... இந்தா இங்ஙனோடி போனா கோங்கு மரமா நெறஞ்சி நிய்க்கும். அதுதாம் அந்த கெடை. கெடை போடுததுலயே பக்கத்துல இருக்கக் கெடை, அதுதாம். இந்தெ காட்டுக்குள்ள நாங்க போவாத எடமா, காலு படதா எடமா?'' என்றார் ஆண்டி. 'ம்ம்?' என்ற விசில், இடுப்புச் சாரத்தை அவிழ்த்து இறுக்கிக் கட்டிக் கொண்டான்.

சாமி ஒரு மாதிரியாக உச்சிக்காட்டில் இருந்து கீழிறங்கிய அதிசயத்தைக் கேட்ட முத்துசாமிக்கு வியப்பாக இருந்தது. இந்தச் சாமிகளுக்கு நம் மொழி தெரிகிறது. நம் உணவு பிடிக்கிறது. இந்த சாமிகள், சாமியாடிகளின் வழியாகப் பேசிக்கொள்கின்றன. இதுபோன்ற கொடை, வழிபாட்டு நிகழ்ச்சிகளின்போது, யாரோ ஒருவருக்கு அருளைச் செலுத்தி அதன் மூலம் தங்கள் கருத்தைத் தெரிவிக்கின்றன. மக்களின் கோரிக்கைகளை சாமியாடிகளின் வழியாகவே அவை தீர்க்கின்றன. தங்களின் தேவைகளையும் அவை அவர்களின் வழியே பெற்றுக்கொள்கின்றன. இதுவரை அப்படித்தான் கேட்டுக்கொண்டிருக்கிறோம். பிறகு ஏன் இந்தத் தெய்வங்கள், அநியாயங்களையும் அநியாயம் செய்கிறவர்களையும் மக்களை ஏமாற்றி வாழ்பவர்களையும் ஒன்றும் கேட்பதில்லை, செய்வதில்லை என்ற கேள்வி அனாவசியமாக வந்துபோனது.

"தெய்வம் ஒடனே கேக்குமா? எல்லாத்தையும் நின்னுதாம் கேக்கும். தெய்வம் நின்னுக் கேக்கும்னு கேள்விபடலயாடெ?'' என்று ஏற்கெனவே சொல்லப்பட்டுப் பதிய வைக்கப்பட்டிருக்கிற விளக்கமும் வந்து நின்றது. இப்போது இங்கு இதை இவர்களிடம் கேட்டால், அவர்கள் எப்படி எடுத்துக்கொள்வார்களோ என்று நினைத்தான். அதை மனதோடு விட்டுவிட்டு, "பெறவு இந்த இடத்தை எப்டி கண்டுபிடிச்சாவோ?'' என்று ஆண்டியிடம் கேட்டான் முத்துசாமி.

‘அதாம், அடுத்த பங்குனி உத்தரத்துக்கு காட்டுக்குள்ள வந்துட்டாவோ. கெடைக்கு போற ஆளுதாங்கதால, செக்கு மொட்டை கெடை அவ்வொளுக்குத்தாம் தெரியுமெ. அந்தக் கெடைக்கு வந்துட்டு, எதுத்தால பாத்துருக்காவொ. அந்தக் கெடை இறக்கத்துல இருக்கு. அதுல நின்னு பார்த்தா ஒரு மண்ணும் தெரில. இப்பமாவது மரங்க கொறஞ்சுட்டு. அப்பம்லாம், கும்முனு அடர்த்தியா இருக்கும், பாத்துக்க. கீழ நின்னா சொட்டு மழைத் தண்ணி எறங்காதுன்னா பாரேன். முப்பனைய பாக்க முடிலெ, அவ்வொளால. நடையா நடந்து, தேடு தேடுன்னு தேடிருக்காவொ காட்டுக்குள்ள.

பெறவு, அங்க இங்கன்னு அலைஞ்சு களைச்ச நேரத்துல, சாமி என்ன நம்மள இப்டி அலைய விட்டுட்டாரேன்னு யோசிக்கும்போதுதாம், வெள்ளெ பாறெ தெரிஞ்சிருக்கு. அங்க நின்னு, அண்ணாந்து மேக்க பாத்ததும் முப்பனை, அப்படியே நின்னுருக்கு. சாமி சொன்ன மாதி வானத்தை முட்டுதாப்ல ஒசரமாதாம் இருந்திருக்கு. பக்கத்துல பாறையோடை. அதைப் பாத்ததும்தாம் அந்த பாட்டையா சொன்னது ஞாவத்துக்கு வந்திருக்கு. அந்தானி, அதெப் புடிச்சுட்டே வந்துட்டாவோ. சாமி சொன்ன மாதிரி தெளிஞ்ச ஓடை. தெளிஞ்ச ஓடைன்னா எப்டிங்கெ? பளிங்கு மாதி தண்ணி. பாத்ததுமே அள்ளிக் குடிக்கணும் போல அழகா இருந்திருக்கு. மீனுவோ ஏகப்பட்டது துள்ளிட்டுக் கெடந்திருக்கு. உள்ள கையவிட்டே, நாலஞ்சு மீனை அள்ளிரலாமாம்.

திரும்புனா, நவ்வா மரமா தெரிஞ்சிருக்கு. கீழா பூரா கொய்யாக்கா அளவுல நவ்வாப் பழம் விழுந்து கெடக்கு. பெறக்க ஆளுவந்தால்லா, காலியாவும். பாதி நசுங்கியும் கொட்டையோட பிதுங்கியும் தீப்பெட்டி கலர்ல வெதச்சுப் போட்ட மாதி கெடந்திருக்கு, சுத்தி சுத்தி. ஒன்னை எடுத்து, ஒட்டியிருக்க மண்ணுவோள ஊதிட்டு, வாயில போட்டா, அவ்வளவு ருசியாம். இது என்னல, இங்க எல்லாமே அதிசயமா இருக்குன்னு யோசிச்சிருக்காவோ.

சாமிய நெருங்கிட்டோம்னு எல்லாருக்கும் சந்தோஷம். அதுல குட்டை நவ்வா மரம் எங்ஙன நிய்க்குன்னு தேடிருக்காவோ. வடக்கு பக்கமா ஏகப்பட்ட செடி செத்தையோ சுத்தி நிய்க்க, அந்த மரம் பளபளன்னு ‘இன்னாலா நிய்க்கேன்’ன்னு சொன்ன மாதி கண்ணுக்கு முன்னால நின்னுருக்கு. அதுக்குக் கீழே, வழு வழுன்னு சோப்பு போட்டு கழுவுன மாதி, சின்ன பாறை. பாக்கதுக்கு கொஞ்சம் மினுங்கிட்டும் இருந்திருக்கு. அந்தப் பாறை முனையில சின்னதா ஒரு கருப்பு கல்லு மண்ணுக்குள்ள பூந்தும் பூராமயும். அது தலை மேல ஏறி வாலை சுருட்டிட்டு, ஒரு ராஜநாகக்குட்டி விஸ்க்குன்னு படமெடுத்து ஆடிட்டு இருந்திருக்கு. வந்தவோளுக்கு ஆச்சரியம்னா ஆச்சரியம். சொன்ன மாதியே சாமி வந்து உட்கார்ந்திருக்காரேன்னு. எல்லாருக்கும் புரிஞ்சுபோச்சு, இதுதாம் சாமின்னு. கொண்டு வந்த சாமாம் செட்டு எல்லாத்தையும் ஓரமா வச்சுட்டு, ஓடையில போயி வேவு வேவுன்னு மூனு முங்கை போட்டாவோ. வந்து சாமிய விழுந்து கும்புட்டிருக்காவோ. அதுவரை சாமி தலைமேல ஆடிட்டிருந்த ராஜநாகக் குட்டி, சர்ருன்னு காட்டுக்குள்ள போயிட்டாம்.

உடனே, வெத்தல பாக்கு, பழம், சாம்புராணி எல்லாத்தையும் வச்சு பூசை பண்ணிருக்காவோ. அந்தானிக்கு பூட்டிக்கு சாமி வந்துட்டு. "தேடி வந்துட்டியோ, இது நாம்தாம், இனும இங்கதாம் இருப்பம்"னு சாமி, பூட்டி மூலமா சொல்லுச்சாம். அந்தானி அந்தக் கல்லெ தோண்டுனா, பெரிய மீசை வச்சுகிட்டு, கையில ஆயுதத்தோட சின்ன செலை. எல்லாரும் மூக்கு மேல வெரல வச்சுட்டாவோ. அதைப் பாத்ததும் பேச்சே வரலை யாம்னா பாரேன். ஒரு சத்தம் இல்ல. இந்தக் காட்டுக்குள்ள இதை யாரு கொண்டாந்து வச்சிருப்பான்னு? நம்ம சாமி, பெரிய தெய்வம் தாம். சொன்ன மாதியே வந்துட்டாரேன்னு எல்லாரும் பக்தியோட கும்புட்டாவோ. பெறவுதான் நம்ம சாமிக்குள்ள சக்தி என்னன்னு எல்லாருக்கும் தெரிஞ்சிருக்கு. அதாம் ஒவ்வொரு வருஷமும் வம்சா வழியா சாமிய தேடி வந்துட்டு இருக்கோம்... சும்மா எதுக்கோ வந்துட்டு போறோம்னு நெனச்சிராதியோ" என்ற ஆண்டி, மீண்டும் ஒரு பீடியை பற்ற வைத்துக்கொண்டார்.

9

கோயில் என்று சொன்னாலும் அது வெட்டவெளி இடம்தாம். பீடமோ, சுவர்களோ ஏதுமற்ற கோயில். சாமி சிலைகள், பூமிக்குள் பூந்தும் சிதறியும் அங்கொன்றும் இங்கொன்றுமாகக் கிடந்தன. அனைத்தும் சின்ன சின்னச் சிலைகள். சில, நான்கைந்து துண்டுகளாகக் கிடந்தன. யானைகள் உள்ளிட்ட விலங்குகள் மிதித்ததால் இப்படிக் கிடப்பதாகச் சொல்லிக் கொண்டார் ஆண்டி. இதில் எது நமது சாஸ்தா, எது குலதெய்வம்? என்று யோசித்துப் பார்த்துக் கொண்டிருந்தான் முத்துசாமி. வரும்போது ஆண்டி சொன்னதும் ஞாபகத்துக்கு வந்தது.

“கேட்டியா, எல்லாரு மாதி இல்ல நமக்கு”

“என்னது”

“சாத்தாவும் கொலதெய்வமும் எல்லாருக்கும் ஒரே எடத்துல இருக்காது பாத்துக்கெ”

“அப்டியா?”

“என்ன அப்டியாங்கெ?. சில பேருக்கு சாத்தா, எங்கயாது ஆத்தோரமா இருக்கும். கொலதெய்வம் வேறோரு மூலைல இருக்கும். எம் மச்சினன் மார்வோளுக்கு, சாத்தா அடிவாரத்துல இருக்காரு. கொலதெய்வம் கடையம் ராமநதி அணைக்கு மேலலா இருக்காரு”

“ம்ம்”

“அப்டியும் செல பேருக்கு இருக்கும் பாத்துக்கெ”

முத்துசாமி, அவர் சொன்னதை நினைத்துப் பார்த்து, சாஸ்த்தாவையும் கொலதெய்வத்தையும் தேடினான். பிடிபடவில்லை.

மைதானத்தில் இருந்து லாரி கிளம்பியபோது பார்த்ததற்கும் இப்போது பார்ப்பதற்கும் ஆட்கள் அதிகமாக இருந்தார்கள். தங்கள் இளம் மனைவிகளுடன் பைக்கில் வந்திருந்தவர்களும் அதிகம்தான். மொத்தமாக சுமார் ஐம்பது, அறுபது பேர் இருப்பார்கள் என நினைத்துக் கொண்டான்.

டிராக்டர் ஓரமாக நின்றிருந்தது. ஓட்டி வந்த ராமசுப்பு, இப்போது அதை வீடாக மாற்றி இருந்தார். குளித்து முடித்த பெண்களின் சேலைகள் உள்ளிட்ட துணிகள் அதில், காய வைக்கப்பட்டிருந்தன. இரண்டு, கைக்குழந்தைகள், துணிகள் விரிக்கப்பட்டு இனிமையான காற்றில் சுகமாகத் தூங்கிக் கொண்டிருந்தன. ஒரு குழந்தை மரத்தில் கட்டப்பட்ட தொட்டிலில் படுத்துக் கொண்டு காலை ஆட்டிக் கொண்டிருந்தது.

படைப்புச் சோறுக்கான சாமான்கள் மற்றும் பூஜைக்கானவை அனைத்தும் ஒரு மரத்தின் கீழே வைக்கப்பட்டிருந்தன. நடந்து வந்தவர்கள் கொண்டு வந்திருந்த பைகளை அதனருகில் வைத்து விட்டு, சிறு சம்படம் மற்றும் தூக்குச்சட்டிகளில் கொண்டு வந்திருந்த இட்லி, தோசைகளைத் தூக்கியபடி ஓடையின் அருகில் சென்றார்கள்.

அதில் அதிகத் தண்ணீர் இல்லை என்றாலும் முங்கிக்குளிக்கும் அளவுக்கு இருந்தது. பாறைகளில் கால் வைத்து தாவி, ஒவ்வொரு பக்கமாகப் போய், சிலர் குளிக்கச் சென்றார்கள். முத்துசாமியின் உடலில் நசநசப்பு. வியர்வை நாற்றம். குளித்தால்தான் சரியாக இருக்கும் என நினைத்தான்.

ஆண்டி, விசில்மணி, மாசானம் உள்ளிட்டோர், சாமான்கள் வைக்கப் பட்டிருந்த இடத்தில், பையை வைத்துவிட்டு, சிறிது தூரம் மேற்கே நடந்து போய் குளிக்கச் சென்றார்கள். எப்போதும் அப்படித்தான் போவார்கள் போலிருக்கிறது. அவர்களுடன் சென்றான் முத்துசாமி. கரையில் இருந்து பார்க்கும்போதே தண்ணீர் தெளிவாக இருந்ததால், ஓரத்தில் சகதி ஏதுமில்லை. தண்ணீருக்குள் கிடக்கும் கூழாங்கற்கள் அப்படியே தெரிந்தன. வீட்டுக்குப் போகும்போது அதில் சிலவற்றை எடுத்துக் கொள்ள வேண்டும் என்று நினைத்த முத்துசாமி, நடுவில் இருந்த, கொஞ்சம் பெரிதாகத் தெரிந்த பாறைக்குள் குதித்து நின்றான். எடுத்து வந்திருந்த கட்டம்போட்ட சாரத்தை அணிந்துகொண்டு பேன்ட்டை கழற்றினான். அவர்களும் அவனைப் பின் தொடர்ந்து பாறைக்குள் இறங்கினார்கள்.

ஆண்டியும் விசிலும் பாறையில் காலைக் கட்டிக்கொண்டு உட்கார்ந்தபடி அடுத்த பீடிக்கு போனார்கள். முத்துசாமி, சட்டையைக் கழற்றி, பையில் இருந்ததை எடுத்து தனியே வைத்துவிட்டு, நனைத்தான். பேருக்குக் கசக்கிப் பிழிந்து கரையில், தரையை தொட்டபடி கிடந்த மரக்கிளையில் காயப் போட்டான்.

அவன் இறங்கிய இடத்தில் தண்ணீர் ஆழமாக இருந்தது. கால் வைத்ததுமே குளிர்ந்தது. கரையில் நின்று பார்த்தால் தண்ணீருக்குள் கிடக்கும் சின்னதும் பெரியதுமானக் கூழாங்கற்கள், வழுவழுப்பாகத் தெரிந்தன. மீன்கள் அங்கும் இங்கும் வேகவேகமாகச் சென்று கொண்டிருந்தன. ஓடையின் இரு கரைகளிலும் நாணல் பூக்கள், பழுப்பு நிறத்தில் மினுங்கிக் கொண்டிருந்தன. அது கரகாட்டக்காரிகளை நினைவுக்குக் கொண்டு வந்தது. சிறுவயதில் அவர்கள் தலையில் சொருகி வைத்து கொள்வதற்காக, அவனும் கடைக்காரக் குட்டியும் சாமியாரும் இந்தப் பூக்களை ஆற்றின் ஓரத்தில் இருந்து பறித்து வந்திருக்கிறார்கள். இப்போது இதுபோன்ற பூக்களை ஊருக்குள் பார்க்க முடியவில்லை.

மீன்கள் கால்களைக் கடிக்கத் தொடங்கின. அது கூச்சமாக இருந்தது. தன்னால் சிரித்துக்கொண்டான். விசில் மணி, “என்ன மீனுவோ கடிக்கோ?” என்று கேட்டார்.

“ஆமா” என்று தலையாட்டினான் முத்துசாமி.

“கால்ல இருக்க அழுக்கலாம் எடுத்திரும்”

அந்த மீன்களைக் கண்டதும் பாபநாசம் கோயிலுக்கு எதிரே இப்படி துள்ளிய மீன்களைப் பொரித்துத் தின்ற வெள்ளைக்கார அதிகாரி, முத்துசாமியின் ஞாபகத்துக்கு வந்தார். அது வேலு தாத்தா சொன்ன கதை. உண்மையா, பொய்யா என்பது தெரியாது. ஆனால், வழிவழியாகச் சொல்லப்பட்டு வருகிற கதை.

“கோயிலுக்கு எதிருல இருக்க ஆத்துல சரியான மீனுவோ பார்த்துக்க. வெள்ளைக்காரம் பொண்டாட்டியோட கோயிலுக்கு வந்திருக்காம். மூதி, கோயிலெ பாத்தமா, சாமிய கும்புட்டமான்னு போவாம, மீனுவோள பாத்துட்டாம். கையவிட்டு அள்ளுனாலே அஞ்சாறு மீனு வந்துரும். அவனுக்கும் அவன் பொண்டாட்டிக்கும் அதெ பொரிச்சுத் திய்ங்கணும்னு ஆசை வந்துட்டு. அங்க இருக்க ஆளுவோ, இந்த மீனுவோள பிடிக்கக் கூடாது, திங்கவும் கூடாது, அது சாமி குத்தமாயிரும்னு சொல்லிருக்காவோ.

வெள்ளைக்காரனுவோ, யாரு சொல்லி கேட்பானுவோ. அந்த காலத்துலலாம் ரொம்ப திமிராலா இருப்பானுவோ. “சொன்னதெ செய்”னு உத்தரவு போட்டுட்டாம். பெறவு அங்கயே மீனுவளை பிடிச்சு, கோயிலுக்கு வெளிய வச்சு பொரிச்சு பொண்டாட்டியும் புருஷனும் ருசியா இருக்குன்னு இருந்து தின்னுருக்காவோ. செத்த நேரத்துலயே ரெண்டு பேருக்கும் கண்ணு அவிஞ்சுபோச்சு. மூதியளுக்கு கண்ணு தெரியல. பே, பேன்னு சொல்லிருக்காம். ‘நாம்தாம் சொன்னம்லா, நீங்க கேட்கலயே’ன்னு உதவிக்கு வந்தவனுவோ சொல்லிருக் கானுவோ. பெறவு சாமிய கும்பிட்டுட்டு, என்ன பண்ணுனா, எங்கண்ணு திரும்பவரும்னு கேட்டுருக்காம். அப்பம் வந்த ஒரு சாமியாரு, ‘தங்கத்துல ரெண்டு மீனு செஞ்சு, எங்ஙன மீனெ பிடிச்சியோ, அங்க வுடு.

பார்வை திரும்ப வரும்'னு சொல்லிருக்காரு. அதே மாதி, தங்கத்துல மீனு செஞ்சு, எங்க மீனெ புடிச்சாவளோ, அங்க விட்டாவோ. ஒடனே, அந்த ரெண்டு தங்க மீனுக்கும் உசுரு வந்து, தண்ணிக்குள்ள நீந்திட்டு போயிருக்கு. அந்தானி இப்டிங்கதுக்குள்ள, பார்வை வந்துட்டு ரெண்டு பேருக்கும்" என்று ஆச்சரியத்துடன் சொன்னார் தாத்தா.

"தங்க மீனு எப்டி உசுருள்ள மீனா மாறும்?" என்று முத்துசாமி கேட்டான்.

"ஏய் பேரா, சாமி கதையள்ல இப்டிலாம் கேள்விகேக்கக் கூடாது, பெறவு ஒங்கண்ணு அவிஞ்சு பேயிரப்போது" என்றார் தாத்தா. அவன் அப்போது சிரித்தது ஞாபகத்துக்கு வந்தது. கால்களை மீன்கள் கடிப்பது, அவனுக்குக் கூச்சம் தந்தது. பாறையின் ஓரமாக உட்கார்ந்துகொண்டான். விசில் மணி, "இந்த மீனு கடிக்கே... இந்தா நெளி நெளியுத, பொம்பள மாதி" என்று சிரித்தான்.

"நீரு வந்து நின்னுமே" என்றான் அவன். பிறகு அதைக் கண்டுகொள்ளாமல் நின்றான். தண்ணீர் அதிகமாகக் குளிர்ந்தது. பிறகு, "வேட்டைக்குலாம் இங்க வருவாவோன்னு சொல்வாவளே... நீங்க போயிருக்கேளா?" என்று கேட்டான் முத்துசாமி.

''வேட்டக்கின்னு சொல்ல முடியாது. சின்னப்பிள்ளேல ஆளோட, அரவமில்லாம வந்து வரையாட்டை புடிச்சோம்'' என்றார் மாசானம்.

''வேட்டன்னா, மைனர்தாம் பாத்துக்கெ. அவரு வீட்டுல அந்த காலத்துலயே வெள்ளக்காரம் துப்பாக்கிலா இருக்கும்'' என்றார் ஆண்டி.

"வெள்ளக்காரனா கொடுத்தாம்?''

''அப்டித்தாம் சொல்தாவோ''

"ஒரு சின்ன துப்பாக்கியும் ரெண்டு நீட்ட துப்பாக்கியும்லா வச்சிருந்தாராம்''

"நீ சொல்லுதது மைனருக்கு அப்பா''

"மைனருனா அவருதானெ?'

"நீ மவன சொல்லுதியொன்னு நெனச்சேன்'

"மவனுக்கும் அப்பனுக்கும் லேவு தெரியாமயா இருக்கென்?''

"குறி பாத்து சுடுததுல அப்பனும் மவனும் விடா கண்டன் கொடா கண்டம்தாம்''

"துப்பாக்கி இருந்தா நானுந்தாம் சுடுவென்''

"ஆமா, கிழிச்சிருவாம்... துப்பாக்கி சுடுத மூஞ்ச காமி பாப்போம்... மொதல்ல அதெ தூக்க முடியுமா, ஒன்னியால?''

“ரெண்டு மூட்டை நெல்ல ஒண்ணா தூக்குத முதுவாங்கும் இது... அந்த துப்பாக்கிய தூக்க முடியாதோ?”

“நொப்பனோளி அது இல்லலெ... ரெட்டை கொழலு துப்பாக்கிய, கரெக்டா தூக்கி தோளுல வச்சு சுடணும். கொஞ்சம் தப்புச்சுன்னா, தோளுபட்டை பிய்ஞ்சிரும், பிஞ்சி”

“இது என்னடே புதுசா சொல்லுதெ?”

“புதுசா சொல்லுதனா? இதுலாம் அவ்வோ பேசும்போது கேட்டுக்கிட்டது”

முத்துசாமி, “செரி, மைனரு என்ன செஞ்சாருன்னு சொல்லுங்க?” என்று கேட்டான், ஆண்டியிடம்.

“மைனரு ஆளு எப்டிருப்பாரு தெரியும்லா?”

“எப்டிருப்பாரு?”

“கருப்புதாம்னாலும் மொகத்தை பாத்தாலே, இது பெரிய எடத்து ஆளுதாம்னு தெரிஞ்சிரும் பாத்துக்கெ. அப்டி தகதகன்னு இருக்கும் அவரு மொவத்துல. கண்ணு ரெண்டும் நம்ம வெஜயகாந்துக்கு இருந்தால, செவ்வ செவேன்னுலா இருக்கும். ஆளும் சும்மா காப்பனை ஒசரத்துக்கு இருப்பாரு. கழுத்துல புலிப்பல்லு மாட்டுன தங்க சங்கிலி. அதே வயிறுவரெ கெடக்கும். ரெண்டு காதுலயும் கடுக்கம். ஆனா, நல்ல மனுஷம். கஷ்டம்னு கேள்விபட்டா, அள்ளிக் கொடுப்பாருன்னு சொல்வாவோ. ஆனா, மேப்படி வெவாரத்துல கொஞ்சம் அப்டி இப்டித் தாம் பாத்துக்கெ...”

“மேப்படி வெவாரம்னா?”

முத்துசாமியின் அருகில் சென்று, கீழ்ப்பக்கம் நிற்கிறப் பெண்களின் காதுக்கு எட்டாதபடி, ‘பொம்பள சமாச்சாரம்’ என்று மெதுவாகச் சொன்னார் ஆண்டி.

“இதுல என்ன ரகசியம்? எல்லா ஆம்பளைலும் அப்படித்தாம், ஒமக்கு கெடச்சா சும்மா விட்ருவேரா?” என்றான் விசில்.

“விருப்பப்பட்டு வந்தா சரிதாம்”

“விருப்பப்பட்டுன்னா எப்டி? ஒங்க அழவுல மயங்கியா?”

“அப்டியும் வச்சுக்கோ. அதுக்காவ தூக்கிட்டு போனா?”

“அது எப்டி?”

“அதெதாம் சொல்லுதம். அந்தப் பொறுக்கித்தனம் ஜாஸ்திதாம்”

“துட்டு இருந்தா அதுவும் தானா தேடி வந்துருதுலா”

“எல்லாத்தையும் அப்டி சொல்ல முடியாதுடெ”

“அதும் சரிதாம், அந்த காலத்துல வேட்டைக்கு போவுதது பெரிய மனுஷவோளுக்கு ஒரு இது பாத்துக்கெ. வெளியூர்ல இருக்க பணக்காரவோ எல்லாம், மலையடிவாரத்துல இருக்க, மைனர் வீட்டைத் தேடி வந்துருவாவோ. அவருக்கு அடிவாரத்துல மூணு பங்களா உண்டும். அதுல வந்து தங்கிருவாவோ''

“காட்டுக்குள்ளயும் பங்களா வச்சிருந்தாராம்லா’

‘ஆமா. மேல, ஏலக்காய் எஸ்டேட்டுலா அப்பம்’

“நம்ம காட்டுக்குள்ளயுமா ஏலக்கா எஸ்டேட்டு இருந்துச்சு?'' என்று கேட்டான் விசில்.

“நம்ம காடா? உங்க மாமனாரால எழுதி கொடுத்தாரு ஒனக்கு? நம்ம காடுங்கெ?''

“ஏம்.. நம்ம சாமி இருக்க காடு, நம்ம காடுதானெ?''

“சரிதாம், பாரஸ்ட்காரன் கேட்டாம்னு வையி, கொட்டைய தென்னி ருவாம்''

“தென்னுவாம்... நாங்க பூவுலா பறிப்போம்”

‘செரி, வெஷயத்துக்கு வா''

“மொட்டை பாறை பக்கத்து எஸ்டேட்டுக்குள்ளயும் அவ்வோளுக்கு பங்களா உண்டு. அங்க ஒரு வாரம்லாம் தங்கி வேட்டயாடுவாவோ, அந்த காலத்துல தெனமும் மான்கறி, முயக்கறின்னு சரியான தீவனம் தாம் பாத்துக்கெ. அவ்வோ ஒடம்பே ஒரு தினுசா இருக்கதுக்கு அதுதாம் காரணம். சமையக்காரு யாரு தெரியும்லா... அம்பைல வண்டி மறிச்சம்மன் கோயிலுக்கு எதுத்தால ரொட்டிக் கடை வச்சிருக்காம் பாரு, மொவத்துல தழும்பு உள்ளவென்.. அவ்வோ தாத்தாதாம்''

‘‘அங்கயும் ஒரு கோயிலு இருந்துச்சாம்லா...”

“ஆமா, எஸ்டேட்ல வெளயுததெ பாதுகாக்க வச்ச சாமி, மௌகு வெள சாமிம்பாவோ''

“என்னல இது, புது சாமியா இருக்கு?''

“நீ கதெய திருப்பாதல. மைனரு வேட்டைக்கு வா''

“ஆமா. அதாம், மைனருக்கு புலியெ வேட்டயாடணும்னு ரொம்ப ஆசெ. ஒரு ரெண்டு மூனு சிறுத்தய வேட்டையாடி இருக்காருன்னாலும் புலியை சுடணும்னு தாம் ரொம்ப ஆசெ. அதை வேட்டையாடுனாதாம், எதையோ சாதிச்சட்ட மாதி அவ்வொளுக்குலாம் ஒரு இது பாத்துக்கெ. ஒரு மட்டம், ஒரு புலி வசமா வந்து

சிக்கிட்டு. இவரு, குறிவச்சி சுட்டுருக்காரு. பயபுலி திடீர்னு நவுண்டுட்டு, வாலுல குண்டு பாய்ஞ்சு, அதோட தப்பிட்டு. அவருக்கு வருத்தம்னா, வருத்தம். ஒரு செகண்டுல தப்பிட்டேன்னு மனசே கேக்கலை. சரின்னு ஒரு ரெண்டு மூணு நா, புலி எங்ஙன நின்னுச்சோ, அந்தக் கொகை பக்கத்துலயே காத்திருந்து பாத்திருக்காரு, அது வரும்னு... ஆனா, வரல. கீழே எறங்கிட்டாரு..'

'ஒன்னுத்தயும் வேட்டயாடாமயா?'

'மிளா, மானு எதையும் சுட்டுருப்பாரு. புலி சிக்கல. ஊருக்கு வந்து சரியா பத்து பதினைஞ்சு நாளு இருக்கும் பாத்துக்கெ. அவரு பங்களா எருக்கெடங்கு பக்கத்துல என்னமோ நடமாடிருக்கு. எருக்கெடங்கு, பங்களாவுக்கு பின் பக்கமா, ஆத்தோரத்துல இருந்திருக்கு. நாய்வோ வெரட்டுனதுல பாத்தா, ஈட்டிப்பல்லு தெரிய, வாயை மேலும் கீழுமா பொளந்துட்டு உறுமிட்டு இருந்திருக்கு, ஒரு புலி. மைனருக்குத் தகவல் போயிட்டு. அவரு இன்னொரு வீட்டுல இருந்திருக்காரு. அவருக்கு நாலஞ்சு வீடுவோ உண்டு... தாக்கலை கேள்விபட்டு, வேகவேகமா வந்திருக்காரு. 'நா காட்டுக்குள்ள தேடுனேன், தப்பிட்டே, இப்பம் என்னைய தேடியே வந்துட்டியா?'ன்னு துப்பாக்கிய தூக்கிட்டாரு. வேலைக்காரவோளுக்குப் பயம். பயபுலி, பழிவாங்கத்தாம் வந்திருக்குன்னு. இதுக்குள்ள அக்கம் பக்கத்து ஆளுவோளுக்கு விஷயம் பரவி, ஊரே கூடிட்டு மைனர் வீட்டு முன்னெ.

பய புலி, அங்க இங்க நவுறலயாம்லா.. ஒரே இடத்துல நின்னு உறுமியிருக்கு. மைனரு மொட்டை மாடிக்கு போயிட்டாரு... அங்க நின்னு ஒரே சுடு பாத்துக்க. நெத்தில, ரவை பாய்ஞ்சு பொட்டுனு போயிட்டு. அம்பை போட்டோக்காரனுக்கு தகவல் சொன்னாவோ. அவன் மறுநா வந்து, செத்த புலியை முன்னால போட்டு, துப்பாக்கியோட போட்டோ எடுத்தாராம் மைனரு. ஊரே அதை போய் வேடிக்கலா பாத்தாவோளாம்.. அந்த போட்டாவெ, இப்பவும் அவ்வொ குடும்பத்துல வச்சிருக்காவோளெ''

''அவரு போட்டோ எடுத்த பெறவு, ஊரே வந்து புலிய தடவிப் பாத்துட்டு போனாவுளாம்''

''தடவியா? ஏம்?''

''புலித்தோலு எப்டி, இப்டி வழு வழுன்னு இருக்குன்னுதாம்''

''அது செரி புலி, பழி வாங்குமாடெ?''

''எனக்கு தெரிஞ்சு இல்லை''

''பழிவாங்காமயா, மைனரை தேடி வந்திருக்கு?''

''ம்ஹூம் அதெல்லாம் இல்ல. திய்ங்கத்துக்கு ஒன்னும் சிக்கியிருக்காது. அப்டியே தேடி வந்திருக்கும்...''

“அந்தப் புலிய, அவ்வோ வீட்டு எருக்கெடங்குலதாம் பொதச்சாவளாமே..’’

“அதுல எப்டி பொதைப்பாவொ?... அதுக்கு பக்கத்துல எங்கயும் பொதைச்சிருப்பாவோ’’

“காட்டுக்குள்ள வந்து இதைச் சொல்லிட்டேளா, பின்னால செடி, செத்தை காத்துல அசைஞ்சா கூட இனும புலி பயம்தாம்’’

குளித்துக்கொண்டிருக்கும்போது, பரவிய சாம்பார் மணமும், தேய்ங்காய் சட்னி வாசனையும் முத்துசாமிக்குப் பசியை அதிகரிக்கச் செய்தன. ஆனால், அவன் காலையில் சாப்பிட்டுவிட்டு வந்ததால், அது போதும் என நினைத்து எதுவும் கொண்டுவரவில்லை. அப்படிக்கொண்டு வர வேண்டும் என்று தெரியவில்லை. இங்கு வந்ததுமே, பசிக்கும் என அவனுக்கு யாரும் சொல்லவில்லை. இப்போது பசிக்கத் தொடங்கியது. இவ்வளவு தூரம் நடந்து வந்ததில் காலையில் தின்ற நான்கு இட்லிகள் போன இடம் தெரியவில்லை.

மாசானமும் முருகனும், விசில் மணியும், இப்போது இசக்கித் தங்களுக்கு எப்படி சொந்தம் என்பதை விலாவாரியாகச் சொல்ல, அதன்படி முத்துசாமி தனக்கு மருமகன் முறை என்றும் விசில் மணிக்குத் தம்பி முறை என்றும் கணக்குப் போட்டுச் சொன்னார்கள். இந்த உறவுக்குள் புனமாலையும் சேர்ந்து கொண்டார். முத்துசாமிக்கு எதுவும் புரியவில்லை.

பிறகு குளித்துவிட்டுத் தலையைத் துவட்டி நின்றவனை, வலுகட் டாயமாக இழுத்துவந்து, ஓடையில் இருந்த பாறையில் உட்கார வைத்து இட்லி கொடுத்ததும் மாசானம்தான். அருகில் இருந்த நாகர்கோவில் பெண், எப்போதும் அதிகமாக தோசை கொண்டு வருபவள் என்றும் அதையும் சாப்பிட வேண்டும் என்றும் முத்துசாமியின் முன் இருந்த தேக்கிலையில் அவன் மறுத்தும் வைத்தாள். அருகில், சில்வர் கிண்ணம் ஒன்றில் தக்காளிச் சட்டினியை வைத்துப் புன்னகைத்தாள். அந்தக் கிண்ணம், தண்ணீர் ஓடும் சமதளமற்றப் பாறையின் மேலே, கொஞ்சம் சாய்ந்தபடி கிடந்தது. இப்படியொரு திடீர்ப் பாசத்தை அவளிடமிருந்து எதிர்பார்க்கவில்லை.

தோசையை நெய்யில் சுட்டிருப்பார்கள் போலிருந்தது. அதிக வாசனையாகவும் சுவையாகவும் இருந்தது. “சட்டினி நல்லாருக்கெ, எங்கூட்டுலலாம் இப்டி பண்ண மாட்டாவொ’’ என்ற முத்துசாமி, அந்தப் பெண்ணைப் பார்த்தான். அவள் புன்னகைத்தபடி, “எம் மவாதாம் செஞ்சா’’ என்று சொல்லிவிட்டு, இன்னும் கொஞ்சம் எடுத்துவந்து கிண்ணத்தில் கொட்டினாள். அவன் மறுத்தும் கேட்க வில்லை. அவளின் மகள், ‘போனாப் போது வச்சுக்கோ’ என்பது போல லேசாக உதட்டை இழுத்துப் புன்னகைத்தாள். பதிலுக்கு அவனும் புன்னகைத்தான். அவள் இப்போது இன்னும் அழகாகத் தெரிந்தாள்.

முத்துசாமி, சாப்பிட்டு முடித்ததும் கிண்ணத்தைக் கழுவி, தேடிக் கொடுத்தான். ‘ஏன் கழுவீனிங்க?’ என்று செல்லமாக அலுத்துக் கொண்டாள்.

அவள் வைத்திருந்த புத்தகம் அந்தப் பைக்குள் தென்னிக் கொண்டிருந்ததைப் பார்த்தான். இப்போதும் அதன் முன்பக்கம் தெரியவில்லை.

முத்துசாமி அவளிடம், "ஒங்க பேரு?" என்று கேட்டான்.

"மரகதம்" என்றாள். புன்னகைத்து நகர்ந்தான் முத்துசாமி. அவள் மகளின் பெயர் என்ன என்று உடனடியாகக் கேட்டால் நன்றாக இருக்காது என நினைத்துவிட்டு நடந்தான்.

இன்றைய விழாவுக்காக, நேற்றே வந்துவிட்டு சென்ற சிலர், சாமி வைக்கப்படும் இடத்தின் அருகிலும் சுற்றிலும் புற்களை நன்றாகச் செதுக்கிச் சென்றிருக்கிறார்கள். அந்த இடம் மட்டும், செடி, செத்தைகள் ஏதுமின்றி சுத்த சதுரமாக இருந்தது. இவர்கள் சாப்பிட்டுக் கொண்டிருக்கும்போதே, குளித்து முடித்த, செவநம்பி, பேச்சிமுத்து, புனமாலை மற்றும் சின்னப் பயல்கள், பெண்கள் உள்ளிட்டவர்கள் சாமி வேலைகளைப் பார்க்க ஆரம்பித்தார்கள்.

வெற்றுச் சாக்குகளைத் தரையில் விரித்து அதில் அமர்ந்து காய்கறிகளை நறுக்கத் தொடங்கினார்கள், சில பெண்கள். ஆம்பளைகளில் சிலர், சிதறிக் கிடந்த, உடைந்துகிடந்த பரிவாரத் தெய்வங்களைச் சேகரித்து, ஒன்றாக அடுக்கினார்கள். யாரும் அதை செய், இதை செய் என்று சொல்லவில்லை.

அங்கொன்றும் இங்கொன்றுமாக நின்ற நான்கு மரங்களில், இரண்டு மரங்களின் அடியில் கிழக்குப் பார்த்து, ஒவ்வொரு சாமியும் வைக்கப்பட்டன. மற்றொரு மரத்தில் மேற்கு பார்த்து ஒரு சிலை. இன்னொரு மரத்தில் தெற்கு பார்த்து ஒரு சிலை.

முதலில் நின்ற மரத்துக்கு அடியில் வைக்கப்பட்டிருந்த சாஸ்தாவுக்கு எதிராக, அவரை நோக்கிப் பார்த்தபடி, பரிவாரத் தெய்வங்கள் அடுக்கி வைக்கப்பட்டிருந்தன. மொத்தம் இருபத்தியோறு பரிவாரங்கள். சாஸ்தா, புதுவேஷ்டியுடனும் நான்கைந்து மாலைகளுடனும் அழகாகக் காட்சியளித்தார். அவருக்கு எதிரில் பெரிய வாழை இலை விரிக்கப்பட்டு உடைக்கப்பட்ட இரண்டு தேங்காய்களின் நான்கு முறி, வெற்றிலை பாக்கு, இரண்டு சீப் வாழைப்பழங்கள், சூடன், பத்தி, இளநீர்கள் வைக்கப்பட்டிருந்தன. சாமியின் இடதுபக்கம், தேங்காய் கூந்தலுக்குள் எண்ணெய் ஊற்றப்பட்டு அதில் திரியை வைத்து, விளக்கு ஏற்றப்பட்டிருந்தது.

அருகில் இருந்த அம்மனுக்கும் அப்படித்தான். அப்போதுதான் முதன் முதலாகத் தனது சாஸ்தாவைப் பார்த்தான். அந்தச் சிலையைப் பார்த்ததும், தன் முன்னோர் ஒருவரைச் சந்தித்துவிட்ட மகிழ்ச்சி பெருக்கெடுத்து ஓடியது. வருடக்கணக்காகப் பார்க்க நினைத்த ஒருவரை நேரில் சந்தித்து கை கொடுத்தது போல இருந்தது. காலங்காலமாகக் குலத்தைக் காத்துக்கொண்டிருப்பவர்கள் எனச் சொல்லப்படும் இந்தச் சாமிகளைப் பார்க்கும்போது, அவனுக்குத் திடீரென பழங்காலத்துக்குச் சென்றுவிட்டதாகத் தோன்றியது. தன் தொன்ம

நிலத்தில் தனது சொந்தங்களுடன் உறவாடிக் கொண்டிருக்கிற உணர்வு ஆட்டுவித்தது. அவன் தன்னை மறக்கத் தொடங்கினான்.

அதே இடத்தில், மரங்களுக்கு இடையே, கால்நடைகள் மேயும் கிராமம் அமைந்திருந்தது அவனுக்குத் தெரிந்தது. சிறு சிறு குடில்களில் இருந்து வரும் சிரிப்புச் சத்தமும் பேச்சின் அவயமும் மாடுகளின் குரலும் அவனுக்கு இப்போது கேட்டன. வேட்டை மற்றும் தற்காப்புக்காகக் கூரைகளில் சொருகப்பட்ட ஆயுதங்கள் வெளியே தென்னிக் கொண்டிருந்தன. வெட்டப்பட்ட பெரும் மரம் ஒன்றின் வேர் துண்டில், கத்தி, அரிவாள் உள்ளிட்டவற்றைத் தீட்டி தீட்டி, வழு வழுப்பாக மாறியிருக்கும் அதன் மேல் கால் வைத்தபடி நின்றான்.

இடுப்பில் மட்டும் உடையணிந்தவனாகவும் அதில் கத்தி ஒன்றை சொருகி வைத்தபடியும் நின்றிருந்தான். அவன் கட்டுமஸ்தான கருநிறத் தேகத்தில் காய்ந்து வழுவழுவென மாறியிருக்கும் காயத்தழும்புகள் பல இருந்தன.

நிலக்காட்சிகள் அனைத்தும் மாறி நிலவுக்காட்சிகளாக அவன் கண்முன் மாறியிருந்தன. இருட்டு அடர்ந்திருந்த நள்ளிரவில் மிரட்டும் காட்டுக்குள் நின்றிருந்தான். விலங்குகளின் கத்தலும் வேட்டை நாய்களின் அவயமும் அவன் காதுகளில் தொடர்ந்து கேட்கத் தொடங்கின. திருகிய மீசைகளையும் அகன்ற மார்புகளையும் கொண்ட வாள்கொண்ட வீரர்கள், கையில் கூராயுதங்களுடன் அவனுடன் தயாராக நின்றிருந்தார்கள். அவர்கள் அனைவரின் கண்களிலும் பேராார்வம் தெரிந்துகொண்டிருந்தன.

முத்துசாமி, தன் தலையில் வளர்ந்திருந்த அடர்த்தியான முடிகளைப் பின்பக்கம் இழுத்து கொண்டை போல் கட்டியிருந்தான். இப்போது ஊன் கறைபடிந்த முன்பற்கள் தெரிய சிரித்தபடி அவர்கள் முன் நின்றான். அது வெற்றிக்களிப்பு. கையில் வைத்திருந்த கூர்ஈட்டியால் உறுமிக்கொண்டு வாயைப் பிளந்தபடி பாய்ந்து வந்த சிறுத்தையை, ஒரே வீச்சில் ரத்தம் தெறிக்கச் சாய்த்திருந்தான். அவன் வீசிய ஈட்டி, அதன் வாய்க்குள் பாய்ந்து முதுகின் வழி வெளியே வந்திருந்தது. ரத்தம் சிந்தியபடி, இன்னும் உயிருக்குப் போராடிக் கொண்டிருந்த அச்சிறுத்தையை கூட்டத்தின் தலைவன், ஆவேசமாக எட்டி உதைத்தான். அது சில அடி தூரம் வரை ஈட்டியோடு பறந்து விழுந்து உயிர் விட்டது.

தங்களது ஆடுகளையும் மாடுகளையும் தேடித் தேடி வந்து குதறிக்கொன்று அழித்த சிறுத்தையை, பழி வாங்கிய அவனது வேகத்தைப் பாராட்டினான் தலைவன். அவனுக்குப் பரிசாக தனது இடுப்பில் சொருகி இருந்த வேலைப்பாடுகளுடைய பூண் கொண்ட குறுவாளை, ‘இந்தா வாங்கிக்கோ’ என்று நீட்டினான். தலையைக் குனிந்து வணங்கி அதை இரண்டு கைகளாலும் முத்துசாமி பெற்று கண்ணில் ஒற்றிக் கொண்டிருந்தபோது, “எய்யா கொஞ்சம் தள்ளு” என்றார், தேங்காய் திருவப் போகும் பேச்சிமுத்து.

அவன் நகன்றதும் அந்த இடத்தில் சாக்கு ஒன்றை விரித்து உட்கார்ந்தார்.

பிறகு அவனை நிமிர்ந்து பார்த்து, “நின்னுட்டே ஏதும் கனவு கினவு கண்டியோ?” என்று கேட்டார்.

திடுக்கிட்ட முத்துசாமி, “ச்சே... ச்சே...இல்லெய” என்று பொய் சொன்னான். அதோடு இவர் எப்படி கண்டுபிடித்தார் என்ற ஆச்சரியமும் இருந்தது.

“ரொம்ப நேரமா சொல்லிட்டே இருக்கேன், நவுரவே இல்லயே?” என்றார், முகத்தைப் பார்த்து. முத்துசாமி புன்னகைத்தான். பின் காய்கறி நறுக்கிக் கொண்டிருந்த பெண்களின் அருகில், மரத்தில் சாய்ந்து நின்று சாமியைப் பார்த்தான்.

இந்த சாஸ்தா யாராக இருக்கும்? இந்த நம் முன்னோர், நம் குலம் காக்க, உறவுகளைக் காக்க வெட்டுப்பட்டு உயிர்நீத்த ஒருவராக இருக்கலாம். இல்லையென்றால், குலத்தின் தலைவராக இருக்கலாம். அல்லது பிழைப்புக்கு இடம்பெயர்ந்த நிலையில் மக்களைக்காக்க வைக்கப்பட்ட, அல்லது உருவாக்கப்பட்ட சாமியாக இருக்கலாம்.

அப்படியென்றால் அங்கிருக்கிற அம்மன் குல தெய்வமாக இருக்கலாம் என்று நினைத்தான். சாஸ்தாவும் குலதெய்வமும் ஒன்றாகவே சிலருக்கு இருப்பதாகச் சொல்லியிருக்கிறார்கள். அந்த ஆராய்ச்சிக்குள் செல்ல இப்போது அவன் மனம் ஒப்பவில்லை.

பெரும் வலிமை கொண்ட குலம்காக்கும் சாமிக்கு அலங்காரங்கள் நடந்தன. லாரியில் வந்திருந்த சிலர், ஆளாளுக்கு ஒரு வேலையை இழுத்துச் செய்துகொண்டிருந்தார்கள். முத்துசாமிக்கு என்ன வேலை செய்வதென்று தெரியவில்லை. யாரும் எதுவும் சொல்லவில்லை. எதையாவது அவன் எடுத்துச் செய்வது போன்ற வேலை அங்கு ஏதுமில்லை. சிறிது தூரத்தில் ஆட்டின் தலை ஒன்று தரையில் துண்டாகக் கிடந்தது. கிழக்கு நோக்கி பார்த்தபடி விழித்திருந்த கண்களோடு அந்த உயிரற்றத் தலை கிடந்தது. டிராக்டரில் கொண்டுவரப்பட்ட ஆடு. முழு ஆட்டையும் மரத்தில் தொங்கவிட்டு, உரித்துக் கொண்டிருந்தார், உடலில் சட்டையில்லாத ஒருவர். அவர் உடல் முழுவதும் வியர்த்து வடிந்து கொண்டிருந்தது. நரைத்த மீசையைத் திருக்கி விட்டிருந்தார். நரைமுடிகளைக் கொண்ட சிறு தொப்பையோடு இருக்கிற வயிறு வரை தங்கச்சங்கிலி தொங்கி ஆடிக் கொண்டிருந்தது. அவர் நம்மோடு வந்தாரா? லாரியில் பார்த்ததாக ஞாபகம் இல்லை. பைக்கில் வந்திருப்பார். எப்போது ஆட்டை வெட்டினார்கள் என்றும் அவனுக்குத் தெரியவில்லை. உயிர்விடும் ஆட்டின் கடைசி அவயம் கூட அவன் காதுக்கு எட்டவில்லை. ஒரு முங்கு போட்டுக் கொண்டு வருவதற்குள் தனது உயிரை, சாமிக்காக மாய்த்திருந்தது, சிறிது நேரம் வரை வளர்த்தவர்களோடு நின்ற ஆடு.

தொங்கிக் கொண்டிருக்கும் ஆட்டுடலின் ஓர் ஓரமாக, விரல்களைத் திணித்து தோலைத் தென்னித் தென்னி பிரிந்துத் தொங்க விட்டிருந்தார். அதை அவர் பிரித்த லாவகமும் ஆட்டின் ஒவ்வொரு பகுதியையும் வெட்டுவதைப்

பார்ப்பதும் ரசனையாக இருந்தது. சட்டை அணியாத இரண்டு மூன்று சின்னப் பயல்கள் ஆட்டின் இதயத்தில் இருந்து கீழே வடியும் ரத்தத்தைப் பார்த்துக் கொண்டிருந்தார்கள். ஒரு பயல் குத்த வைத்து அதை நோக்கி கை நீட்டி, மற்றொருவனிடம் ஏதோ சொல்லிக் கொண்டிருந்தான்.

இங்கிருக்கிற சாமிகளில், எந்த சாமிக்காக அந்த ஆடு நேர்த்திக் கடனானது என்பது முத்துசாமிக்குத் தெரியவில்லை. அவன் சாஸ்தா, சைவம் என்றுதான் சொல்லியிருந்தார் செவநம்பி. சைவக்கோயிலில் யாருக்கு அசைவம்? இங்கிருக்கும் சாமிகளில் அசைவம் சாப்பிடுகிற சாமி யாராக இருக்கும்? அருகருகே இருக்கும் சாமிகள் சைவ, அசைவ பாகுபாடு பார்ப்பதில்லை போலிருக்கிறது.

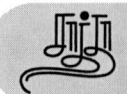

16

பரபரக்கும் சென்னையின் தி.நகர் மேட்லி சாலையில், துக்காராம் மூன்றாவது தெருவின் மொட்டை மாடியில் இருந்த ஆஸ்பெஸ்டாஸ் அறையில் இருந்தான், நண்பன் கணபதி சுப்பிரமணியன். அவனுடன் ஒட்டிக்கொண்டான் முத்துசாமி. முதல் நாள் நகரத்தின் அனல் அவனுக்குப் பிடிக்காமல் இருந்தாலும் சினிமா ஆசை அவனுக்கு அனைத்தையும் பிடிக்கவைத்தது.

இரவு, அனைவரும் வந்துவிட்டால், அவன் வெளியே வந்து மொட்டை மாடியில் வானம் பார்த்தபடி படுத்துக்கொள்வான். அவர்கள் ஆச்சாரமானவர்கள். இவன் அதற்கு எதிர்மாறாக இருந்தான். அவர்களின் பக்தி கொஞ்சம் அதிகப்படியானதாகவே இருந்தது. காலை ஐந்து மணிக்கே குளித்து முடித்துவிட்டு இரண்டு பேர், தங்களின் ‘மார்னிங் பிரேயரை’ முடிப்பார்கள். பிறகு சூரிய நமஸ்காரம்.

அதில் ஒருவர் மெடிக்கல் ரெப்பாக இருந்தார். அவர் கையில் மட்டும் பணம் புரண்டு கொண்டிருக்கும். அவர், எல்லோரும் உறங்கிக் கொண்டிருக்கும்போது, மெதுவான போதையில் வருவதை வழக்கமாக வைத்திருந்தார். நண்பனை அடுத்து அவர்களில், முத்துசாமியிடம் சகஜமாகப் பேசுபவராக அவர் மட்டுமே இருந்தார். நல்ல உயரம். இருபத்தெட்டு வயதிருக்கும். முகத்தில் கொஞ்சம் பெண்மை கலந்திருக்கும். அவர் பேசும் ஆங்கில உச்சரிப்பில் அவ்வளவு இனிமை.

ஒரு நாள் காலையில் சீக்கிரமாக முழிப்பு வந்துவிட எழுந்துப் பார்த்தவன் திடுக்கிட்டான். அறை நண்பர்களில் ஒருவர், உள்ளே தலைகீழாக நின்று கொண்டிருந்தார். அது ஆசனம் என்பது பிறகு அவனுக்குச் சொல்லப்பட்டது. அவர்கள் அவசரம் அவசரமாக

எழுந்து அவசரம் அவசரமாகப் புறப்பட்டு அவசரம் அவசரமாக வேலைக்குப் போனதும், முத்துசாமி அவசரம் ஏதுமின்றி, தனது நண்பர்கள் மூலம் முதலில் ஏதாவது ஒரு வேலையில் சேர்வது என்று முடிவெடுத்தான். முதல் மூன்று நாட்கள் இருந்த காசை தாராளமாகச் செலவழித்தவன், பிறகு எண்ணி வாழத் தொடங்கினான்.

அன்று திங்கட்கிழமை. வழக்கம்போல அறைக்காரர்கள் பரபரப்பாகக் கிளம்பிப் போனபின் மெதுவாகக் குளித்துவிட்டு, விஜயா ஸ்டூடியோவில் தயாரிப்பு நிர்வாகியாக இருக்கும் கல்லூரி நண்பனின் சித்தப்பாவைப் பார்க்கப் போவதென முடிவு செய்திருந் தான். அவர் மாலையில் வரச் சொல்லியிருந்தார். அதுவரை ரங்கநாதன் தெருவுக்குள் இடது பக்கம் திரும்பினால் வரும் சந்தில் இருக்கும் தள்ளுவண்டி கடையில் நான்கு இட்லியைச் சுடச் சுட முழுங்கிவிட்டு, வேடிக்கை பார்க்கத் தொடங்கினான். சில்வர் தட்டில் வைக்கப்பட்ட வாழை இலையில் ஆவிபறக்கும் இட்லியில் சாம்பாரையும் சட்னியையும் குழைத்து தின்கிற ருசி எச்சில் ஊற வைத்தது. காரச் சட்னி என்று அவன் கொடுக்கிற சிவப்பு நிற சட்னியில் அப்படியொன்றும் காரமில்லை.

முத்துசாமி அங்கு சென்ற இரண்டாவது நாள், "அண்ணாச்சோ, நாலு இட்லி" என்றபோது அந்த அண்ணாச்சி, "திருநெவேலில ஓங்களுக்கு எங்க?" என்று சிரித்துக்கொண்டே கேட்டார். அருகில் இருந்து அவர் மனைவியும் அவனைப் பார்த்தாள். நெல்லை மாவட்டம்தான் என்று சரியாக கணித்தது எப்படி என அவன் அதிகம் யோசிக்கவில்லை. பேச்சு, நெல்லையை உரித்து வைத்திருந்தது,

அவன் அம்பை பக்கம் என்றான்.

"ஓங்களுக்கு"

"சத்திரம். பாவூர்சத்ரம்"

"பக்கம்தாம்'

சிரித்துக்கொண்டார்கள்.

வெயில் அதிகரிக்கத் தொடங்கியதும் அறைக்குத் திரும்பினான். ஆஸ்பெட்டாஸ் சீட்டின் வெக்கையை அவன் உணர்ந்தாலும் சத்தம் கொடுத்தபடியே ஓடும் அந்த ஃபேன், வேனலைக் குறைத்திருந்தது.

அப்போது சோகமாக அறைக்குத் திரும்பினான், அந்த மெடிக்கல் ரெப். ஹாய் என்று சொல்லிவிட்டு, வேண்டா வெறுப்பாகப் புன்னகைத் தான். ஷூவை கழற்றிவிட்டு. உடையை மாற்றினான். ஃபேனுக்கு கீழே நின்று தலையை அங்கும் இங்கும் ஆட்டினான். ஓரமாக வைக்கப்பட்டிருந்த மண்பானையில் இருந்து ஒரு டம்ளர் தண்ணீர் குடித்தான். முத்துசாமி இப்போது அங்கிருப்பதைக் காரணமின்றி சங்கடமாக உணர்ந்தான்.

இப்போது, பேக்கில் இருந்து அட்டைப்பெட்டி ஒன்றை எடுத்து நடு அறையில் வைத்தான். அது, ரெமி மார்ட்டின் என்று எழுதப்பட்டிருந்த அழகான அட்டைப் பெட்டியை கொண்ட பாட்டில். வாசல் கதவைச் சாத்தினான் ரெப். சாத்தாவிட்டாலும் பரவாயில்லைதான். துணி காயப் போட வரும் கீழ்வீட்டுக்காரர்கள், ஏற்கெனவே வந்துவிட்டுப் போய் விட்டார்கள்.

முத்துசாமி, அந்தச் சூழலை புரிந்துகொண்டு, "சார் ஒரு ஃபிரண்டை பாக்கணும். போயிட்டு வாரேன்" என்று அங்கிருந்து தப்பிக்க நினைத்தான்.

"எந்த ஃபிரெண்டு? நாளைக்கு பாத்துக்கலாம். மொதல்ல ஒக்காருங்க"

அது கிட்டதட்ட ஆர்டர் போலவே இருந்தது. வார்த்தையைத் தட்ட முடியாமல் நின்றான். அதிகம் பழக்கமில்லாத ஒருவருடன் இப்படி மதுபாட்டில் சகிதம் உட்கார்வது அவனுக்கு ஏதுவாக இல்லை. உடனடியாக அங்கிருந்து தப்பிக்கவும் வாய்ப்பில்லை. யோசனையில் நின்றுகொண்டே எப்படி பொய் சொல்லலாம் என புதிது புதிதாக பொய்களை யோசித்துக்கொண்டிருந்தான். உடைமாற்றி திரும்பிய மெடிக்கல் ரெப், ரெண்டு கிளாஸை எடுத்து வைத்துவிட்டு முத்துசாமியைப் பார்த் தான்.

"என்ன நின்னுட்டே இருக்கீங்க. ஒக்காருங்கெ" என்றான்.

"இல்ல சார், பழக்கமில்லை"

"மொதல்ல ஒக்காருங்க'

கொஞ்சம் கூச்சத்துடன் உட்கார்ந்தான் முத்துசாமி.

"நெசமாவே பழக்கமில்லையா? இல்லை, புதுசா ஒருத்தனோட குடிக்கணு மான்னு வேண்டாங்கிறீங்களா?"

"நெசமாவே குடிச்சதில்ல"

"பியர் வேணும்னா வாங்கிட்டு வரட்டுமா?"

"இல்ல சார், பழக்கமே இல்லை"

"பழகிக்கிறதுதான். சென்னை வந்த புதுசுல உங்களை மாதிரிதான் இருந்தேன். ஒரு தடவை டார்க்கெட் அச்சீவ் பண்ண முடியலை. மானேஜர் திட்டினான். போடா மயிருன்னு வந்துட்டேன். மனசே கேக்கலை. ரொம்ப திட்டிட்டான் அந்த டாக். அப்பம் என் ரூம்ல மணி இருந்தான். நாகர்கோயில்காரன். இதுக்குலாம் கவலைப்பட்டா எப்படின்னு, அவந்தான் கிங்பிஷர் வாங்கிக் கொடுத்தான். முதன் முதலா குடிச்சதே அப்பதான். கசந்து, கொமட்டுச்சு. வாமிட் வர்றமாரியும் இருந்தது. பிறகு ஒண்ணும் செய்யல. அப்படியே பிக்கப் ஆகி இப்பம் கொஞ்சம் காசு இருந்ததால, ரெமி மார்ட்டின்ல வந்து நிய்க்குது, நம்ம வளர்ச்சி"

முத்துசாமி புன்னகைத்துக் கொண்டான்.

கொஞ்சம் சரக்கை ஊற்றி, நிறைய தண்ணீர் மிக்ஸ் செய்தான். வாங்கி வந்திருந்த சிப்ஸ், வேர்க்கடலைப் பாக்கெட்டுகள் அவன் முன் கிடந்தன. “எடுத்துக்கோங்க” என்று நீட்டினான். முத்துசாமி பெயருக்கு கொஞ்சம் எடுத்துக் கொரித்தான்.

“இது, ரெண்டு மூனு மாசமா நடக்கிற பிரச்னை... இன்னைக்கு ரொம்ப மனசு கேக்கல... அதான் லீவை போட்டுட்டு பாட்டிலை புடிச்சுட்டு வந்துட்டேன். முக்கியமான விஷயம் என்னன்னா, நான் இங்க குடிச்ச விஷயத்தை யார்ட்டயும் சொல்லிடாதீங்க. குறிப்பா ஒங்க நண்பன்கிட்ட கூட”

முத்துசாமி தலையாட்டினான். பிறகு, “அதெப்படி சார் தெரியாம இருக்கும். வாசனை?” என்று கேட்டான்.

“அவங்க வரப் போறது, ராத்திரி. கொஞ்சம் தூங்கி எழுந்தா எந்த நாத்தமும் வராது. இந்த பாட்டில்ல இருக்க மிச்சம் என் பெட்டிக்குள்ள போயிரும்” என்று சிரித்தான் மெடிக்கல் ரெப்.

அடுத்து அவன் சொல்லப் போகும் கதைக்காக ஆவலாக இருந்தான் முத்துசாமி. நினைத்தது போலவே ஆரம்பித்தான்.

“சொந்தக்காரியதான் லவ் பண்ணித் தொலைச்சேன். அவ அப்பன் அநியாயத்துக்குத் திமிரு பிடிச்சவன். நான் இந்தச் சாதின்னு சொல்லக் கூடாதுதான். நீங்களும் நானும் ஒரே ரூம்ல இருக்கோம். அதனால இதைச் சொல்றதுல தப்பில்லை. அதுக்காக நான் ஜாதி வெறிப்பிடிச்ச வன்னுலாம் நினைச்சிடாதீங்க. நம்ம மணிரத்னத்தோட ஒரு படத்துல வருமே கிராமத்து சீன்... டக்குன்னு அந்தப் படம் ஞாவத்துக்கு வரமாட்டேங்குதே... ஆங்... அதான் இந்த அரவிந்சாமி பொண்ணுபார்க்க வருவாரே... அதை எங்கூரு சுந்தரபாண்டிய புரத்துலதாம் எடுத்தாங்க. அப்ப ஒரு சீன்ல, பின்னால ஒரு தோப்பையும் வயக்காட்டையும் காண்பிப்பாங்க பாருங்க, அது எல்லாமே எங்களுக்குச் சொந்தமானதுதான். எங்களுக்கு இவ்ளோ இருக்குன்னா, அவங்களுக்கு அதை விட அதிகம். பிரச்னை வசதியில இல்லை...” என்று சொல்லிவிட்டு, வேர்க்கடலையை எடுத்து வாயில் போட்டுக்கொண்டான் ரெப்.

“அவ அப்பாவோட தங்கை மகன் அமெரிக்காவுல இருக்கானாம். அவனுக்குத்தான் அவளைக் கல்யாணம் பண்ணிக் கொடுக்கணும்னு மொதல்லயே பேசிட்டாங்களாம். இது என்னங்க நான்சென்ஸ்? ஒரு பொண்ணோ, பையனோ வளர்ந்து அவங்க விருப்பத்தைக் கூட கேக்காம, இது பெரிய வயலன்ஸால இருக்கு? நீங்க என்ன சொல்றீங்க?”

முத்துசாமி, தலையை மட்டும் அங்கும் இங்கும் ஆட்டினான்.

“விஷயம் பெருசாகி எங்க வீட்டுல, அவங்க வீட்டுல, சொந்தக்காரங்க

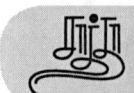

எல்லாருமே பேசியாச்சு. அவா அப்பா கேட்க மாட்டேங்கார். அந்தப் பொண்ணு, 'டேய், ஒரு வீட்டை வாடகைக்கு புடிச்சு வையி, கிளம்பி வந்துடறேன்ங்கறா?'. அவளுக்கு அவசரம். 'கொஞ்சம் பொறு கடைசியா ஒரு அட்டெம்ட் பண்றேன்'னு சொல்லியிருக்கேன். இப்ப அவா, என்னை நம்பி வந்துட்டான்னு வையுங்க... அவா அப்பனுக்குத் தானங்க அவமானம். நான் இதைலாம் எவ்வளவு நல்லவனா யோசிச்சு முடிவெடுக்கிறேன். இந்தப் பெருந்தன்மை அவா அப்பனுக்கு ஏன் வரமேட்டேங்கறதுன்னுதாம் தெரியல."

மூன்றாவது பெக்கை முடித்து கிளாசை ஓரமாக வைத்தான். பாட்டிலை மூடி, பத்திரமாக அதன் கவருக்குள் வைத்து, ஓரமாக இருந்த செல்ஃபுக்குள் அடைத்தான்.

"அவ்வளவுதான் நம்ம லிமிட்டு" என்ற ரெப், "அமெரிக்காவுல இருக்கற அவன் தங்கை மவனுக்கு விஷயம் தெரியாது. போன் நம்பரை வாங்கி நமக்கு வேண்டியவங்க மூலமா, மெசேஜை பாஸ் பண்ணிட்டேன். அவனுக்கும் தெரியணுமில்லையா? ஒரு பெண்ணை ஏமாத்தி அவன் தலையில கட்டிட்டான்னா, லைஃப் எப்படி நல்லாருக்கும்?. அந்த பிரச்னை, இன்னைக்கு அவா வீட்டுல ரணகளமாயிருக்குது. என் ஆளு, எனக்கு போன் பண்ணி, அத்தை மகன் என்னை ரிஜக்ட் பண்ணிட்டாம்னு சந்தோஷமாதாம் சொன்னா... அடுத்த கொஞ்ச நேரத்துல அவ அப்பன் லைன்ல வந்துட்டாம்... 'நீ என் பொண்ணு வாழ்க்கையை நாசம் பண்றே. அவா அமெரிக்காவுல ராணி மாதிரி வாழ வேண்டியவா. உன்னால எல்லாம் போச்சு. நீ உருப்படவே மாட்டே. நான் உசுரோட இருக்கவரைக்கும் என் மகளை நீ கல்யாணம் பண்ணவே முடியாதுன்னு சொல்லிட்டு, வச்சுட்டாம் ராஸ்கல். இவம்லாம் ஒரு பெரிய மனுஷனா? சொல்லுங்க... அதாம் மனசே கேக்கல. லீவை போட்டுட்டு, சரக்கை வாங்கிட்டு வந்துட்டேன்" என்றவன் லேசாகச் சரிந்து படுத்தான்.

"ராணி மாதிரி வாழ வேண்டியவளாம்? முதல்ல மனுஷியா வாழவிடுடா லூசுன்னு, கேக்கலாம்னு இருந்தேன்"

அவனுக்குத் தூக்கம் வந்தது. கண்கள் லேசாக இழுத்தன. முத்துசாமி, இப்போது என்ன செய்வது என்று தெரியாமல், அவனையே பார்த்துக் கொண்டிருந்தான். ரெப், கண்களில் இருந்து இப்போது கண்ணீர் வடிந்தது. அழுதுகொண்டிருந்தான்.

"சார், எல்லாம் சரியாயிரும். இதுக்குப் போயி ஏன் அழறீங்க? பேசாம ஊருக்கு போங்க. அங்க இருக்க பெரிய ஆட்களை வச்சு பேசுனா ஈசியா முடிஞ்சிடும். எந்த பேரன்ட்ஸ் காதலுக்கு மொதல்ல ஓகே சொல்லியிருக்காங்க?"

ரெப்புக்கு இந்த வார்த்தை ஆறுதலாக இருந்தது. முகத்தைத் துடைத்துக் கொண்டான்.

“பேசாம ‘அலைபாயுதே’ ஸ்டைல்ல ரிஜிஸ்டர் மேரேஜ் கூட பண்ணிக்குங்க. பெறவு நடக்கதை பாத்துக்கலாம்” என்றான் முத்துசாமி.

“கரெக்ட். இது கூட நல்ல ஐடியாதான்” என்றவன், “நீங்க என் ஆளை பாத்ததில்லையே. இந்த போட்டோவ பாருங்க” என்று போனை எடுத்து கேலரிக்கு போனான். முத்துசாமி, ‘வேண்டாம் சார் இருக்கட்டும்’ என்று வலுக்கட்டாயமாகத் தடுத்தான்.

“ஏன்?”

“அவங்க உங்க வருங்கால மனைவி. நான் பார்த்து என்ன பண்ணப் போறேன். உங்க கல்யாணத்துல நேர்ல பார்த்துக்கிறேன்”

‘இந்த வார்த்தைக்காகவே உங்களை லைக் பண்றேன்’ என்ற ரெப், “ஸாரி, நீங்க ஊர்ல இருந்து வந்ததுல இருந்து, என்ன வேலைக்கு ட்ரை பண்றீங்கன்னு கூட நானும் கேக்கலை, நீங்களும் சொல்லலை, ஒங்க ஃபிரெண்டும் சொல்லலை” என்ற ரெப், இப்போது கேட்டான்.

“அசிஸ்டென்ட் டைரக்டரா சேரணும். அதுக்குத்தான் அலைஞ்சுட்டு இருக்கேன்”

“சினிமாவா? யார்ட்ட சேரணும்?”

“மிஷ்கின்”

“ஐயையோ, அவர் தஸ்தாவெஸ்கியை படிச்சிருக்கியா? புஷ்கினை படிச்சிருக்கியான்னு கேப்பாரே”

“நானும் நிறைய படிக்கிறவம்தான்”

“டொரண்டினோ, டேவிட் பின்சர் படங்கள்லாம் பாத்திருக்கியான்னு டெஸ்ட் வைப்பாரே”

“நிறைய பார்த்திருக்கேன் சார்”

“குறும்படம்லாம்”

“எடுத்திருக்கேன் சார்”

“சரி, மிஷ்கின்ட்ட என் கிளாஸ்மேட் சுகுமார், அசிஸ்டென்ட்டா இருந்தான். இப்ப தனியா படம் பண்ணப் போறாம். சொல்லவா?”

அதிர்ஷ்டம் இவ்வளவு அருகில் இருப்பதை அவன் நினைக்கவில்லை. உடனடியாக, சரி என்று தலையாட்டினான். ரெப், போதையில் போன் செய்தான். அவர் நண்பர் சுகு, நாளை மாலை சந்திக்கச் சொன்னார். முகவரி பெற்றான். சுகுவைச் சந்தித்த மறுநாளில் இருந்து தொடங்கியது வேலை. இதற்கு பிறகு

குடிகாரர்கள் மீது மரியாதை அதிகரித்தது முத்துசாமிக்கு. ஏனென்றால் போதையில் இருந்த ஒருவனால்தான் அவனுக்கு வாய்ப்பு கிடைத்தது.

அது முதல் படம். அசிஸ்டென்டாக சேர்ந்த முதல் நாளிலேயே அவனுக்குக் கொடுக்கப்பட்ட வேலை, "நேரா கோயம்புத்தூர் போ. அங்க தாசில்தார் ஒருத்தர், இலவசமா ஏழை பிள்ளைங்களுக்கு அரசு வேலைக்கு பயிற்சி கொடுக்கார். அவர்ட்ட பேசியாச்சு. இந்தா இந்த பேப்பர்ல டீட்டெய்ல் இருக்கு. நேர்ல ஒரு நாள் பூரா இருந்து விளக்கமா கேட்டு ரெக்கார்ட் பண்ணிட்டு வரணும்" என்று சொல்லப்பட்டது. அடுத்த நாளே கிளம்பினான். அதை முடித்துவிட்டு வந்ததும், "நேரா தினகரன் பத்திரிகை ஆபிஸுக்கு போ. நடன ஆசிரியர் கொலை, இளம் பெண் தலைமறைவு'ன்னு பத்திரிகையில வர்ற மாதிரி ஒரு பிளாட்டர் பிரின் ட் வேணும்னு கேளு. அதுக்கு ஒரு லெட்டர் கேப்பாங்க. இந்தா இதை கொடு. காசு எவ்வளவுன்னு கேளு. வேண்டாம்னு சொல்வாங்க. எப்ப கிடைக்கும்னு கேளு, தேதி சொன்னதும் பெருங்குடியில இருக்கிற அவங்க பிரஸுக்கு போயி வாங்கிட்டு வந்துரணும். இது எல்லாம் உன்னோட பொறுப்பு" என்று சொல்லப்பட்டது. சரி என்று ஆசையாக ஏற்றுக்கொண்டான்.

ஆனால், அவன் நினைத்தபடி, கதை விவாதத்திலோ, திரைக்கதை, வசனம் எழுதும் ஏரியாவிலோ சேர்க்கவில்லை. அதுகுறித்த வருத்தம் அவனுக்கு இருந்தது. 'மொத படத்துலயே அதுல விடுவாவுளா?" என்றார் சக இன்னொரு உதவி இயக்குநர். அவர் வேறொரு படத்தில் பணியாற்றி விட்டு வந்திருந்ததால் சீனியர் ஆகியிருந்தார். இன்னொரு சீனியர், நான்லாம் அசிஸ்டென்ட்டா சேரும் பாக்காத வேலை இல்ல. டீ வாங்குதுல இருந்து, சரக்குக்கு சைடிஸ் வாங்குத வரை எல்லா வேலையும் பாத்திருக்கேன்" என்றார். அப்படி எந்த கஷ்டத்தையும் அவன் படவில்லை. அந்தப்படம் முழுவதும் அதற்குத் தொடர்பான வெளி வேலைகளைத்தான் பார்க்க வேண்டியிருந்தது, அவனுக்கு.

இதற்குப் பிறகு வசந்தபாலன் உள்ளிட்ட சில இயக்குநர்களிடம் துணை, இணை இயக்குநராகப் பணியாற்றிவிட்டு, இப்போது தனியாகப் படம் பண்ணும் முயற்சியில் இருக்கிறான். ஆறேழு மாதமாக ஒவ்வொரு ஹீரோவாக அலைந்து, பிறகு தயாரிப்பாளர்களைச் சந்திக்க முயற்சித்து தொடர் தோல்விகளைச் சந்தித்தப் பின் வெறுப்பில் ஒரு நாள், பீர் குடித்துக் கொண்டிருந்தபோது தான், நண்பன் சரவணன் கேட்டான்.

"ஒங்கிட்ட ஜாதகம் இருக்கா?"

"யாரு ஜாதகம்?

"ஒனக்குள்ளதுதாம். வேற யாருக்குள்ளதெ கேக்க போறாவோ?"

"எங்கம்மாட்டதாம் கேக்கணும்"

"ஒடனே போனை போடு. நாளைக்கே கூரியர்ல அனுப்பச் சொல்லு"

“செரி, ரூமுக்கு போய் சொல்லுதேன்”

“ம்ஹூம், இப்பவே போனை போடு” என்று சொல்லிவிட்டு டாஸ்மாக் பாரில் இருந்து வெளியே அழைத்து வந்து பேசச்சொன்னான்.

பேசினான் முத்துசாமி. அனுப்புவதாகச் சொன்னார் அவன் அம்மா.

“ஜாதகம் வந்த மறுநாள் காலைல பத்து மணிக்கு அதைத் தூக்கிட்டு என் ரூமுக்கு வா. ஒரு இடத்துக்கு கூட்டிட்டுப் போறேன்” என்றான். சொன்னது போலவே, ஜாதகம் வந்த மறுநாள் அழைத்துச் சென்றான், நெற்றியில் பெரும்பட்டை அடித்திருக்கிற, அதற்கு நடுவில் அச்சு மாதிரி சந்தனமும் குங்குமமும் அப்பியிருக்கிற அந்த ஜோதிடரிடம். அவர் சேனல் ஒன்றில், காலையில் மக்களுக்கு ராசி பலன் வழங்கி நற்சேவையாற்றிக் கொண்டிருப்பவர்.

பார்த்ததுமே, “ஒங்க ஃபிரண்டா?” என்றார் அவனிடம். ஆமா என்று அறிமுகப்படுத்தி வைத்தான். ஜாதகத்தைப் புரட்டிப்பார்த்தார். உதவி இயக்குநராகப் பணியாற்றி போராடி முட்டி மோதிவிட்டு, குடும்பத்தைக் காப்பாற்ற முழு நேர ஜோதிடராகிவிட்ட கந்தனும் சிவசுப்பிரமணியமும் முத்துசாமியின் ஞாபகத்துக்கு வந்தார்கள். பிரசாத் லேப் தியேட்டரில், ஆவணப்படம் ஒன்றைப் பார்த்துவிட்டு வெளியே வந்தபோது, உதவி இயக்குநர் ஒருவரால் அவர்கள் அறிமுகப்படுத்தி வைக்கப்பட்டார்கள்.

இவரும் அவர்களைப் போல சினிமாவில் போராடி, அதிர்ஷ்டம் கைகொடுக்காததால், எதிர்காலம் கணிப்பவராக மாறிய கதை ஒன்றை வைத்திருப்பாரோ என்று நினைத்தான். நல்லவேளை அப்படி ஏதுமில்லை. ஆனால், அவருக்கு சினிமா ஆர்வம் இருந்தது. உதவி இயக்குநர்களுக்கு இலவசமாக ஜாதகம் கணித்துச் சொல்பவராக இருந்தார்.

“இன்னும் ஆறுமாசம் தசா புத்தி செரியில்ல. ஆகஸ்ட்டுக்கு பிறகு நீங்க நெனச்சது நடக்கும். இளம் ஹீரோவை இயக்கறதுக்கான வாய்ப்பு இருக்கு. அதுக்கு முன்னால நீங்க செய்ய வேண்டியது, ஒங்க கொலதெய்வத்தைக் கும்பிட்டுட்டு வந்திருங்க. அதெ மட்டும் பண்ணிட்டீங்கன்னா, ரூட் கிளியர். நீங்க நெனச்சது கண்டிப்பா நடக்கும். இந்தக் கட்டம் சரின்னா, நா சொன்னது கண்டிப்பா நடக்கும்” என்றார்.

“இதுக்கு முன்னால கொலதெய்வத்தை எப்பம் கும்புட்டீங்க?”

“போனதே இல்ல”

“போனதில்லயா? என்ன தம்பி இப்டி சொல்றீங்க? அதுதாம் முக்கியம். ஒடனே போயி கும்புட்டுட்டு வந்திருங்கெ” என்றார்.

வெளியில் வந்த முத்துசாமி, நண்பனிடம் கேட்டான், “கொலதெய்வத்தை

கும்பிட்டுட்டு வந்தா வாய்ப்புக் கிடைக்கும்னா, எல்லாரும் அப்டி பண்ணிட்டு வந்திருவாவளே?''

''ஒவ்வொரு ஜாதவத்துக்கும் ஒவ்வொன்னு இருக்கும். இவெர சாதாரணமா எடை போட்டுராத. சினிமால பல டைரக்டர்களுக்கு இவெரு தாம் 'காட்ஃபாதர்'. எங்கப்பாவுக்கு ஃபிரெண்டு. இப்ப பெரிய ஹீரோக்களை வச்சு தொடர்ந்து படம் பண்ணிட்டு இருக்காரே, அந்த டைரக்டர். அவருக்கு முதல் படமே ஹிட். இன்னும் 15 வருஷம் நீதான் பீக்ல இருக்கப் போறன்னு சொன்னதே இவருதான். நீ போய்ட்டு வந்து பாரேன், நிச்சயமா நடக்கும்'' என்று சொன்னான் சரவணன்.

ஸ்டீபன் ஸ்பீல்பெர்க், ஜேம்ஸ் கேமரூன், கிறிஸ்டோபர் நோலன், டொரண்டினோ மாதிரி ஹாலிவுட் பெரிசுகள் யாரிடம் ஜாதகம் பார்த்திருப்பார்கள்? என்ற கேள்வி தொண்டை வரை வந்து நின்றது. அதைச் சரவணனிடம் சொன்னால், அவன் நம்பிக்கையைக் கேலி செய்வதாக நினைப்பான். அக்கேள்வியைத் தொண்டைக்குள் முழுங்கினான்.

இயக்குநர் ஜனநாதனின் 'புறம்போக்கு' படத்தில் பணியாற்ற வாய்ப்புக் கிடைத்ததும் குலதெய்வக் கதையையும் ஜோதிடர் சொன்னதையும் முழுதாக மறந்து போனான் முத்துசாமி. எப்போதாவது சரவணனைப் பார்க்கும்போது, அவன்தான் ஞாபகப்படுத்திக்கொண்டே இருந்தான்.

''பாஸ" அந்த ஜோசியக்காரரை 'ஜஸ்ட் லைக் தேட்'டுனு நினைச்சுராதீங்க. அவரு சொன்னா கண்டிப்பா நடக்கும்'' என்று சொல்லிக் கொண்டே இருந்தான்.

அவனே ஒரு நாள் சொன்னான், ''பாஸ் சின்ன பட்ஜெட்ல ஒரு கதை இருந்தா சொல்லுங்க. காளி வெங்கட் மாதிரி ஒருத்தரை ஹீரோவா வச்சி பண்ணுத மாதி. நம்மட்ட ஒரு புரொட்யூசர் இருக்காரு'' என்றான்.

''அப்பம் நீங்களே பண்ணலாமே?''

''பண்ணலாம், நான் இன்னும் ரெண்டு படம் ஒர்க் பண்ணணும்னு நினைக்கேன். கான்பிடன்ஸ் வரல, அதாம்'' என்றான்.

''நல்லதுதாம். எங்கிட்ட அப்படி கதை கெடச்சா சொல்லுதேன்'' என்றான் முத்துசாமி.

11

"என்ன இப்டி, ஒருத்தரு கூட இல்லாம எல்லாரும் வெளில போயிட்டியோ?" என்று கேட்டார் இளம்செவிலி. அந்த அறைக்குள் பத்து இருபது படுக்கைகள் இருந்தன. அனைத்து படுக்கைகளிலும் நோயாளிகள் இருந்தனர். அவர்களின் அருகில் ஓர் ஆணோ, பெண்ணோ அமர்ந்தபடி பேசிக்கொண்டிருந்தார்கள். சில நோயாளிகளிடம் மட்டும் செவிலிகளில் சிலர் எதையோ பார்ப்பதும் கேட்பதுமாக இருந்தார்கள்.

இந்தச் செவிலியின் முகம் கோபமும் கோபமல்லாததுமான தொனியில் இருந்தது. அதைக் கொஞ்சம் அக்கறையாகவும் எடுத்துக் கொள்ளலாம். அவளுக்கு இருப்பதைந்து இருப்பத்தாறு வயதுக்குள் இருக்கும். சிறிய சிலுவையைக் கொண்ட மெல்லிய அவளின் செயின், கழுத்தில் இருந்து வெள்ளுடுப்புக்கு வெளியே தொங்கிக் கொண்டிருந்தது.

"டீ குடிக்கலாம்னு போனோம்" என்றார் செவநம்பி.

"சொல்லிட்டாது போயிருக்கலாம்லா?" என்ற செவிலி, கையில் அணிந்திருந்த உறையைக் கழற்றி ஓரமாக வைக்கப்பட்டிருந்த குப்பைத் தொட்டியில் போட்டபடியே, "நீங்க போனதுமே பெரிய டாக்டரு வந்துட்டாரு" என்றாள். அவள் ஏதோ அபாயமாகச் சொல்லப் போகிறாளோ என்ற பயத்தை, செவநம்பியின் முகம் காட்டியது.

பிறகு, "ஒங்கள எங்கன்னு கேட்டாரு... நானும் சுத்தி சுத்திப் பாக்கென், ஒருத்தெரயும் காங்கல. வந்ததும் என்ன வந்து பார்க்கச் சொல்லுன்னாரு" என்றாள்.

"அப்டியா, இன்னா பாக்கோம்" என்று அவசரமாகத் திரும்பிய

செவ நம்பியை அழைத்து, இன்னொரு விஷயம் என்று மெதுவானக் குரலில் சொன்னாள் செவிலி. இப்போது அவரின் பயம் அதிகரித்தது. ஆனால், செவிலி சொன்னது வேறு:

“பெரிய டாக்டரு வந்து பெட்ல இருக்க ஆச்சியை கையை புடிச்சுப் பாத்தாரு. ஆச்சி, ‘எனக்கு ஒன்னுமில்லை. நா நல்லாதாம் இருக்கேன்’னாவோ. டாக்டரு, ’அப்டியா, சரி’ன்னு சொல்லிட்டிருக்கும்போதே, இடுப்புல வச்சிருந்த சுருக்கு பையில இருந்து, ஒரு குத்து திருநீறை அள்ளி, டாக்டரு நெத்திலயே பூசிட்டாவோ. நீயும் ஒம் பொண்டாட்டி புள்ளைலும் நல்லாருப்பே, போ’ன்னு சொல்லிட்டா ஆச்சி. டாக்டரு எங்களெ பாத்துச் சிரிச்சாரு. மத்த டாக்டருவோன்னா கோவப்பட்டிருப்பாவோ. இவரு நல்ல மனுஷம்னால, சிரிச்சுட்டாரு.

‘இப்டிலாம் டாக்டருட்ட பேசக்கூடாதாச்சி’ன்னு நானும் இன்னொரு நர்சும் சொன்னோம். ஆச்சி, எங்களுக்கும் திருநாறை பூசிட்டு, ‘ஏட்டி, ஒங்களுக்கு சீக்கிரம் கல்யாணம் ஆயிரும், நல்ல புருஷம் கெடைப்பாம்’னு சொல்லிட்டா. பெரிய டாக்டரு சிரியோ சிரின்னு சிரிச்சுட்டாரு” என்றாள் வாயை மெதுவாகப் பொத்தியபடி.

ஆண்டியும் செவநம்பியும் அவர்களுடன் நின்றிருந்தவர்களும் ஒருவரை ஒருவர் பார்த்துப் புன்னகைத்துக் கொண்டார்கள். செவநம்பிக்கு பாட்டி பற்றிய அபாயகரமான செய்தி ஏதுமில்லை என்று தெரிந்ததில் மகிழ்ச்சி. “கெழவி செஞ்ச வேலைய பாத்தேளா?” என்று மூக்கில் விரல் வைத்தாள் செவநம்பி பொண்டாட்டி.

பிறகு, அவர்களை வராண்டாவுக்கு அழைத்து, அடுத்தக் கட்டிடத்தில் இருந்த ஓர் அறையை கைநீட்டி காட்டி, “அங்கதாம் இருப்பாரு பெரிய டாக்டரு, பாருங்க” என்றாள். அப்படி சொன்னதும், “வேற ஏதும் பிரச்னையில்லலா?” என்று செவிலியிடம் கேட்டார், ஆண்டி. “அதெல்லாம் ஒண்ணுமில்ல, ஆச்சி நல்லாருக்காவோ” என்று சொல்லிவிட்டு வேறு வேலையை கவனிக்கச் சென்றாள்.

“திருநாறு பூசுனதைப் பத்தி ஏதும் சொல்வாரா இருக்கும்” என்ற ஆண்டியும் செவநம்பியும் “இவளுக்கு ஏம் இந்த கூறுகெட்ட வேல?” என்று கேட்டுக்கொண்டார்கள். பெரிய டாக்டரின் அறைக்கு வெளியே நின்றார்கள். முகமது இப்ராஹிம் என்ற போர்டு வெளியே தொங்கிக் கொண்டிருந் தது. உள்ளே அவர் யாருடனோ பேசிக்கொண்டிருந்தார். பப்பாளி பழம்போல சிவப்பாக இருந்தார். மீசையில்லை. சுண்ணாம்பு அடித்தது போல வழுவழுவென சுத்தமாக இருந்தது முகம். இரண்டு கன்னங்களிலும் அதிகப்படியான சதைத் தொங்கிக் கொண்டிருந்தது. வெள்ளைக் கோட் அணிந்திருந்தார். ஸ்டெத், மேஜையில் கிடந்தது. அவர் நெற்றியில் பாட்டி பூசிய திருநீறு அப்படியே இருந்தது. அதன் வடிவம், கொஞ்சம் கோணல் மாணலாக இருந்தது.

இவர்களைப் பார்த்துவிட்ட அவர், உள்ளே அழைத்தார் சைகையால். அங்கிருந்த மற்றொரு செவிலி, இவர்கள் போனதும் ஒதுங்கி நின்று கொண்டார்.

“அந்தம்மா மகன் வந்தாச்சா?”

“இன்னா, வந்துட்டே இருக்காம். கல்றகுறிச்சிய தாண்டிட்டானாம்”

“நீங்களாம் சொந்தமா?”

“ஆமா”

“இவ்வளவு வயசுக்கு பெறவு, பட்டினிலாம் கெடக்கலாமா? என்னதாம் சாமின்னாலும் இப்டி கெடந்தா, எப்டி எனர்ஜி கெடைக்கும்? அதோட பிரஷர் வேற அதிகமாயிட்டு. அதாம் மயங்கிட்டாங்க” என்ற டாக்டர், “அந்தம்மா ஒடம்புல குழம்பு, சாம்பாரா சிந்தி இருந்ததே, ஏம்?” என்று கேட்டார்.

செவநம்பி, ஆண்டியைப் பார்த்தார். ஆண்டி, செவநம்பி பொண்டாட்டியைப் பார்த்தார்.

“அது, ஒரு கோவத்துல சாம்பரை எடுத்து எறிஞ்சுட்டாம் ஒருத்தம், அது பட்டுட்டு...”

“சண்டெ போட்டேளா?”

அமைதியாக இருந்தார்கள்.

“சண்டைலதாம் அந்தம்மா, மயங்கி விழுந்தாங்களா?”

“இல்லல்ல, சண்டலாம் இல்ல. சும்மா வாய்ப்பேச்சுதாம்.., நீங்க நினைக்க மாதிலாம் இல்ல”

“இல்லன்னா வேற பிரச்னையா?”

“இல்ல, அந்தம்மா, விரதம் இருந்ததாலதாம் மயங்குச்சு, வேற பிரச்னையில்ல”

பிறகு அவர்களை ஒரு மாதிரியாகப் பார்த்த டாக்டர், “அந்தம்மா மவன் வந்ததும் கூட்டிட்டு போங்க. பயப்படுததுக்கு ஒன்னுமில்ல. இன்னும் ஒரு ட்ரிப்ஸ் ஏத்திட்டு நாளைக்கு கூட்டி போனாலும் போங்க” என்றார்.

“பயப்படதுக்கு ஒண்ணுமில்லலா?”

“இல்ல. இருந்தாலும் வயசாயிட்டு, நல்லா கவனிச்சுக்கணும்”

“ஆச்சி, மவன் வந்ததும் என்னன்னு கேட்டுருவோம்”

“சரி, அவரு வந்ததும் என்னய பாருங்கெ”

12

கீழே உட்கார்ந்த முத்துசாமி, சாமி சிலைகளைக் கவனித்தான். சாத்தாவுக்கு அடுத்த மரத்தில் பெண் சிலை ஒன்று வைக்கப்பட்டிருந்தது. அதற்குச் சிவப்பு நிற சேலைக் கட்டப்பட்டிருந்ததால் அது பெண் சிலை என்று கருதப்பட்டது. அருகில் நான்கைந்து பிரம்புக் கம்புகள் சாய்த்து வைக்கப்பட்டிருந்தன. காவி மற்றும் மஞ்சள் நிறத்தைக் கொண்ட சேலையை அணிந்திருக்கிற அந்தத் தெய்வம் பேச்சியம்மன் என்றும் அதுதான் குலதெய்வம் என்றும் சொல்லிக் கொண்டார்கள். கொஞ்சம் தள்ளி, தளவாய் மாடசாமியும் இன்னொரு சாமிக்கான சிலையும் இருந்தது. தளவாய்க்குத்தான் அசைவம் என்று தெரிந்து கொண்டான். அந்த இன்னொரு சாமி, சுடலை என்று சொல்லப்பட்டது.

''ஏ லெச்சுமி, ஏம் உன் வீட்டுக்காரம் வல்லியா?'' என்று கேட்டார், கையில் நோட்புக் ஒன்றை வைத்துக்கொண்டு தனது பேக்கில், பேனாவைத் தேடிக் கொண்டிருந்த, நடுத்தர வயதுக்கார ஒருவர். மீசைக்கு டை அடித்திருந்தார். அது பளிச்சென தெரிந்தது. அவர் அழைத்த லட்சுமிக்கு நாற்பத்தேழு, நாற்பத்தெட்டு வயது இருக்கும். களையாக இருக்கிற அவள் கன்னங்களில், சதை அப்பியிருக்கிறது. முகத்தில், ஏதோ ஒன்று ஈர்ப்பதையும் முத்துசாமி உணர்ந்தான். அம்மா நடிகைகளில் ஒருவரின் சாயலை அவள் அவனுக்கு ஞாபகப்படுத்தினாள்.

“அவ்வோளுக்கு மேலுக்கு முடியல. வயல்லயும் சோலி கெடக்குல்லா.. அதாம் நா வந்தேன்'' என்றாள் அந்த லட்சுமி, முருங்கைக் காய்களை வெட்டிக் கொண்டே.

“பிள்ளேலு?''

“ஆமா, வந்துட்டுதாம் மறுசோலி பாப்பானுவோ.. மூத்தவன்ட்ட சாமி, சாத்தான்னு பேசவே முடியாது... சொன்னா, லூசாம்பாம்...

சின்ன பய, வெயில்ல நடக்க முடியாதுங்காம், இப்பமே... இவனுவளாம் வளர்ந்து வேலை பாத்து நமக்கு கஞ்சி, தண்ணி ஊத்துவானுவளாங்கும்?''

பேனாவை கண்டுபிடித்து எடுத்துவிட்ட அவர், மூக்குக் கண்ணாடியைத் தூக்கி விட்டபடி, "இப்ப உள்ள பயலுவொலாம் அப்டித்தாம் இருக்கானு வொ. நம்ம வீட்டுலயுந்தாம் ஒன்னு இருக்கெ.. குலதெய்வம், கோயிலுன்னா, 'வேற எதையும் பேசமாட்டிங்கியாங்காம், என்னத்த சொல்ல சொல்லுத?'

"எல்லா பக்கமும் இப்டித்தாம் இருக்குவோ, பிள்ளேலு''

"சோலி ஒங்க ஊரு ஸ்கூல்லதானா, மாத்தியாச்சா?''

"அது ரெண்டு வருஷமாச்சே. போனமட்டம் வரும்போதே சொன்னம்லா... இப்பம் செவந்தியாரம் ஸ்கூலுக்குலா போறேன்''

"அப்டியா, ஆழ்வாறிச்சுன்னு நெனச்சுட்டிருக்கேன்''

"செவந்தியாரம்னா எம் மச்சினம் மவா, அங்கதானெ வேலை பாக்கா''

"பேரு?''

"கோமு... கோமதி''

"கொஞ்சம் நெடு நெடுன்னு நெறமா இருப்பாளோ?''

"அவாதாம்''

"அது ஒங்க மச்சினம் மவளா?''

"ஆமா''

"அவா, எங்கூடதாம் வேலை பாத்தா. இப்பம் விகே புரம் ஸ்கூலுக்கு போயாச்சு. மீட்டிங் நடந்தா, மொதல்ல எப்பமாது பார்த்துக்கிடுவோம். இப்பம் தெனமும் ஒரே பஸ்சுலதான போறோம். மத்த டீச்சருவோள விட இது எங்கிட்ட ரொம்ப கொழஞ்சு பேசும் பாத்துக்கிடுங்க. அப்பமே நெனச்சேன், இது நம்ம பிள்ளையா இருக்கக் கூடாதான்னு? இப்பம்லாம் தெரியுது''

"என் மச்சினனையும் அவளையும் பாத்தா, நெசமாவே இது உங்க அப்பாதானான்னு கேட்டுருவாவோ. அவம் பாக்கதுக்கு, இந்தப் புள்ளைக்கு நேர்மாறா இருப்பாம்''

"அதுக்கென்ன செய்ய முடியும்? ஆனாலும் நம்ம பிள்ளைன்னு தெரியாம போச்சே எனக்கு? இன்னா ராத்திரியே போயி போன்ல கேக்கென், அவாட்ட'' என்று புன்னகைத்துக் கொண்டாள். அந்தச் சிரிப்புக்கு, நமக்குப் பிடித்த ஒருத்தி, நினைத்தது போலவே சொந்தக்காரி ஆகிவிட்ட சந்தோஷம்.

“அப்பா எங்க வேல பாக்காருன்னு கேட்டேன், பிசினஸ்னு சொன்னா. அம்மா சின்ன பிள்ளேலுக்கு இங்கிலீஷ் ட்யூஷன் எடுப்பாங்கன்னா. வேறெதையும் கேட்டுக்கிடல’’

“சர்தாம்... அவளுக்குத்தாம் மாப்பிள்ள பாத்துட்டு இருக்கோம். ஒங்க ஊர்ல யாராது இருந்தா சொல்லுங்க’’

“ஆளு வேற நெறமா, மூக்கும் முழியுமா இருந்தாளா? நம்மாளுவல்ல இப்படி யாரு இருக்க போறான்னு நெனச்சுட்டேன்’’

“அவா, அவ்வோ அம்ம ஜாடெ’’

“அவ்வோ அம்மைக்கு எந்த ஊரோ?’’

“வடநாடு, ராஜஸ்தானோ, அரியானாவோன்னு சொன்னா’’

“அதான பாத்தேன்?’’

“மச்சினம். மிலிட்ரில இருந்தாம். அங்க அப்படியே பழக்கமாகி கல்யாணம் பண்ணிட்டாவோ’’

“ம்ம்’’

“அவ்வோ ஐயா, பண்ணவே கூடாதுன்னு ஒத்த கால்ல நின்னாரு. நாம்தான், நீ பேசாம கூட்டிட்டு வாடே, பாத்துக்கிடலாம்னுட்டேன். பொண்ணு குடும்பத்துல யாரோ ஒருத்தரு மிலிட்ரில இருந்துருக்காரு போலுக்கு. கூட வேலை பாத்தவங்கள்லாம் பேசி கல்யாணத்தை அங்கயே நடத்தி வச்சுட்டாவோ. இங்க வந்து ரிசப்ஷனை வச்சோம்’’

லட்சுமியுடன் தேங்காயைத் திருவிக்கொண்டிருந்த பெண், “மாப்ள பாக்கோம்னு சொன்னேளே, நம்ம சொந்தக்காரப் பெயலுக்குப் பொண்ணு பாத்துட்டு இருக்காவோ, கேக்குமா?’’ என்றாள் அவரைப் பார்த்து புன்னகைத்தபடி. திரும்பிப் பார்த்த அவர், “என்ன வேல பாக்காரு, மாப்ள’’ என்று கேட்டார்.

முத்துசாமி, சாமிக்கு நடக்கும் அலங்காரங்களைப் பார்த்துக்கொண்டே, இவர்கள் பேசுவதைக் கேட்டுக்கொண்டிருந்தான். அந்த லட்சுமி, இப்போது மாங்காய்களை வெட்டத்தொடங்கி இருந்தாள்.

“மாப்ள, கரண்ட் ஆபிஸ்ல வேலை பாக்கானாம். கவருமெண்டு வேலதாம். ஒத்த பையம்தாம் பாத்துக்கிடுங்கெ’’

“எந்த ஊர்ல வேலெ?’’

“வள்ளியூருல’’

“போவும்போது பேசிக்கிடுவோம்'' என்றார் அவர். சட்டை அணியாத சின்ன பையன் ஒருவன், இரண்டு மூன்று மாங்காய்த் துண்டுகளைப் படக்கெனத் தூக்கிக் கொண்டு எழுந்தான். அவன் கையைப் பிடித்த லட்சுமி, ‘சாமி கும்புடாம, ஒரு துண்டைக் கூட திய்ங்கக்கூடாது, கொண்டா... இல்லனா சாமிக்கு கோவம்லா வந்துரும்?' என்று பிடுங்கிக் கொண்டாள். அந்த ஏமாற்றத்தைத் தாங்க முடியாத சிறுவன், கொஞ்சம் ஓடி தூரமாய்ப் போய் நின்று லட்சுமியைத் திரும்பி முறைத்துப் பார்த்தான்.

நோட்புக் பேனாவுடன் முத்துசாமியின் அருகில் வந்து உட்கார்ந்த தாடிக்காரர், “நீங்கதாம் இசக்கி தம்பியா?'' என்று கேட்டார். புன்னகைத்தபடி தலையாட்டினான்.

“என் பேரு முத்தையா. மன்னாரோயில்ல வயர்மேனா இருக்கேன்...'' என்று கையை நீட்டினார். குலுக்கினான்.

“நீங்க வந்திருக்கியோன்னு சொன்னாவோ. ஒவ்வொரு மட்டமும் யாராவது ஒரு புது சொந்தம் தேடி வந்துருதுல்லா. நம்ம சாமிதாம் இழுத்துட்டு வந்துருதாரே. அங்க, ஈராய்ங்கம் வெட்டுதாவோல்லா, அவ்வோ பேரு லெச்சுமி. இந்த கோயிலுக்கு அவ்வோ வாரதுக்கு முன்னால, ஆளு யாருன்னு தெரியாது... எங்கயாது விஷேச வீடுவொள்ல பாத்துருப்போம். பேசினது கெடயாது. ஏழெட்டு வருஷத்துக்கு முன்னால குலதெய்வம்னு அவ்வோ இங்க வந்த பெறவுலா தெரிஞ்சது, நம்ம சொந்தம்னு.,. சுத்தி வளைச்சுப் பார்த்தா, ரொம்ப நெருங்குனவ்வோளா ஆயிட்டாவோ. டீச்சரா இருக்காவோ...''

“ம்ம்..''

“நீங்களும் நமக்கு ரொம்ப வேண்டியவோதாம்''

‘ஆமாமா''

“லாரில வந்தேளோ?''

“ஆமா.. நீங்க?''

“பைக்ல வந்துட்டேன். கொஞ்சம் முள்ளு கிள்ளுமாதாம் கெடக்கும். நேக்கா வந்துர வேண்டியதாம்''

“நீங்க வருஷா வருஷம் வந்திருவேளோ?''

“நா சின்னப்பிள்ளைல இருந்தே வாரம்லா.. முன்னால ஊர்ல இருந்தே நடந்து வருவோம்... எங்கம்மா கொஞ்ச தூரம், அப்பா கொஞ்ச தூரம்னு தூக்கிட்டு வருவாவோ என்னைய.. அப்பம்லாம் இங்க கொய்யா, பலா, மாமரம்னு நெறய நிய்க்கும் பாத்துக்கிடுங்க... ஒன்னொன் னையும் திய்ங்கதுக்காவவெ வருவோம். இப்பம் பலா மரம் காய்க்கவே மாட்டேங்கு. மாமரம் இப்பதாம் பூத்திருக்கு. கொய்யா, ஒவ்வொன்னும் ஒரு தேய்ங்கா மாதிலா இருக்கும். தின்னம்னா,

அவ்வளவு ருசி. அந்த மரம்லாம் எங்க போச்சுன்னே தெரில'' என்றார் முத்தையா.

முத்தையாவைத் தேடிவந்த விசில் மணியும் ஆண்டியும், ''சரி இந்தாடெ இதெ புடி'' என்று ஆளாளுக்கு முந்நூறு ரூபாயை நீட்டினார்கள். ''பொறு, பொறு...'' என்ற முத்தையா, அந்த நோட்டில், சாஸ்தா துணை என்று எழுதி, ஒரு கோடு போட்டார். கீழே, பிள்ளையார் சுழி. அதற்குக் கீழே, முதல் பெயராக ஆண்டியையும் அடுத்து விசில் மணியையும் எழுதி, அவர்கள் பெயருக்கு வலப்பக்கத்தில் ரூ.300 என்று குறித்துக் கொண்டார்.

அதைக் கண்ட முத்துசாமி, தானும் மூன்று நூறு ரூபாய்களை நீட்டினான். வாங்கிக்கொண்ட அவர் குறித்துக்கொண்டார். பிறகு சமையல் வேலை மற்றும் சாமிக்கான வேலைகளைச் செய்துகொண்டிருந்தவர்கள், ஒவ்வொருவராக வந்து தங்களுக்கான ரூபாயை கொடுத்தார்கள்.

இது, இந்தச் செலவுக்கான வரி. முதலில் செவநம்பி சொந்தக் காசில் எல்லாவற்றையும் வாங்கி வந்துவிடுவார். பிறகு இங்குப் பிரித்ததைக் கணக்குப்பார்த்துக் கொடுப்பார்கள். அதிகமாக இருந்தாலும் குறைவாக இருந்தாலும் அவருக்குத்தான். அதிகமாக இருந்தால், கோயிலுக்கானப் பொருள் எதையாவது வாங்கிக்கொள்வார் அவர்.

மொத்தமாக எல்லோரும் முத்தையா அருகில் வந்ததை அடுத்து முத்துசாமி எழுந்து டிராக்டரின் அருகில் சென்று நின்றான். அதன் அருகில், எதிரில் இருந்த சிறுசிறு செடிகள் மற்றும் தரையைத் தொட்டபடி கிடந்த மரக்கிளைகளில், துணிகள் காய வைக்கப்பட்டிருந்தன. விதவிதமான நிறங்களில் துண்டு துண்டாகச் சிதறிய வானவில்லைப் போல அவைக் கிடந்தன.

அந்த மரகதத்தின் மகள், புது சுடிதாரில் இப்போது தனது நீண்ட தலைமுடியை காயவைத்துக் கொண்டிருந்தாள். அந்தக் கூந்தல் முடியில் இருந்து வடியும் நீர்பட்டு, அவள் முதுகுபுறம் ஒரு பகுதியாக நனைந்திருந்தது. முத்துசாமியைக் கண்டதும் அவள் புன்னகைத்தாள். முன்பைவிட அவளிடம் இப்போது அதிக ஈர்ப்பு இருப்பது தெரிந்தது.

முத்துசாமி அவளிடம் பேசலாம் என்று நினைத்தான். அருகில் யாரும் இல்லை என்றாலும் ஏதோ ஒன்று தடுத்தது. எப்படி ஆரம்பிப்பது என்றும் தோன்றியது. நடு காட்டுக்குள் இப்படியொரு பெண்ணுடன் தனியாகப் பேசிக் கொண்டிருப்பது எவ்வளவு அலாதியானது என்பதை மனம் கற்பனை செய்துகொண்டது. இதே அலாதி அவளுக்கும் இருக்குமென நினைத்தான். ஆனால் தனிமை இல்லை. இங்கு அதிகமானவர்கள் இருக்கிறார்கள். அவர்கள் வேறு வேலையில் இருந்தாலும் இவளிடம், பேசத் தொடங்கினால், அவர்களின் கவனம் இங்கு திரும்பக் கூடும். ஒரு மாதிரியாகப் பார்ப்பார்கள். 'மூதி அலையுதத பாரு' என்று நினைக்கலாம்.

யோசித்துக்கொண்டே இருந்தான். இவன் தலைக்கு மேலே மரத்தில்

நான்கைந்து குருவிகள் அருகருகே பறந்துகொண்டிருந்தன. அதன் சத்தம் இனிமையாக இருந்தது. முத்துசாமி அந்தப் பறவைகளைப் பார்த்தான். அவை அடுத்தடுத்த மரங்களுக்குப் பறந்துகொண்டே இருந்தன.

முத்துசாமி, கண்களைத் தரைக்கு இறக்கியபோது தலையைத் துவட்டிக் கொண்டிருந்த அவளைக் காணவில்லை. "ஏட்டி அழகு, இங்க வா" என்று அவள் அம்மா அழைத்ததைப் பார்த்தான். அவள் பெயரைத் தெரிந்து கொண்டான். அவள் பெயர் அழகம்மாளாக இருக்கும். இந்தப் பெயர் நாகர்கோவில் சுற்றுவட்டாரத்தில் அதிகமாகப் புழங்கும் பெயர் என்பதை அறிந்திருந்தான்.

அவள் இப்போது, அம்மாவுடன் சமையல் வேலைகள் நடக்கும் இடத்துக்குச் சென்றிருந்தாள். இன்னும் நேரமிருக்கிறது, பேசிவிடலாம் என்று நினைத்துக்கொண்டான் முத்துசாமி. வந்திருப்பவர்கள் எல்லோரும் ஏதாவது ஒரு வேலையை இழுத்துப்போட்டுச் செய்து கொண்டிருக்கும் போது, தான் மட்டும் இப்படி அங்கும் இங்கும் பொறுப்பின்றி அலைவது சரிதானா? என்று தன்னைத் தானே கேட்டுக்கொண்டான்.

வரியை வாங்கி முடித்ததும் அந்த ரூபாய் நோட்டுகளை எண்ணிக் கொண்டிருந்தார் சுப்பையா. இவர் நின்று கொண்டிருந்ததற்கு மேல்பக்கம் ஆடு, கறித் துண்டுகளாகிக் கொதித்துக் கொண்டிருந்தது. அதன் வாசனை காடெங்கும் பறந்துகொண்டிருந்தன. அசைவ சாப்பாடு. கீழ்பக்கம் சைவம் தயாராகிக் கொண்டிருந்தது.

அசைவ சாப்பாடு என்பதைத் சோறு, கறிக்குழம்பு என தனித்தனியாகச் சமைத்து, பிறகு கூட்டாஞ்சோறு போல ஒன்றாகச் சேர்த்துக் கிண்டிக் கொண்டிருந்தார்கள். ஊருக்குள் என்றால் மொத்த தெரு நாய்களும் இந்த வாசனைக்குக் குப்பென கூடி, "இந்த வீட்டுல கறிக்குழம்பு வச்சிருக்காவோ'' என்பதை வாலை ஆட்டிக்கொண்டே, சமைக்கும் வீட்டை சத்தம் போடாமல் காட்டிக்கொடுத்திருக்கும்.

இந்தக் காட்டுக்குள் வாசனை முகர்ந்து எந்த விலங்கு வரும் என்று தெரிய வில்லை. அப்படி ஏதும் வந்த மாதிரியும் தெரியவில்லை. அவற்றுக்கு இதை விட வேறு சுவையான உணவுகள் கிடைத்திருக்கலாம்.

மணி ஒன்றரை. வெயில் அதிகம் என்றாலும் புழுக்கம் தெரியவில்லை. ஊமை குளிர். சுற்றிச் சுற்றி நிழல், ஒரு போர்வையை போல அடர்ந்து படர்ந்து விரிந்து கிடந்தன. ஆங்காங்கே சிற்சில வெட்டைகளில் வெளிச்சம் விதவிதமான வடிவங்களில் விழுந்து சிதறிக் கொண்டிருந்தன. நல்ல வெயிலில் இந்த இதமான குளிர் அவனைத் தூக்கத்துக்கு இழுத்தது. அப்படியே படுத்தால் நன்றாகத் தூங்கலாம்.

13

கல்யாணம் ஒன்றுக்காக ஊருக்குப் போக வேண்டியிருந்தது, முத்து சாமிக்கு. அதென்ன, கல்யாணம் ஒன்று?. முன்னாள் காதலியின் திருமணம் என்பதைச் சொல்ல அவனுக்கு ஒரு மாதிரியாக இருந்தது. மனதைப் புரிந்தோம், மனதைக் கொடுத்தோம் என்பதைத் தாண்டி, பிராக்டிக்கல் வேறுவிதமான நியாயங்களை, கவுரவங்களை, அலங்காரங்களை, பதில் சொல்ல முடியாத கேள்விகளை, அவர்கள் முன் அடுக்கி வைத்தது. இருவரும் ஒரே சாதி என்கிற செம்புலப் பெயர் நீர் காதலுக்கு, முதல் தடையாக இருந்தது பொருளாதாரம்.

வேலைவெட்டி ஏதுமில்லாத, வருங்கால திரைப்பட இயக்குநருக்குப் பெண் கொடுக்க அவள் வீட்டில் தயாராகவில்லை. இதற்காக இருவரும் ஒரு நாள் முழுவதும் தூர தூர நின்று, பின்னர் நெருங்கி நின்று, கண்ணீர் விட்டு, சோகம் சுமந்து ஒரு மனதாகப் பிரிந்தார்கள். அது இவ்வளவு எளிமையானதல்ல என்பதை மனது அறிந்தது. அதையும் மீறி, இனி ஒருவரையொருவர் பார்க்கக் கூடாது, பேசக்கூடாது என்று எழுத்துப் பூர்வமற்ற ஒப்பந்தம் ஒன்றையும் போட்டுக்கொண்டார்கள்.

அவ்வப்போது அந்தப் பெருந்தீ காதல், தலையை விரித்துபோட்டபடி, கைகளை வீசி, புழுதி பறக்க நெஞ்சில் ஆடும் ஆட்டங்களில் அவன் தவியாய் தவித்திருக்கிறான். அதன் வேகத்தில் தானும் ஆடி, விழுந்து எழுந்து ரணகளமாகி இருக்கிறான். அப்படியான காலங்களில் சொல்பேச்சு கேட்காத மனம் மேற்படி ஒப்பந்தம் மீறத் தூண்டியிருக்கிறது. கைபேசி எடுத்து, போனில் அழிந்து மனதில் பாடமாகியிருக்கும் எண்ணை அழுத்தவும் செய்திருக்கிறது. ஆனால், ஏதோ ஒரு கோடு, அவனை மீறாமல் தடுத்திருக்கிறது.

இப்போது அவ்வொப்பந்தம் மீறியது அவள்தான். யாரோ, அதிகம் அறிமுகமில்லாத ஒருத்தியைப் போல, “நான் யசோதா பேசுதேன்” என்றதும் அவன் திடுக்கிட்டுப் போனான். அதே குரல், பல முறை நெருங்கி நின்று கேட்ட, மனதை நிலைகுலைய வைக்கிற அதே இனிமையான குரல். அவள் குரலின் இந்தக் காந்தம் பற்றி அவளிடமே நிறைய பேசியிருக்கிறான். அவள் ஒரே வார்த்தையில் அதைக் குப்புறத் தட்டி விட்டாள். ‘இது சும்மா காதல் பித்து’ என்றாள். இருக்கலாம். இப்போது இடையில் கேட்காமல் விட்ட, மறந்து போகாத அதே குரல். நிறைய பேசவும் நிறைய கேட்கவும் ஆவல் இருந்தது. கட்டுப்படுத்திக் கொண்டான். விரிந்து விரிந்து உயரே உயரே செல்ல நினைக்கும் றெக்கைகளை இறுக்கி அமுக்கி அடக்கிக்கொண்டான்.

“எப்டிருக்கீங்க?”

“இருக்கென்”

ஏதோ எழுதி ஒப்பிப்பதைப் போல மளமளவென சொன்னாள் அவள்.

“எனக்கு மேரேஜ் பிக்ஸ் ஆகியிருக்கு. உங்கம்மாட்ட சொன்னேன். ஒங்ககிட்டயும் சொல்லணும்னு தோணுச்சு. கண்டிப்பா வரணும். இன்விடேஷன் அனுப்பிருக்கேன்”

“மாப்பிள்ளெ யாரு?” என்று கேட்க நினைத்தவன் அப்படியே விட்டான். யாராக இருந்தால்தான் என்ன? அவளும் அதற்கு மேல் கேட்கவில்லை. “சரி” என்று அவன் சொன்னதும் அவன் பேசுவான் என்று அவளும் அவள் பேசுவாள் என்று இவனும் சிறிது நேரம் இடைவெளிவிட்டு அமைதி காத்தனர். பிறகு சிறிது நேரத்துக்குப் பிறகு, “வச்சிரவா?” என்றாள். அவன் சரி என்றான் மனசே இல்லாமல்.

சொன்னபடி அவள் திருமணத்துக்கு அம்மாவுடன் போயிருந்தான். மனம் முழுவதும் சூனியத்தை சுமந்துகொண்டு நிற்பதுபோல உணர்ந்தான். இந்த ஊரும் உலகமும் உறவும் அனைத்தும் தன்னைக் கைவிட்டு, கைதட்டி சிரிப்பது போல அவனுக்குத் தோன்றியது.

“அவம் திய்ங்க சோத்துக்கே மாசா மாசம் அம்மைட்ட துட்டு வேங்கணும். ஒன்னைய கெட்டிக்கிட்டாம்னா, எங்ஙனருந்து சோறு போடுவாம்? இல்ல தெரியாமதாம் கேக்கென், சொல்லென்?” என்று அவர் தந்தை அம்மாவின் முன் நின்று யசோதாவிடம் கேட்டபோது, அவனுக்குக் கோபம் வந்தது. அது ஆத்திரம். இயலாமையின் ஆத்திரம். அப்போது அவள் அவன் முகத்தைப் பார்த்துவிட்டுத் தலை கவிழ்ந்தபோது, அவனால், எந்த உறுதியையும் சொல்ல முடியவில்லை. கோபம் மட்டும் அதிகரித்துக் கொண்டே சென்று கொண்டிருந்தது. மனதுக்குள், அவள் தந்தையின் கன்னத்தில் மாறி மாறி அடித்தான். “ஒரு நா என் லட்சியத்தை முடிச்சுட்டு வந்து உன்னை பாப்பேன். அன்னைக்கு இவனை தப்பா நினைச்சுட்டோமோன்னு நீ வருந்துத மாதி வந்து

நிப்பேன். நீ சாவதுக்குள்ள அது நடக்கும்'' என்று மனதுக்குள் தேவையில்லாத சபதம் ஒன்றை அப்போது நிறைவேற்றியது ஞாபகம் வந்தது.

இனி நினைக்கவே கூடாத, நினைக்கவே கூடாது என்று முடிவு செய்திருந்த அந்தப் பெரும் வலி சம்பவம், லட்சங்களைக் கடந்த காட்சியாக இப்போது மீண்டும் ஓடி அவனுக்கு எரிச்சலைத் தந்தது.

பாபநாசம் கோயிலுக்குள் வியர்க்க விறுவிறுக்க நடந்தது, அவள் திருமணம். கோயிலுக்கு வெளியே டாணா செல்லும் சாலையில் மண்டபம். அவன் கோயிலுக்குள் வரவில்லை. தாலிகட்டும்போது கோயிலுக்கு வெளியே நின்று அந்தக் கெட்டிமேளத்தைக் கேட்டுக்கொண்டிருந்தான். இது அவள் விருப்பமின்றி நடக்கும் திருமணம். ஒவ்வொரு கெட்டி மேளத்துக்குப் பின்னும் ஒரு வாழ்க்கை வீழ்வதும் எழுதுவமான சோகங்கள் தொடர்ந்து நடந்துகொண்டே இருக்கின்றன என்று அவனுக்குத் தோன்றியது. அம்மா, அழைத்தும் உள்ளே செல்ல மறுத்து விட்டான்.

தாலிகட்டி முடிந்து மண்டபத்துக்குச் சென்றபோது, ஓரமாக இருந்த சேர் ஒன்றில் யாருக்கும் முகம் தெரியாதபடி, யாரோ ஒருவனை போல் அமர்ந்து கொண்டான். அவள் மேடையில் அமர்ந்தபடி, அவனைத் தேடினாள். பின் பார்த்துவிட்டாள். வைத்தக்கண்ணை எடுக்காமல் பார்த்தாள். இனி, அந்தப் பார்வை எதைச் சொல்லப் போகிறது? என்று நினைத்துக்கொண்ட அவனால் அதற்கு மேல் முடியவில்லை. அம்மாவிடம், "நீ மொய் செஞ்சுட்டு பஸ் ஸ்டாண்டுக்கு வந்திரு, அங்க நா நிய்க்கேன்'' என்று சொல்லிவிட்டு நடந்தான். கல்யாணச் சாப்பாடும் வேண்டாம் என்று சொல்லி விட்டான். அவன் எழுந்து போவதை அவள் மணக்கோலத்தில் இருந்து பார்த்தாள்.

"கல்யாண வீட்டுக்கு வந்துட்டு சோறுதிய்ங்காம போற பய நீயாதாம்ல இருப்பெ?'' என்றாள் அம்மா.

"நீ சாப்டுட்டு வாரியாழா, நா இங்ஙனயே நிய்க்கென்'' என்றான்.

"அந்தப் பிள்ளை ஒன்னயதாம், எக்கி எக்கி பார்த்துட்டே இருந்துது, நீ மூஞ்சில அடிச்ச மாதி வெளிய வந்துட்டெ?''

"பெறவு வெளிய வராம? அங்க ஒக்காந்து ரசிச்சுட்டு இருக்கவா முடியும்?'' என்று எரிந்து விழுந்தவன், "அவா அப்பக்காரம் பேசுனது, இங்கரு, இந்த காதுகிட்டயே நின்னு ரம்பம் மாதி அறுத்துட்டு இருக்கு. அவம் மூஞ்சையும் பாத்துட்டு அங்க ஒக்காரணுமாங்கும். அவா ஆசைப்பட்டதுக்காவ கடைசியா வந்து மூஞ்சை காட்டியாச்சு. இனும அவம் வீட்டு தெசை பக்கம் எவம் போவப்போறாம்?'' என்று சொல்லிவிட்டு அமைதியானான். பிறகு பேசவில்லை. பஸ் வர நீண்ட நேரம் ஆனது.

இந்தக் கல்யாணத்துக்காக ஊருக்குப் போனபோதுதான், அம்மா கேட்டாள். "சினிமா சினிமான்னு வயசுதானல ஏறிட்டு போது. இதுக்குத்தாம் அதுலாம்

நமக்கு சரிபட்டுவராதுன்னேம்" என்றாள்

"வாய்ப்பு கெடச்சிரும்" என்றான்.

"எப்பம் கேட்டாலும் இதையேதாம் சொல்லுத. ஒரு மட்டம் நம்ம கொலதெய்வ கோயிலுக்கு போயிட்டு வாரியால?"

அவன் அவள் முகத்தைப் பார்த்துவிட்டுத் திருப்பிக்கொண்டான்.

"ஒனக்கு கோயிலு கொளம் ஆவாது. என் ஆசைக்காது கொல தெய்வத்தைப் பாத்து, கும்பிட்டுட்டு வாயென், எதாது நல்லது நடக்கும்"

"இதையேதாம் ஜோசியக்காரம் ஒருத்தனும் சொன்னாம். ஒங்க ரெண்டு பேருக்குமே வேலயில்ல"

"ஜோசியக்காரன பாத்தியா?"

"பிரெண்டு ஒருத்தன், அவனுக்கு வேண்டியவர்னு கூட்டிட்டு போனாம்"

"வேற என்ன சொன்னாம்?"

"அந்த கோயிலுக்கு போயிட்டு வந்தா நினைச்ச காரியம் நடக்கும்னான்"

"செரி, அவனுக்காவ இல்லனாலும் எனக்காவவாது போயிட்டு வாலெ, என் நம்பிக்கைக்கு போயிட்டு வா. பெத்த தாயி நீ கெட்டுப்போவ வழி சொல்லமாட்டா"

முத்துசாமி, அவளைப் பார்த்தாள். அவள் கெஞ்சினாள். அந்த நேரத்தில் இருந்து தப்பிக்க, "சரி, போறேன், ஒனக்காவ போறேன்' என்றான்.

"அந்த கோயிலு எங்கருக்கு?"

"அது காட்டுக்குள்ளலா இருக்கு"

"எப்பம் போணும்?"

"நீ நெனச்சதும் போயிட்டு வாரதுக்கு இது மத்த சாமியோ மாதி கெடயாது. காட்டுக்குள்ளயாங்கும் இருக்கு. ஒத்த செத்தைல வந்தோம் போனோம்னுலாம் போமுடியாது. எல்லாரு கூடயும் சேர்ந்துதாம் போமுடியும்" என்றாள்.

"எல்லாரு கூடயுமா?"

"ஆமா. பங்குனி உத்ரத்துக்குத்தாம் போவாவா. ஒங்க எசக்கியண்ணன்ட்ட கேளு. அவம் சொல்லுவாம்" என்றாள் அம்மா. பெரியப்பா மகனான இசக்கி அண்ணனும் அதையே சொன்னான். பிறகு பலமுறை திட்டம் போட்டு இப்போது சாத்தாவையும் குலதெய்வத்தையும் கும்பிட வந்திருக்கிறான் முத்துசாமி, அம்மாவின் ஆசைக்காக.

14

எண்ணெய் பூசி, பூக்கள் சுமந்திருக்கிற, அலங்கரிக்கப்பட்டத் தெய்வங்கள் ஆக்ரோஷமாகப் பார்த்துக் கொண்டிருந்தன. அந்தச் சாமிகளின் முன் விரிக்கப்பட்டிருந்த வாழை இலைகளில் தேங்காய்கள், பழங்கள், வெற்றிலை, பாக்கு என சம்பிரதாய பூஜைப் பொருட்கள் வைக்கப்பட்டன. அதோடு மற்றொரு இலையில் பொங்கிய சோறு படைப்பாக ஆவி பறக்கக் கொட்டப்பட்டிருந்தது. அதில் இருந்து எழும் சாம்பார் வாசனை அந்த இடத்தில் குப்பென படர்ந்தது.

தூரத்தில் சுடலைக்கு குவார்ட்டர் பாட்டில்கள் இரண்டு வைக்கப்பட்டு, அங்கும் இலையில் பூஜைப் பொருட்கள் வைக்கப்பட்டிருந்தன. அதில், முழுவதும் வெந்து முகத்தில் வாசனை அப்புகிற கறிச்சோறு படைக்கப் பட்டிருந்தது.

இப்போது ஒருவர், கையில் இருந்த சிறு மணி ஒன்றை ஆட்ட ஆரம்பித்தார். ஆண்களும் பெண்களும் சாமிகளின் முன் பயபக்தியுடன் நின்றார்கள். பூஜை நடந்தது. தீபாராதனைக் காட்டியதும் செவநம்பிக்கு அருள் வந்தது. அவர் நின்றபடியே, உடலை அங்கும் இங்கும் ஆட்டினார். அவர் முகம் வலியில் துடிப் பதைப் போல இருந்தது. கண்களை இறுக மூடி, உதட்டை மேலும் கீழும் இழுத்தார். கால்கள் ஆடத் தொடங்கின. அருகில் நின்ற அவர் மனைவியும் மகனும் அவரைப் பிடித்துக் கொண்டனர். இன்னும் சிலர், அவர் விழுந்துவிடக் கூடாது என்பதற்காக, அருகில் நின்று கொண்டனர்.

சாமிக்குப் பூஜை செய்தவர், திருநீறு வைக்கப்பட்டிருக்கும் டப்பாவை நீட்டினார். அதில் இருந்து கொஞ்சம் அள்ளி, மேல்

நோக்கி காற்றில் வீசியவர், தனது நெற்றியில் பூசிக்கொண்டார். பிறகு அவர் மகனுக்கும் மனைவிக்கும் பூசினார். இன்னும் சிலர் அவர் அருகில் போய் நின்றனர். அவர்கள் அவர் குடும்பத்தினர். ஒவ்வொருவருக்கும் பூசிவிட்டார்.

இப்போது பூஜை செய்தவர், அம்மன் பூடத்தின் அருகே சென்றார். மணி அடிக்கப்பட்டது. பூஜை ஆரம்பிக்கப்பட்டதும் நடக்கவே முடியாமல் டிராக்டரில் வந்த, முன் பல் நீண்டிருந்த பாட்டி, சாமியின் அருகில் இருந்த பிரம்பை எடுத்து ஆவேசமாக ஆடத் தொடங்கினாள். அவள், குலதெய்வம். தனது ஆச்சியை ஞாபகப்படுத்திய தோற்றம் அவளுக்கு. அவள், இவள் சாயலில்தான் இருப்பாள். ஆனால், அவளுக்கு அந்த வயதிலும் தலைமுடி நரைக்காமல் கருகருவென இருந்தது.

அதை ஊர்க்காரிகள், “இந்தக் கெழவிக்கு மட்டும் எப்டி, இப்டி?” என்று ஆச்சரியமாகப் பேசுவார்கள். அவள் காதில் விழுந்துவிட்டால், “ஏட்டி இங்க வாங்க, அந்த ரகசியத்தெ சொல்லுதென்?” என்று அழைத்து கெட்ட வார்த்தையில் ஏதோ சொல்வாள் பெரியாச்சி. அல்லது என் காதில் விழுந்துவிடாத ஆபாசக் கதை ஒன்றைச் சொல்வாள். அந்தப் பெண்கள் வாயைப் பொத்திக்கொண்டு, “கெழவிக்கு கொழுப்பப் பாரேன்” என்று வெட்கப்பட்டுக் கொண்டே ஓடுவார்கள். அவள் சொன்ன ஆபாசத்தை உண்மை என்று நம்பிய சில சடங்கானப் பிள்ளைகள் மற்றவர்களிடம் சொல்லி, அது பிரச்சினையான கதையும் உண்டு.

குலதெய்வத்தை முத்துசாமி கும்பிட்டான். எல்லோரும் அவள் காலில் விழுந்து திருநீறு வாங்கினார்கள்.

அவள், சிலரை மட்டும் இழுத்துப் பிடித்து, கண்ணை மூடி பார்த்தபடி, ‘எங்கிட்ட சொல்லிட்டல்லா, போ, நா பாத்துக்கிடுதென்’ என்றாள். அவள் என்ன சொன்னாள் என்பது தெரியவில்லை. ஒரு வேளை மனதுக்குள் நினைத்ததை சாமி சொல்கிறதோ என்னவோ?

முத்துசாமி தானும் அவள் காலில் விழுந்து வணக்கிவிட்டு எழுந்து நின்றான். அவள் அவனுக்குத் திருநீறு பூசிவிட்டு, சட்டையைப் பிடித்துக் கொண்டாள். ‘இப்பதாம் ஒனக்கு கண்ணு தெரிஞ்சிதா?’ என்று அதட்டினாள். அவன் என்ன சொல்வது என்று தெரியாமல் நின்றான். ‘‘ஆனா, நா ஒன்னைய அப்டியே விட்டிருவம்னு நெனச்சியோ? கொண்டாந்துட்டேன் பாத்தியா? அடுத்த வருஷம் நீ இங்க வரும் போது, நினைச்சது முடிஞ்சிருக்கும்’’ என்று சொல்லிவிட்டு, அந்தப் பிரம்பால், அவன் தலையைத் தொட்டாள். அவனுக்கு உடல் சிலிர்த்தது.

அவன் இதற்கு முன், அந்தப் பாட்டியைப் பார்த்ததில்லை. வணங்கி விட்டு நகன்றான். நினைச்சது முடிஞ்சிருக்கும் என்று சொன்னதில் அவனுக்கு அதிக மகிழ்ச்சி. தான் சிவகார்த்திகேயனிடம் கதை சொல்ல முயன்றுக் கொண்டிருப்பது, கதையை கேட்டுவிட்டு அவரே அந்தப் படத்தைத் தயாரிக்க முன் வருவது என்கிற அவன் கனவு கொஞ்சம் அதிகமாகவே சென்றது. பாட்டி

சொன்ன வாக்கு பலிக்கிறதோ, இல்லையோ ஆனால், தனது நம்பிக்கையை அது அதிகரிக்கிறது என நினைத்துக் கொண்டான். குலதெய்வத்தை மனதுக்குள் இன்னுமொரு முறை வேண்டிக்கொண்டான். எல்லோரும் திருநீறு வாங்கிய பிறகு, பாட்டி, ஆக்ரோஷமாக மீண்டும் சாமியாடினாள்.

“எங்கிட்ட யாரோ என்னமோ கேக்கணும்னு நெனய்க்காவுளே.. அவ்வோ, என் முன்னால வந்து நிய்க்கணும்'' என்றாள் பாட்டி.

மற்றவர்கள் ஒதுங்கிக்கொள்ள, அந்த லட்சுமி டீச்சரும் முத்தையாவும் அடுத்து அந்த நாகர்கோவில் மரகதமும் வயதான பெண் ஒருவரும் அவள் முன் நின்றார்கள். பாட்டிக் கண்ணை மூடியிருந்தாள். அப்படியே பிரம்பால், மரகதத்தின் தலையைத் தொட்டு விட்டு, “கல்யாண வெஷயம் நீ நெனச்ச மாதி வடக்கு தெசையில நடக்கும்'' என்று சொல்லியபடி திருநீறு அள்ளிக் கொடுத்தாள். அவள் வேறொன்றும் பேசவில்லை. நகன்றுவிட்டாள்.

அடுத்து லட்சுமியின் தலையில் பிரம்பை வைத்தப்பாட்டி, கொஞ்சம் சத்தமாகக் கத்தினாள். அமைதியான காட்டைக் கிழித்துக்கொண்டு அந்தச் சத்தம் மின்னலெனப் பறந்தது. “நீ என்ன நெனச்சுட்டு இருக்கெ?'' என்கிற அதட்டலில் அங்கு நின்றிருந்தவர்கள் அமைதியானார்கள்.

“ஏம், சாமி இப்படி அவயம் போடுது? எதும் குத்தம் கொறைன்னு தெரிலயே?'' என்று ஒரு பெண், அருகில் நின்றவளிடம் சொல்லிக் கொண்டிருந்தாள்.

“சாமிக்கு என்ன கொற வச்சிருக்கு? எல்லாத்தையுந்தாம் கேக்காமயே செஞ் சிருக்கமெ?'' என்றாள் இன்னொருத்தி.

பிறகு, ஏய் என்று அதட்டிய குலதெய்வம், “ஓங்க இஷ்டத்துக்கு அங்க வா, இங்க வான்னா, நா வந்துரணுமா? குட்டியோதாம் தாயை தேடி வரணும். பெத்தவோள கண்டமேனிக்கு அலைய விடவா வந்தியோ? நா எங்கயும் வரமாட்டேன், ஆமா' என்று கத்தினாள்.

கூடியிருந்தவர்கள் உற்றுப் பார்த்தார்கள். அனைவருக்கும் இது எதற்கான கத்தல் என்பது புரிந்துவிட்டது. இரண்டு மூன்று வருடமாகவே இதுபற்றி பேச்சு நடந்துகொண்டுதான் இருக்கிறது. சிலர், காட்டுக்குள் இதற்கு மேல் சாமி கீழே இறங்கக் கூடாது என்றும் சிலர் காட்டை விட்டு வெளியே வர வேண்டும் என்றும் சொல்லிக்கொண்டிருக்கிறார்கள். அததற்கான காரணங்கள் அவர்களிடம் இருக்கிறது. பிறகு, அதை சாமியே முடிவு செய்யட்டும் என்று இன்று கேட்க நினைத்திருந்தார்கள். அதைத்தான் குலதெய்வம் கேட்கிறது என்பதைப் புரிந்து கொண்டார்கள்.

குலதெய்வம் இன்னும் கண்ணைத் திறக்கவில்லை. அது சிலையைப் பார்த்தபடி, பிரம்பை மேலும் கீழுமாக லேசாக ஆட்டிக் கொண்டே நின்றது. கூடவே மெதுவான ஆட்டத்தையும் காணமுடிந்தது.

“ஏற்கனவே சொந்த இடத்தை விட்டுவிட்டுப் பாதி மலை கடந்து எறங்கிருக்கேன். இன்னுமா என்னிய எறங்க சொல்லுத? ஒங்க வீட்டுக்கு பொறாசல்ல வந்து இருக்க சொல்லுதியோ?'' என்று இன்னும் கேட்டது குலதெய்வம், ஆவேசமாக. அவள் கண்களில் ஆக்ரோஷம் தெரிந்தது.

புரிந்துகொண்ட சிலர், “ஆமா. இப்டி நடுகாட்டுக்குள்ள வந்து சாமி ஒக்காந்துட்டுன்னா, சின்னப்பிள்ளேல வச்சுட்டு நாங்க எப்டி பார்க்க வார? சிறுத்தெ, யானைன்னு ஒவ்வொன்னா காட்டுல இருந்து எறங்கிட்டு இருக்கு. முந்தா நாளு சிறுத்தை, வயக்காட்டுல நின்னவனை கடிச்சு கொதறிட்டுப் போயிருக்கு. நாங்க பயந்துட்டேல்லா ஒவ்வொரு மட்டமும் சாமிய பாக்க வாரோம்?'' என்றனர்.

“இவ்வளவு வருஷமா அப்டித்தான வாரியோ... ஏதும் ஒங்களெ வழி மறிச்சிச்சா? வேறெதுவும் தொந்தரவு பண்ணிருக்கா? என் எடத்துக்கு வாரதுக்கு யாரும் எதுவும் பண்ண மாட்டாவோ, நானாச்சு ஒங்களுக்கு... நா இருக்கும்போது எதுக்கு அந்தப் பயம்லாம்? என்னால இதுக்கு மேலயும் கீழே எறங்க முடியாது'' என்றாள், குலதெய்வப் பாட்டி.

“அப்டிலாம் சொல்லக்கூடாது. கருணைக் காட்டணும். இன்னும் கொஞ்ச தூரமாது எறங்கணும்... வயசாலியோ நடக்க முடியாம நொம்பளப் படுதாவோ.. அந்த கீழணைகிட்ட வந்தாலாது பரவால்லாம இருக்கும்'' என்றாள் லட்சுமி.

கண்ணை மூடிக்கொண்ட பாட்டி, ம்ம் என்று முனங்கிக் கொண்டிருந்தாள். கையில் வைத்திருந்த பிரம்பை நெஞ்சோடு சேர்த்து வைத்தபடி, லேசாக மேலும் கீழுமாகக் குதித்தாள். பிறகு அதை வைத்து தன் தலையிலேயே அடித்துக்கொண்டாள்.

“முன்ன போல இல்ல.. பாரஸ்ட்காரவட்ட பர்மிஷனு கேட்க முடியல. சமைஞ்ச பிள்ளேலு காட்டுக்குள்ள வரதுக்குப் பயப்படுதுவோ. பச்சைபுள்ளேல, இடுப்புல வச்சுக்கிட்டு, நடந்து வாரதுக்கு பொம்பளைலுக்கு கஷ்டமா இருக்கு. கல்யாணம், காச்சின்னா, மொத பத்திரிகையை, சாமிக்குத்தாம் வைக்கணும். இப்பம் கூட்டத்தோட வந்திருதோம் செரி. ஒத்த செத்தயில பத்திரிகை வைக்க இந்த காட்டுக்குள்ள வர முடியுதா? எவ்வளவு வழி கெடக்கு? போனமட்டம் கிரகபிரவேசத்துக்குப் பத்திரிகை வைக்க வந்த மாடசாமியெ கரடியோ வெரட்டியிருக்கு. அதனால சாமி கொஞ்சம் மனசு வெய்க்கணும்''

சிலர் சொன்னார்கள். பாட்டி கண்ணை மூடி பல்லைக் கடித்தவாறு கிழக்கும் மேற்குமாக உடலை ஆட்டிக்கொண்டாள்.

“சின்னையன் மவா கல்யாணத்துக்கு மொத பத்திரிகைய வச்சு கும்பிட வந்தன்னைக்கு காட்டுள்ள வார வழியிலயே, யானை நடமாட்டம் இருந்திருக்கு. பெறவு உள்ள வரமுடியுமா? பாரஸ்ட்காரம் இப்பலாம் போவவே

கூடாதுன்னுட்டாம்... இதலாம் எங்க போயி சொல்ல? அதனால சாமி எங்க பேச்சையும் கேக்கணும், ஆமா" கறாராகச் சொன்னாள், ஒருத்தி.

"எத்தனெ மட்டம் அதயே கேக்கியோ? நா இதுக்கும் கீழ எறங்கமாட்டேன். இனும ஏன்ட்ட அதப் பத்தி பேசாண்டாம்" என்று அவயம்போட்டுச் சொல்லிவிட்டு தலையை அங்கும் இங்குமாக அசைத்தாள்.

பச்சைமுத்து, "எங்களெ காப்பாத்ததானெ நீங்க இருக்கியோ? ஒங்களை விட்டா எங்களுக்கும் யாரு இருக்கா? நல்லது பண்ணுவியோன்னுதாம் தேடி தேடி கும்பிட வாராவோ. இப்பம்லாம் காலம் முன்ன மாதி இல்லெ. அதனால, சாமி எங்க மேலயும் எரக்கம் காட்டணும். எங்களுக்கும் வேற வழி தெரிலலா" என்றார்.

குலதெய்வப் பாட்டி பிரம்பால் தன்னைத்தானே சில முறை மீண்டும் அடித்துக் கொண்டாள். அது அதிக வலி இல்லாத அடிதான். ஒவ்வொரு முறை அடிக்கும்போது நறநறவென பற்களைக் கடித்துக் கொண்டாள். அவள் மீது பரிதாபம் ஏற்பட்டது.

"சொந்த ஊரு, சொந்த வீடு, சொந்த மண்ணு அருமை பெருமை தெரியுமா ஒங்களுக்கு? வாழ்ந்த நிலத்தை, மண்ணை விட்டுட்டு இன்னொரு எடத்துல போய் ஒக்கார்தது எவ்வளவு கஷ்டம் தெரியுமா? அது பெத்த தாயெ தவிக்க விட்டுட்டு வாழுத மாதி. நெஞ்சுல ஆணிய வச்சு அறைஞ்ச மாதி, அந்த வேதனைய அனுவிச்சாதாம் தெரியும். என்னால முடில. இன்னும் மேல, காட்டுல நா வாழ்ந்த இடம் எங்கண்ணுக்குள்ளேயே கெடக்கு. எத்தனெ வருஷமானாலும் அது போவாது. அதெ எங்கண்ணுல இருந்து அழிக்க முடியாது. காலங்காலமா நா உருண்டு பொரண்டிருக்க காடு இது. டப்புன்னு தூக்கி, இன்னொரு எடத்துல புடுங்கி நடதுக்கு நா ஒண்ணும் ஒங்க வீட்டு பொறாச எருக்கலயில்ல, புரிஞ்சுட்டேளா? என்னய கூப்டாதியோ. நா என் எடத்தை விட்டு இம்மி கூட நவுரமாட்டேன்"

குலதெய்வப் பாட்டி ஆவேசமாகப் பேசிவிட்டு அமைதியானாள். தன் சக்திக்கு மீறி வந்த சத்தம் அடங்கி இப்போது அவளுக்கு மூச்சு வாங்கியது. நெஞ்சு ஏறி இறங்கியது அப்படியே தெரிந்தது.

லட்சுமி டீச்சர், குலதெய்வத்தின் விலகிய சேலையைச் சரிசெய்து விட்டு "நீங்க சொல்லுதது சர்தாம். எங்க நெலமையவும் சொல்லியாச்சு. இவ்ளவு தூரம் எறங்கி வந்த சாமி, இன்னும் செத்த கீழறெங்கி வந்தா ஒண்ணும் ஆயிராது. நீங்கதாம் கருணை காட்டணும். எங்களுக்காவ இல்லனாலும் எங்க பிள்ளேலுக்காவாது மனசு வெய்க்கணும்" என்றாள்.

"இவ்ளவு சொல்லியும் சொன்னதையே சொல்லிட்டு இருக்கேளே... எம் மனசு ஒங்களுக்கு புரியாதா?" என்ற குலதெய்வம், கண்ணை மூடிக்கொண்டு பூடத்தின் முன் அப்படியே உட்கார்ந்தது. பிறகு முடியை விரித்துபோட்டபடி,

தலையை அங்கும் இங்கும் ஆட்டியது. சிறிது நேரம் கண்ணீர் விட்டு அழுதது. எல்லோரும் குலதெய்வத்தின் கண்ணீரை ஆச்சரியமாகப் பார்த்தார்கள். பெரிய மனுஷிகள் மூக்கு மேல் விரல் வைத்துக்கொண்டார்கள். முத்துசாமி அதை அதிசயம் போலவே பார்த்தான். அவனுக்கு இது புதிதாக தெரிந்தது. சாமியை மலையில் இருந்து கீழே இறக்கும் போராட்டம். அது மனுஷனுக்கும் சாமிக்குமான போராட்டமாகவே தெரிந்தது.

பிறகு என்ன நினைத்ததோ, "ஏய், என்னய போட்டு ஏம் இந்தாபாடு படுத்துதியோ? கொலயா கொல்லுதேளே இப்டி.." என்று சொல்லிவிட்டு சாமியின் முன் நின்று கண்ணை மூடினாள். அவளாகவே தலையை அங்கும் இங்கும் ஆட்டிக்கொண்டாள். சாமியுடன் பேசுவாளோ, என்னவோ? சாமியே சாமியிடம் பேசுமா என்ன?

இப்போது பாட்டி, பிரம்பை காற்றில் வாள் சண்டைப் போடுவது போல அங்கும் இங்கும் வீசினாள். அந்தச் சத்தம் சர் சர் என எழுந்து அடங்கியது.

"எல்லாரும் நல்லா கேட்டுக்கிடுங்க..." என்று சொல்லிவிட்டு, "எண்ணி பதினாறாம் நாத்து, இதே இடத்துக்கு வாங்கெ, எம் முடிவெ சொல்லுதம், அது கட்டையோ, நெட்டையோ, என்னய அதுக்கு மேல தொல்ல பண்ணக் கூடாது. அதுவெர பொறுத்துக்கிடுங்க" என்று சொல்லிவிட்டு கண்ணைத் திறந்தாள் குல தெய்வப்பாட்டி. இப்போது அவள் முன் நின்று சிலர் திருநீறு பூசிக் கொண்டார்கள்.

எல்லோரும், "சாமி என்ன இப்டி சொல்லிட்டு?" என்று பேசிக் கொண்டனர். "பெறவு இதாது சொல்லிச்சே. ஒரு விடிவு வந்தா சர்தாம்" என்று பேசிக்கொண்டார்கள்.

பூஜை செய்தவர் அடுத்தப் பூடத்துக்குப் போனார். அங்கு அசைவப் படைப்பு. சிலர் அங்கு போகாமல் நின்றுகொண்டனர். பூடத்தின் முன்னே, இரண்டு வாழை இலைகளை ஒன்றாக விரித்து சாமிக்குப் படைப்பு வைக்கப்பட்டன. கறியின் வாசனைக் குப்பென்றுத் தூக்கியது.

லட்சுமி டீச்சர், முத்தையா அருகில் வந்தார். விசில் மணி, ஆண்டி, புனமாலையும் அவர்களருகே வந்தனர்.

"ஏம், கீழ எறங்காது சாமி? எல்லாம் நம்ம வச்சுக்கிடுததுதாம்" என்றான் விசில் மணி. சாமிக்கு கட்டளையிடுகிற, அல்லது சாமியையே மிரட்டுகிற தொனி அவன் பேச்சில் தெரிந்தது.

"பாதி காட்டுக்கு வந்த சாமி, இன்னும் செத்த எறங்கி வரவேண்டிய தானெ?" என்றார் முத்தையா.

"வெளியூருக்கு பொழய்க்கப் போறவோ, பிடிமண்ணை கொண்டு போயி,

போற இடத்துல பூடம் விட்டு, சாமி கும்பிடலயா?'' என்றார் டீச்சர்.

"அது வேற, இது வேறல்லா, அதெயும் இதெயும் ஒண்ணு சேக்கக் கூடாது'' என்றார் ஆண்டி.

"ஏம்?''

"இது குல தெய்வம்லா. கூட சாத்தாவும்லா இருக்காரு. குலதெய்வம்னா, அது இருக்க எடம் தேடிதாம் போணும்'' என்றார் ஆண்டி.

"அப்டிலாம் ஒரு மண்ணுமில்லெ.. சாமில என்ன வித்யாசம்? எல்லாம் நம்ம கும்புடுததுதானெ?''

"அப்டின்னா, நீ வீட்ல இருந்தெ கும்ட்டிருக்கலாம்லா, இங்கெதுக்கு இவ்வளவு கஷ்டப்பட்டு வந்தெ?''

"உங்களலாம் பாக்கலாம்னுதாம்...''

"சும்மா சோத்துக்கு உப்பில்லன்னு பேசக்கூடாது, பாத்துக்கெ''

"செரி விடு, ஆடி பதினெட்டுல சாமி என்ன சொல்லுதுன்னு பாப்போம். இடையில ஒரு மாசம்தான கெடக்கு. பெறவு முடிவெடுப்போம் என்னன்னு, கேட்டேளா?'' என்றார் முத்தையா.

"அப்பவும் வரமாட்டேன்னுதாம் சாமி சொல்லும்" என்று ஆணித் தரமாகச் சொன்னார் ஆண்டி. லட்சுமி டீச்சர் உட்பட அவர்கள் ஆச்சரியமாகப் பார்த்தார்கள்.

"எப்டி இப்டி வெட்டு ஒன்னு துண்டு ரெண்டுன்னு சொல்லுதேளோ?''

"வெவரம் இருக்குல்லா. கொலதெய்வம் இருக்க எடத்தை தேடி நாம போணுங்கதுதான் மொற. அந்த வழக்கத்த மாத்துதது நல்லாயில்ல. அதுமட்டுமில்லா, சும்மா, வா வான்னா வந்துருமா?'' என்று சொல்லி விட்டு அங்கிருந்து நகர்ந்தார் ஆண்டி. சிறிது நேரத்தில் கூடி இருந்தவர்கள் விலகினார்கள். டீச்சருக்கு மனசு கேட்கவில்லை. "நாமளே, சாமி முன்னால பூப்போட்டு பாத்தா என்னா?'' என்று கேட்டார் முத்தையாவிடம்.

"சாமி, அப்டி சொன்ன பெறவு இதெ பண்ணுதது நல்லாவா இருக்கும்?''

"சாமி சொல்லிட்டுதாம் இருக்கும். போட்டுத்தாம் பாத்துருமே'' என்ற டீச்சர் அதில் உறுதியாக இருந்தாள். அரைமனதாகச் சம்மதித்தார் முத்தையா. டீச்சரே, வெள்ளை நிற மல்லிப்பூவையும் சிவப்புநிற ரோஜா இதழ் ஒன்றையும் தனித்தனியாக ஒரு பேப்பரில் பொட்டலம் போல சுருட்டி, குலதெய்வத்தின் முன்னால் மற்றவர்களுக்குத் தெரியாமல் போட்டாள். வெள்ளை வந்தால் சாமிக்கு கீழே வர சம்மதம் என்று முடிவு

செய்துகொண்டார்கள். சாமிக்கு அருகில் நின்றிருந்தவர்கள் அவர்கள் வேலையைப் பார்த்துக் கொண்டிருந்தார்கள்.

மாங்கொட்டையைச் சப்பிக்கொண்டிருந்த சிறுமியை மெதுவாக அழைத்து அதில் ஒன்றை எடுக்கச் சொன்னாள் டீச்சர். சிறுமி கொடுத்ததைப் பிரித்துப் பார்த்தார்கள். சிவப்புநிறப் பூ. பிறகு அவர்கள் யாரும் பேசிக் கொள்ளவில்லை. ஒருவர் முகத்தை ஒருவர் பார்த்துக்கொண்டு உதட்டைச் சுழித்துக்கொண்டார்கள். இந்த விஷயம் ஏதும் செவநம்பிக்குத் தெரியாது. தெரிந்தால், தன்னை மீறி இப்படியொரு காரியத்தை செய்ததற்காகக் கோபப்படலாம்.

15

குலதெய்வத்தின் மகன் ராசாமணி வந்ததும் செவநம்பியும் ஆண்டியும் ஆச்சியைப் பார்க்கக் கூட்டிப் போனார்கள். முத்தையா, டீச்சர், விசில் மணி, முத்துசாமி ஆகியோரும் அவருடன் சென்றார்கள். ராசாமணிக்கு முன் தலையில் முடியில்லை. அதுவே அவருக்கு அழகாக இருந்தது. வயிறு நன்றாக வளர்ந்திருந்தது. ஒரு கையைக் கீழே இறக்கி இறக்கி நடந்தார். மீசையைத் திருக்கிவிட்டிருந்தார்.

கருக்கலாகி இருந்தது. அதற்கான ஆயத்தம் தெரிந்தது. பறவைகள் வரிசையாக மேற்கு நோக்கி வளைந்து நெளிந்து சென்று கொண்டிருந்தன. அந்த றெக்கைகளின் சத்தம் ஒரு சங்கீதம் போல கேட்டது. மருத்துவமனையைச் சுற்றி அதற்குள் லைட் போட்டு விட்டார்கள்.

ராசாமணி, முத்துசாமியை யாரோ என்பது போல பார்த்தார். பிறகு செவநம்பியால் அறிமுகப்படுத்தப்பட்டார். சம்பிரதாயமாகப் புன்னகைத்துக் கொண்டார்கள். படுக்கையில் இருந்த குலதெய்வத்தைப் பார்த்தார் ராசாமணி.

அதிலிருந்து வெடுக்கென எழுந்து உட்கார்ந்துகொண்ட குலதெய்வம், “ஏல, வந்துட்டியா? எனக்கு ஒண்ணுமில்ல, வா போமா?” என்றாள் மகனைப் பார்த்ததும். ராசாமணி அவளைப் பார்த்தார். பிறகு “செத்த நேரம் இரு, டாக்டர்ட்ட கேட்டுட்டு வாரென்” என்று சொல்லிவிட்டுப் போனார்.

பெரிய டாக்டர், அறையில் இல்லை. அவருக்காக சிறிது நேரம் காக்க வேண்டியதாகிவிட்டது. வந்ததும் அவர், ஒன்றும் சொல்லவில்லை. “வயசாச்சுன்னா, நம்மதாம் ஒழுங்கா கவனிச்சுக்கிடணும். இவ்வளவு வயசுக்கு பெறவுலாம் வெரதம்

இருக்கச் சொல்லாதீங்க. வீட்டுக்கு கூட்டிட்டுப் போங்க. நல்லா ரெஸ்ட் எடுக்கட்டும்'' என்றார்.

கூடவே அந்தச் செவிலி நான்கைந்து மாத்திரைகள் அடங்கிய உறையை கொடுத்தாள். பிறகு, "பாட்டி நல்லா சாப்பிடுங்க" என்றாள் அவளிடம். பின், "ஒனக்கு நல்ல புருஷம் கிடைப்பான்' என்று அவள் சொன்ன வார்த்தைகளை நினைத்துப் புன்னகைத்துக் கொண்டாள்.

"வண்டிலயா கூட்டிட்டுப் போற?'' ஆண்டி கேட்டார்.

"ஆமா. அதுலாம் ஒக்காந்துக்கிடுவா'' என்ற ராசாமணி, "ஒக்காந்திருவியா, ஆட்டோவுல ஏத்தவா?'' என்று கேட்டார்.

"அதெல்லாம் ஒண்ணும் வேண்டாம். நா ஓம் பின்னால ஒக்காந்துக்கிடுவேன்'' என்றாள் குலதெய்வப் பாட்டி.

இப்போது அவளிடம் புதுத்தெம்பு தெரிந்தது. பைக்கில் ஏறிக் கொண்டதும், "மெதுவா போ ராசாமணி'' என்றார் செவநம்பி. அவன் வண்டியை எடுத்ததும், செவநம்பி பொண்டாட்டிதான் ஆரம்பித்தாள்.

"பேதில போவா, உயிரெ எடுத்துட்டாளெ...''

"ஒனக்கு மட்டுமா, எல்லாருக்கும்தாம். எனக்குலாம் திக்குனு ஆயிப் போச்சி'' என்ற பச்சைமுத்து முகத்தைத் திருப்பித் துப்பிக்கொண்டார்.

"நடுக்காட்டுக்குள்ள ஒண்ணுக்கெடக்க ஒண்ணுன்னா, என்ன சொல்ல முடியும்?''

"யாரும் எதும் சொல்ல முடியாது''

"என்னதாம் சாமின்னாலும் இப்டியா கெடப்பா, இந்த வயசுல? என்ன வெரதம் வேண்டி கெடக்கு, இவளுக்கு? சின்னப் பிள்ளயா அவா?''

"இல்ல, சாமிதாம் வெரதம் இருக்கச் சொன்னாரா?''

"சரி, அதெ போட்டு ஏம் பேசிக்கிட்டு... நல்லபடியா பிரச்னை முடிஞ்சுட்டுலா'' என்றார் முத்தையா. அவர் டீச்சரின் அருகிலேயே தான் நின்றார்.

''பிரச்னை முடிஞ்சுட்டு, இப்பம் வேற மாதி ஏதும் ஆயிருந்துச்சுன்னா?''

"பாரஸ்ட்காரன்ல இருந்து எல்லாரும்லா கேள்வி கேப்பாம்''

"அதாது பரால்ல. அடுத்த பங்குனி உத்தரத்துக்கு உள்ள விடுவானா?''

"காட்டுக்குள் சாமியாடிக்கொண்டிருந்த பெண் திடீர் மரணம்'னு பேப்பர்ல வேற போடுவாம்''

“அது சாமி குத்தமா, கொலையா?ன்னு செலபேர் கேப்பாம்”

“செரி, செரி ரொம்ப கற்பனை பண்ணாண்டாம்... அவெள அவ்வோ வீட்டுல இனும பாத்துக்கிடுவாவோ...”

அந்தக் கடையில் எல்லோருக்கும் மீண்டும் டீ சொல்லப்பட்டது. ஏண்ணே தூளை மாத்திப் போடு” என்றார் செவநம்பி. சரி என்று தலையாட்டிய டீ கடைக்காரர் பாய்லரில் இருந்த டீ பையில், ஏற்கெனவே இருந்த டீதூளின் மேல், இரண்டு ஸ்பூன் அதிகமாகத் தேயிலையைப் போட்டுக்கொண்டார். இப்போது விசில் மணி ஒரு புது பிரச்னையை கிளப்பினார்.

“செரி, எனக்கு ஒரு டவுட்டு பாத்துக்கிடுங்க”

“என்ன டவுட்டுடெ ஓனக்கு இப்பம்?”

“இவெளுக்கு வயசாயிபோச்சே. நாளைக்கே அவளுக்கு ஏதும் ஆயிட்டுன்னா, அடுத்தால கொலதெய்வத்துக்கு யாரு ஆடுவா?”

“ஓனக்கு அதுக்குள்ள இந்த கவலெ வந்துட்டோ? அப்பம் ஒம் பொண்டாட்டிய ஆடச் சொல்லிருவோன்டெ” என்றார் ஆண்டி.

“நீ வேற எடக்குப் பண்ணிட்டு இருக்காதெ, நெசமாதாம் கேக்கேன்” என்றான் அவன்.

“யாருக்கு அருளு வருதோ, அவ்வோ ஆடுவாவோ... அதுக்கு இப்பமெ ஏம் நொம்பளப் படுதெ?”

“தெரிஞ்சுக்கிடணும்லா, அதாம்...”

“அததுக்கு நேரம் வரும்போது எல்லாம் தன்னாலலா நடக்கும்”

“தன்னால எப்டி நடக்கும்?”

“ஓங்கய்யா, ஒன்னையும் ஓங்கம்மையையும் திராட்டுல விட்ட மாதி விட்டுட்டு ஒரு நா பொட்டுன்னு போயிட்டாரு. அந்தானி, நீங்க அருமாண்டா போனியோ? இவ்ளவு தூரம் வந்து நிய்க்கல்லா, எப்டி?”

ஒன்றும் பேசவில்லை விசில் மணி.

“அப்டிதாம் எல்லாம், என்ன நடக்கணுமோ, அது தன்னால நடக்கும், கேட்டியா?” என்றார் ஆண்டி.

16

மணி, இரண்டரை விட்டது. சிலருக்குப் பசி. சாப்பாட்டுக்கான ஏற்பாடுகள் செய்யப்பட்டுக் கொண்டிருந்தன. இங்கே சமையல் நடந்துகொண்டிருக்க, ஓடையில் கொஞ்சம் தூரமாக நின்ற வேங்கை மரத்தின் அருகே சென்றார்கள் மாசானம், விசில் மணி, பேச்சிமுத்து, சுப்பையா, முருகன் ஆகியோருடன் முன்பல் இல்லாத இன்னும் ஒருவரும். முத்துசாமியும் அவர்களுடன் சென்றான். தேக்கிலையில் சுருட்டி நன்றாக வெந்த ஆட்டுக்கறித் துண்டுகளைக் கொண்டு வந்திருந்தார் விசில்.

மரங்களடர்ந்த இடத்தில் தரையை மீறி வளைந்து நெளிந்து சதுரவடிவாகச் சென்ற பிரம்மாண்ட வாகை மரத்தின் வேர்களுக்குள் அவர்கள் அமர்ந்துகொண்டார்கள். அந்தச் சதுர இடத்தில் அடர்த்தியாக நிழல்கள் படர்ந்திருந்தன. கையருகில் தொங்கிய கிளையில் சட்டையைக் கழற்றிப் போட்டான் முத்துசாமி. அவனைப் பார்த்து மாசானமும் சட்டையைக் கழற்றி அதில் போட்டுக் கொண்டார்.

குவார்ட்டர் பாட்டில்களில் இருந்த சரக்குகள், பிளாஸ்டிக் கிளாஸ்களில் பகிர்ந்து ஊற்றப்பட்டன. புதிதாக வந்திருந்தவரும் இரண்டு பாட்டில்களைக் கொண்டு வந்திருந்தார்.

“கோயிலுக்கு போறமே, இந்தச் சனியனெ எதுக்கு வாங்கிட்டு போணும்னு நெனச்சேன். இங்க என்னடான்னா, எல்லாரும் அதெதாம் வச்சிருக்கியோ” என்று சொல்லிவிட்டுச் சத்தமாகச் சிரித்தார். இன்னும் அதிகமாகச் சிரித்தால், அவருக்கு இருமல் வரும்போல இருந்தது.

“வீட்டுல சும்மாருந்தா கூட இந்த ஞாவம் வரமாட்டேங்கு, இந்த மாதி எங்கயாது கெளம்புனா, அதுதாம் மொதல்ல யாவம் வந்துத் தொலைக்கு, பாத்துக்கிடுங்க” என்றார், மாசானம்.

“அப்பம் நீங்கலாம் குடிக்கு சிக்கிட்டியோன்னுதாம் அர்த்தம்” என்ற முத்துசாமி, ஒவ்வொருவரின் முகத்தையும் பார்த்தான். தினமும் குடியே கதி என்றிருப்பவர்களுக்கு வருகிற முகமாற்றத்தை அவர்களின் முகமும் கொண்டிருந்தது. கண்களுக்கு கீழே பை மாதிரி தொங்கி இருக்கிற சதை, விசில் மணிக்கும் மாசானத்துக்கும் இருந்தது. அந்த முன் பல் விழுந்த புதியவரின் கண்ணும் அப்படித்தான் இருந்தது. அது சரியாகத் தூக்கம் வராததால் ஏற்படுகிற வீக்கப்பை.

“ச்சே ச்சே... எனக்குலாம் நல்லா தூக்கம் வரும்” என்ற மாசானத்திடம், “குடிச்சுட்டு வர்றதுக்கு பேரு தூக்கமே இல்லை, அது மயக்கம்தான்” என்றான்.

“ம்ஹூம். அந்தளவுக்குலாம் போவல. நமக்கு வேணும்னா வேணும், வேண்டாம்னா வேண்டாம், அவ்வளவுதாம்” என்றார்.

“அப்டிதாம் சொல்லுவியோ. கோயிலு வரை கொண்டு வர தோனிட்டுன்னா, அதுக்கு அர்த்தம் ‘அடிக்ட்’டுதாம்”

“அப்டில்லலா. இன்னைக்கு கல்யாணம், காதுகுத்து வீடுன்னாலும் சுடுகாட்டுக்குப் போனாலும் இது வழக்கமாயிட்டுல்லா. அதெ போலதாம் கோயிலுக்கும் கொண்டாரோம்”

“அப்பம் நா சொன்னது சர்தாம்” என்ற முத்துசாமி, தேவையில்லாமல் பேசுகிறோமோ என்று நினைத்தான். அதும் பழகிய முதல் நாளிலேயே அவர்களுக்குப் புத்திசொல்லும் அளவுக்குப் போயிருக்கக் கூடாது என்று அவன் சினிமா மூளை எச்சரித்ததால், “அண்ணாச்சோ... நான் ஒங்களன்னு சொல்லல. பொதுவா சொன்னேன்” என்று நழுவினான்.

புதிதாக வந்திருந்த அந்த முன்பல் இல்லாதவரும் முருகனும் அந்தப் பாட்டிலைக் குடித்தார்கள். யாருக்கும் பொறுமையில்லை. ஒரே மடக்கில், சர்பத் குடிப்பதைப் போல குப்பென்று இழுத்து, தலையை அங்கும் இங்குமாக ஆட்டி, கசப்பை விழுங்கியதைப் போல முகத்தை வைத்துக் கொண்டு, கறித்துண்டை எடுத்து வாயில் போட்டார்கள். மாசானம் கறியில் இருந்த கிரேவியை எடுத்து நக்கிக் கொண்டார்.

முத்துசாமியும் எப்போதாவது சினிமா பார்ட்டிகளில் குடித்திருக்கிறான். அது இப்படி இல்லை. அது விலையுயர்ந்த மதுவகைகள். வெளிநாட்டு மது. கண்ணாடி கிளாஸில் ஒரு பெக் விஸ்கி, தண்ணீருக்குப் பதில் ஐஸ் துண்டுகள். அவை கரைந்து தண்ணீராகும் வரைக் காத்திருந்து, மெதுமெதுவாக ரசித்து, ஒரு பெக்கை ஒன்றரை மணி நேரமாக வைத்து குடித்து, அதிக போதையில்லாமல், லேசாக லம்பியபடி நடந்து அறைக்குச் சென்றிருக்கிறான். அது ஓசியில்

கிடைக்கும் மது, காசு கொடுத்து அந்த வகை மது குடிக்க அவனால் இயலாது. அப்போது அவனுக்கு ஒரு கர்வம் இருக்கும். அப்படி குடிக்கின்ற இரவுகளில் அறையில் மல்லாந்து படுத்திருக்கிற நாட்களில், அவன் மனதின் முன் வந்து ஓர் உருவம் அவனிடம் சொல்லிக்கொண்டே இருக்கும்.

“நீயும் ஒரு நாளு இப்படியொரு பார்ட்டி வெய்ப்ப. அது உன் படம் ஹிட்டான மூன்றாவது நாள். அதே பச்சை பூங்கா ஓட்டல்ல, ஒன்னைய யார்லாம் இப்பம் கூப்டாங்களோ, அவங்கள கூட்டிட்டு வந்து வெய்ப்ப. அந்த நாளு வரும்..” என்று முகத்தில், நரைத்தபெரும் மயிர்களை கொண்ட ஒருவர், அருள்வாக்குச் சொல்வது போல அடிக்கடி சொல்லிப் போவார். இப்போது அனாவசியமாக அது ஞாபகத்துக்கு வந்து போனது. ஆனால், அந்தக் குடி இப்படியானதல்ல.

“ஏம் இப்படி ஒரே இழுவையா இழுக்கியோ.. மெதுவா குடிக்கலாம் லா?”

“மெதுவா குடிச்சு என்னெக்குப் போவ?”

“டாஸ்மாக்ல, தெரிஞ்ச பய வாரதுக்கு முன்னால அங்கருந்து நவுண்ட்ரணும்னு, ஒரே மடக்குல குடிச்சு பழவியாச்சு” என்றார் விசில்.

“தெரிஞ்சவம் வந்தா என்ன செய்வாம்..?”

“ஊரெல்லாம் போயி சொல்லுவாம்.. அதாது பரவாயில்லெ. அங்க வந்து நின்னுகிட்டு, எனக்கொரு கோட்டரு சொல்லும்பாம் பாரு. ஏற்கனவே உள்ள வெஷம் எறங்கிருக்கா, பொட்டுன்னு கோவம் வரும். வந்தா வாயி சும்மா இருக்குமா? எதெயாவது சொல்லுவோம். பதிலுக்கு அவனும் பேசுவாம். ஏழரைய இழுத்தாச்சா? முட்டி மோதிட்டு, வீட்டுல போயி அரிவா, கத்திய தூக்குவோம். பிறகு இது எங்க போயி முடியும்? எற்கெனவே மூணு கேஸ் இருக்கு”

சிரித்துக் கொண்டார்கள். ஐந்தாறு நிமிடத்துக்குள்ளாகவே எல்லோரும் கொள்ளைப் போகிற வேகத்தில் பாட்டில்களை காலி பண்ணி இருந்தார்கள். லாரியில் வரும்போது சொன்னது போல, குடித்து முடித்த வெற்றுப்பாட்டில்களை, கொண்டு வந்திருந் தத் துணிப்பையில் போட்டுக் கொண்டார். அவருக்கு உடல் முழுவதும் வியர்த்திருந்தது. நெற்றியில் பட்டை போல் இழுக்கப்பட்டிருந்த திருநீறு வியர்வையில் நனைந்து அழிந்திருந்தது.

விசில் மணி, குடித்து முடித்துவிட்டு, காறிக் காறித் துப்பினார். ‘ச்சே என்னா கசப்பு?’ என்று சொல்லிக்கொண்டார். ஆட்டு ஈரல் துண்டுகளைப் பார்த்து எடுத்து மென்றுவிட்டு, கைவிரலை நக்கிக்கொண்டார்.

“முந்தா நாளு என்னடே சண்டை, ஒங்க தெருவுல?” என்று பேச்சி முத்துவிடம் கேட்டார் மாசானம்.

“அதெல்லாம் இங்கெ ஒக்காந்து பேசுத வெஷயமா?” என்ற விசில் மணியின்

எதிரில், மரம் ஒன்றில் சாய்ந்திருந்த முத்துசாமி, அப்படியே திரும்பி அந்த மரத்தைப் பார்த்தான். பிறகு, அதன் ஒரு பட்டையை விரலால் பறித்து முகர்ந்து பார்த்தபடி, "இது லவங்கபட்டை மரம் மாதிலா இருக்கு'' என்றான்.

"அந்த மரம்தாம் அது... அதுல என்ன சந்தேகம்?'' என்றார் மாசானம்.

''மணத்தைப் பாத்தேளா?'' என்று கேட்ட முத்துசாமி, பட்டையை கைகளால் பிய்க்க முயன்றான். தென்னிக்கொண்டிருந்த இடத்தில் கையால் இழுத்தும் வரவில்லை.

"இப்படி இழுத்தா வருமா அது?''

"பெறவு? சுத்தியலை வச்சுலா தட்டணும். அப்பதாம் அதெ பிய்க்க முடியும்?''

''அப்டியா?'' என்ற முத்துசாமி, இன்னொரு முறை அதை முகர்ந்து பார்த்தான். "இந்த மரம், நம்மூருக்கு வந்ததுக்கும் ஒரு கதை இருக்கு?'' என்றான்.

"காட்டுக்குள்ள எல்லா மரமும் இருக்கும், அப்டிலா இதும் வளருது'' என்றார் விசில் மணி.

"அது சரிதாம், ஆனா இத வெளிநாட்டுல இருந்துலா கொண்டாந்தாவோ''

"வெளிநாட்டுல இருந்தா?''

"வெள்ளைக்காரனுவொ, மெட்ராஸை பிடிச்சதும், தூத்துக்குடியை டச்சுக்காரனுவொ வளைச்சானுவொ. அவனுவொ இலங்கைல இருந்து கப்பல்ல வந்து இங்க கால வச்சதுமே, ஊரு பிடிச்சுப்போச்சு. அப்பம் வந்த டச்சு அதிகாரி ஒருத்தம் லவங்கப் பட்டை விதையளை கொண்டாந்திருக்காம் ஆசையா. அவனுக்கு அந்த பட்டை மேல அவ்வளவு ஆசை போலுக்கு. வந்தவம், குத்தாலம், பாபநாசம், களக்காடு பகுதியள்ல கண்டமேனிக்கு வெதச்சுட்டாம். பெறகு இந்த காடுவோ பூரா பரவிட்டு. அப்படி வந்ததுதாம் இந்த மரம்''

"பரால்லயெ, இந்த வெவரம்லாம் தெரிஞ்சிருக்கெ''

"சினிமால இருக்கவரு தெரியாம்யா இருப்பாரு'' என்றார் மாசானம்.

''இது நம்ம காட்டுக்குள்ள தானா மொளச்சு வந்திருக்கும்னுலா நெனச்சென்''

"நம்ம காடா? ஒங்க மாமனாரால எழுதி கொடுத்தாரு, ஒனக்கு?''

"நம்ம சாமி இருக்க காடு, நம்ம காடுதாம், என்னடே, சரிதானெ?''

"நம்ம காடுதாம். ரெண்டு மரத்து குச்சியெ வெட்டிட்டு கீழ ஏறங்கிறேன், பாப்போம்''

“பாரஸ்ட்காரம் கவுட்டைல கம்பை வுட்டுருவாம்”

“தெரிதுல்லா, பெறவு நம்ம காடுங்கெ?”

“இந்த மலை, யாருக்குள்ளதுன்னு நெனக்கியொ?'' என்று கேட்ட முத்துசாமி, கால்களைத் தண்ணீரில் நனைத்துவிட்டு வந்தான்.

“இதுயென்ன, வயக்காடா, வெலைக்கு வித்து வாங்கதுக்கு? கவரு மெண்டுக்குள்ளதுதாம்'

“இப்பம் பாரஸ்ட்காரங்கிட்ட இருக்கு''

“வனத்தொற கவருமெண்டுதான?''

“கவருமெண்டுதாம்... ஒரு காலத்துல இந்த மலை திருவாங்கூர் சமஸ்தானத்துக்கு சொந்தமால்லா இருந்துச்சு. அவ்வோ, நம்ம சிங்கம்பட்டி ராஜா செஞ்ச ஒதவிக்காக எழுதி கொடுத்தாவோ?''

“மலைக்கே பத்திரப் பதிவாடே?''

“அப்பம்லாம் அப்படித்தானெ?''

“அப்டி என்ன ஒதவியோ?''

“பெரிய ஒதவில்லா'' என்றான் முத்துசாமி.

''அதுயென்னடெ நமக்கு தெரியாம?'' என்றான் மாசானம்.

“ஒனக்கு அஞ்சாறு மயிரதெரியும்ல. ஒனக்கு கள்ளிக்கும் கத்தாழக்குமே லேவு தெரியாது...' என்று மாசானத்தைப் பார்த்துச் சொன்னார் ஆண்டி. பிறகு முத்துசாமி ஆரம்பித்தான்

“அப்பம்லாம் வேட்டைக்குப் போதுன்னா, ஒரு இது பாத்துக்க. ராஜான்னா கேக்கவே வேண்டாம். நெனச்சா வேட்டைதாம். சிங்கம்பட்டிராஜா, வழக்கம் போல பரிவாரங்களோட, நம்ம பாநாசம் மலைக்கு மேல ஒரு நா வேட்டைக்குப் போயிருக்காரு. பொதுவா, அவ்வோ வேட்டையாடுத எடத்தை விட்டுட்டு, சொரிமுத்தய்யனாரு கோயிலுக்குப் பக்கத்துல எதுவும் சிக்குமான்னு பாத்துட்டு இருந்துருக்காவோ. அங்க கன்னாபின்னான்னு வெலங்குவோ அலையும் பாத்துக்கிடுங்கெ. அன்னைக்கு மையிருட்டு. ரொம்ப நேரமா காத்திருந்தும் ஒன்னும் ஆப்புடல. இன்னா வரும் அன்னா வரும்னு எல்லாரும் காத்திட்டு இருந்திருக்காவோ.

அப்பம், திடீர்னு கோயிலு பக்கத்துல, சலசலன்னு அவயம் கேட்டிருக்கு. இது வெலங்குவோ சத்தம் மாதி தெரிலயே, ஆளுவோ சத்த மால்லா இருக்குன்னுட்டு ராஜாவுக்கு லேசா சந்தேகம் வந்துட்டு. நம்ம பொழங்குத காட்டுக்குள்ள, நமக்கு தெரியாம எவம் வரப் போறாம்?னு நெனச்சாலும்,

ஆளுவொள அனுப்பி நோட்டம் போட்டிருக்காவோ. நெனச்ச மாரியே, அங்க வேலு, கம்போட ஆளுவொ நடமாட்டம் இருந்திருக்கு. ராத்திரில, இப்டி, இங்க வந்து நடமாடு தாவோன்னா யாரா இருக்கும்னு யோசிச்சாவோ. கொள்ளைக் காரனுவளா இருப்பானுவளோன்னு ஒரே யோசனை.

ஒடனே, ராஜா, அவனுவோ யாருன்னு பாத்திருவோம்னு, நேரா அவ்வோ முன்னால போயிட்டாவோ. கிட்டப்போயி பாத்தா, பத்து இருவது பேரு வேல் கம்போட நிய்க்கானுவோ. அவங்க யாருன்னு தெரியாம சுத்தி வளைச்சுட்டாவோ. அவனுவோ, எதிரியாளுன்னு நெனச்சு, வேல் கம்போட இவ்வொ மேல பாய, இவ்வோளும் பதிலுக்கு தாக்கன்னு சண்டை நடந்துட்டு இருக்கும்போது, கொஞ்சம் தூரத்துல, ஒரு பொம்பளை உருவம் தெரிஞ்சிருக்கு. ஒடனே, ராஜா, “சண்டைய நிறுத்துங்க...”ன்னு உத்தரவு போட்டுட்டு, “நா சிங்கம்பட்டி ராஜா, நீங்களாம் யாரு?”ன்னு வெவரம் கேட்ருக்காரு.

அவரு பேரைக் கேட்டதும் அந்தம்மா, எல்லாரையும் ஓரமா நிய்க்க வச்சுட்டு முன்னால வந்திருக்கு. அந்தம்மா பக்கத்துல ஒரு சின்ன பையம். பாக்கத்தானீ சின்னவம்னாலும் மொவத்துல ராஜகளை தெரிஞ்சிருக்கு. அந்தம்மாவெ பாத்ததும், அந்த மொகத்துல இருந்த பொலிவு, துணிச்சலு, நகை, நட்டுவளை பாத்து, இது யாரோ, அரசக் குடும்பத்து ஆளுதாம்னு ராஜாவுக்கு புரிஞ்சுப்போச்சு.

நா திருவாங்கூர் சமஸ்தானத்து ராணி உமையம்மன்னு அந்தம்மா சொன்னதும் சிங்கம்பட்டி ராஜாவுக்கு ஆச்சரியமாப் போச்சாம். எவ்ளவு பெரிய ராணி, அவரு இங்க வந்து ஏன் ஒளிஞ்சிருக்கணும்னு ஆச்சரியமாவும் கவலையாவும் ஆயிட்டு.

“நீங்க எப்டி இங்க? ஒங்களுக்கு என்னாச்சு?”ன்னு வெஷயத்தை ஆர்வமா கேட்ருக்காரு ராஜா. அந்தம்மா சொல்லிருக்கு.

‘இது எம்புள்ள மார்த்தாண்ட வர்மா. மொறப்படி இவனுக்கு சின்ன வயசுலயே பட்டம் சூட்டியாச்சு. இதுக்கு எங்க சொந்தத்துக்குள்ளயே போட்டி, பொறாமை, எதிர்ப்பு. எப்டியாவது வர்மாவை அழிச்சிரணும்னு துடிக்காங்க. சமஸ்தானத்துக்கு நெருக்கமா இருந்த எட்டு வீட்டில் பிள்ளைக்கும் ஆட்சியை கைப்பத்துதல போட்டி. ஒரு கட்டத்துல சண்டையா மாறி எங்கள கொல்லதுக்கு துடிச்சுட்டு இருக்காவோ. வெஷயம் தெரிஞ்சு, அரச விசுவாசத்து ஆளோவோளோட தப்பி, இந்தக் காட்டுக்குள்ள வந்துட்டோம். கொஞ்ச நாளா என்ன செய்யன்னு தெரியாம இங்கதாம் இருக்கோம்’னு கவலையா சொல்லிருக்கு அந்தம்மா.

ஒடனே, ராஜா, கொஞ்ச நேரம் யோசிச்சாரு. இவ்வளவு பெரிய ராணிக்கு இப்படியொரு நிலையா?ன்னு வேதனை பட்ருக்காரு. அந்தானி அங்ங நின்னு அப்படியே சொரிமுத்தய்யனை கண்ணை மூடி கும்புட்டாரு. அந்தானிக்கு,

‘நீங்க எனக்கு ஒடம்பெறந்தவா மாதி. எல்லாரும் எங்க அரண்மனைக்கு வாங்க. உங்களுக்கு எல்லா வசதியும் பண்ணித்தாரேன். மார்த்தாண்ட வர்மாவுக்கு எல்லா கலையவும் கத்துக் கொடுத்து முழு மனுஷனா நா ஆக்கிக்காட்டுதேன், இது சத்தியம். நீங்க என்னிய நம்பி வாங்க’’ன்னு சொல்லிருக்காரு.

அந்தம்மாவும் அவரு சொன்னதைக்கேட்டு, கூட வந்த ஆளுவளோட சிங்கம்பட்டி அரண்மனைக்கு வந்துட்டாவோ. வாக்குக்கொடுத்த மாதியே ராஜா, அந்தம்மாவையும் இளவரசரையும் நல்லா கவனிச்சுகிட்டாரு. திருவாங்கூர் இளவரசருக்கு போர்க்கலை எல்லாத்தையும் கத்துக் கொடுத்தாவோ. ஒரு நா, ரெண்டு நா இல்ல. பல வருஷமா கத்துக் கொடுத்திருக்காரு. எல்லாத்தையும் ஆர்வமா கத்துக்கிட்டாரு மார்த்தாண்ட வர்மா. ஆளும் நல்லா வளந்துட்டாரு. ஒரு கட்டத்துல முழுசா தைரியம் வந்ததும், சிங்கம்பட்டி ஜமீனு படையளையும் ராணி மவனையும் திருவாங்கூருக்கு போருக்கு அனுப்பி வச்சிருக்காரு ராஜா. இதுக்கு தலம தாங்குனது சிங்கம்பட்டி எளவரசரு. அதாவது, சிங்கம்பட்டி ராஜா மவென்.

திருவாங்கூருக்குப் போயி, சரியான நேரம் பார்த்து காத்திருக்காவோ. ஒரு கட்டத்துல போருக்கு இதுதாம் சரியான நேரம்னு தெரிஞ்சதும், படையளோட சண்டையில குதிச்சுட்டாவோ. அந்தக் காலத்துலலாம் நேருக்கு நேருல்லா மோதணும். இப்பம் மாதி வெடிகுண்டு, துப்பாக்கிலாம் எங்க உண்டும்?. சண்டைன்னா சண்டை, சரியான சண்டையாம். அவனுவளும் விடுததா இல்லை. சண்டை நடந்துட்டே இருக்கு. பிறகு எப்டியும் அரச விசுவாசம்னு ஒரு கூட்டம் அவ்வோளுக்குள்ளயும் இருக்கும்லா. அவங்க ஒதவியால, அந்த சண்டைல, மார்த்தாண்ட வர்மா ஜெயிச்சுட்டாரு. பெரிய பேரு புகழோட, ஜெயிச்சு ராணி, திரும்பவும் அரண்மனைக்குள்ள போயாச்சு. வர்மா, ராஜா ஆயிட்டாரு.

அந்தச் சண்டைல நிறைய இழப்பு, ரெண்டு பக்கமும். பல பேருக்கு கை, காலு போச்சு. ஏகப்பட்ட உயிரிழப்பு. அதுல, தலைமை தாங்குன சிங்கம்பட்டி எளவரசரு உயிரும் போயிட்டு. அதுதாம் பெரிய சோகம். இதெ யாராலயும் தாங்க முடியல. குறிப்பா, திருவாங்கூர் ராணியால தாங்கவே முடியலையாம். நமக்காவ உதவி பண்ண வந்து, ஜமீன் மவம் இப்படி அநியாயமே செத்து போயிட்டாரேன்னு கவலபட்டிருக்காரு. அதுக்கு சிங்கம்பட்டி ஜமீனு, போர்ல உயிரு போறது எங்களுக்கு சகஜம்தாம், இதனால எனக்கு வருத்தம் இல்லைன்னு வீரமா சொல்லிருக்காரு.

இருந்தாலும், என்னதாம் ராணின்னாலும் அந்தம்மாக்கு மனசு கேக்கலை. ஒரு உசுருக்குப் பதிலா எதையும் கொடுக்க முடியாதுன் னாலும், இதுக்கு பரிகாரமா சிங்கம்பட்டி ஜமீனுக்கு என்னமாது ஒதவணும்னு முடிவு பண்ணுனாரு. தன் ஆசையை ராஜாட்ட சொல்லி, ஒங்களுக்கு என்ன வேணும்னு கேளுங்கன்னு சொல்லிருக்காரு. எனக்கும் எங்க மக்களுக்கும் ஒரு கொறை யும் இல்ல. இங்க எல்லா வசதியும் இருக்கு, ஒன்னும் வேண்டாம், நீங்க கேட்டதே பெரிசு, இன்னும் உங்களுக்கு எப்பவும் ஒதவுததுக்கு நாங்க தயாரா இருக்கோம்னு

சொல்லிட்டாரு ஜமீனு. அந்தம்மா விடவே இல்லை. 'நீங்க செஞ்சிருக்கது பெரிய உதவி, பெரிய தியாகம், ஒங்களுக்கு எதும் பண்ணலைன்னா, என்னால தூங்கவே முடியாது'ன்னு சொல்லிருக்காரு.

சரி, ரொம்ப வற்புறுத்தி கேக்கதால, ஒன்னே ஒன்னு கேக்கென். முடிஞ்சா கொடுங்கன்னு ராஜா கேட்டிருக்காரு. அதாது, எங்க மக்களுக்கு எல்லா வளமும் இருந்தாலும் சுள்ளி ஒடிக்க, ஒரு காடு இல்லைன்னு சொல்லிருக்காரு ஜமீனு. இவ்வளவுதானே, இந்தா ஒடனே தாரேன்னு, எண்பதாயிரம் ஏக்கரு மலையை அப்படியே எழுதி கொடுத்தாராம் ராஜாவுக்கு. அந்த மலைதாம் இது. அதுக்குள்ள தாம் இப்பம் நின்னு வம்பளந்துட்டிருக்கோம்'' என்றான் முத்துசாமி.

“இதுக்கு இப்டியொரு கதெயாடெ? நா எங்கயும் கேள்விபடலயே?'' என்ற விசில், “இது நெசமா, சும்மா சொல்லுதாவளா?'' என்று கேட்டார்.

“வரலாறாங்கும். இதுல பொய்லாம் சொல்ல முடியாது. சிங்கம்பட்டில போயி வயசான ஆளுவோட்ட கேட்டா, சொல்வாவோ?'' என்ற முத்துசாமியிடம், “நீங்க மெட்ராஸ்ல இருக்கியோ, இதெல்லாம் எப்படி தெரிஞ்சுட்டியளோ?'' என்று கேட்டான் விசில்.

“நா இங்க கெடந்து படிச்சவம்தான, சின்ன வயசுல எங்க தாத்தா சொன்னாரு'' என்றான் முத்துசாமி.

அவர்களுக்கு லேசாக போதை ஏறி இருந்தது. கண்கள் உள்ளே இழுப்பதைப் பார்க்க முடிந்தது. மாசானத்தின் வாய்க் குளறியது. ஆனாலும் அவர் எந்த சலம்பலிலும் ஈடுபடவில்லை. ஆனால் பேச்சில் வித்தியாசம் தெரிந்தது. வழக்கத்துக்கு அதிகமாக பாசத்தைப் பொழிந்தார்கள். கழுத்தில் கைப் போட்டுக்கொண்டார்கள். குடித்ததற்கான அடையாளம் தெரியவில்லை. ஆனால், நாற்றம் குமட்டியது. மாசானத்தைப் போலவே மற்றவர்களும் வெற்றுப் பாட்டில்களை பையில் போட்டுக் கொண்டார்கள்.

“ஏய், இன்னும் இங்கருந்து வம்பளந்துட்டிருந்தா, அப்டியே தூங்கிருவோம் பாத்துக்கெ, மொதல்ல சோத்தைப் பரிமாறணும், எந்திங்கோ'' என்று விசில் எழுந்ததும் அவர்களும் எழுந்தார்கள்.

17

பந்தி பரிமாற ஏற்பாடு செய்யப்பட்டிருந்தது. தரையில் விரிக்கப் பட்டிருந்த ஏழெட்டு சாக்குகளில், சின்னப்பிள்ளைகள், முழுதாக மூடியிருந்த நிழலுக்கு அடியில், மேற்கில் இருந்து கிழக்கு நோக்கி ஒரு வரிசையாகவும் கிழக்கில் இருந்து மேற்கு நோக்கி ஒரு வரிசை யாகவும் அமர்ந்து, பந்திக்கு முந்திக் கொண்டார்கள். அவர்களை அடுத்து பெண்களும் ஆண்களும் அமர்ந்தார்கள். அது சமதளமற்றப் பகுதி. சிலருக்கு இருக்கும் இடத்துக்கு அடியில் கற்களும் லேசாக நீட்டிக்கொண்டிருந்த செடிகளின் வேர்களும் குத்தின. அதற்கு ஏற்றவாறு அவர்கள் சமாளித்து அமர்ந்து கொண்டார்கள்.

முத்தையா, லட்சுமி டீச்சரின் அருகில் சென்று அமர்ந்தார். எதேச்சையாக அமர்ந்தாரா, அதற்காகக் காத்திருந்தாரா என்பதை யோசித்துக் கொண்டிருந்தான் முத்துசாமி. சாக்குக்குக் கீழே கிடந்த கல் ஒன்று அவர் பின் பக்கத்தை அழுத்த, அவர் டீச்சரை லேசாக உரசியவாறு அமர வேண்டியதாகிவிட்டது. அதை இருவரும் எதிர்பாரத்தார்களோ என்னமோ? மெதுவாகப் பேசிக் கொண்டிருந்தார்கள். அது என்னவென்பது நம் காதில் விழுந்து விடாதா? என டீச்சரை அடுத்து இருந்த மாசானத்தின் மனைவி, காதை அவர்கள் அருகில் கூர்மையாக்கினாள். ஏதும் கேட்டிருக் கலாம். இவர் ஒன்றைச் சொல்லி முடித்ததும் டீச்சர் லேசாகப் புன்னகைப்பதும் இவர் அதற்குப் பதில் சொல்லி முடித்ததும் அவர் சிரிப்பதுமாக அவர்களின் செல்ல விளையாட்டு இருந்தது.

அங்கிருந்த அனைத்துப் பெண்களுமே ஒரு கூடை பூக்களைத் தலையில் சூடியிருந்ததால், மணம் குப்பென்று வீசிக்கொண்டிருந்தது. ஒவ்வொருவரின் முன்னும் தேக்கிலைகள் விரிக்கப்பட்டன. சிறிய இலைகள் என்றால், இரண்டு தேக்கிலைகளைச் சேர்த்து விரித்து வைத்தார்கள்.

கீழ்ப்பக்கம் சாம்பாரும் மேல்பக்கம் கறிச்சோறு வாசனையும் மூக்கைத் துளைத்தன. சைவச்சாப்பாடாக, சாம்பார், ரசம், மோர், அவியல் வைக்கப்பட்டிருந்தது. கறிச்சோறு, கூட்டாஞ்சோறு போல கிண்டப்பட்டுத் தயாராக இருந்தது. பிறகு தனியாகவும் கறித் துண்டுகள் இருந்தன. போதையில் இருந்தவர்கள்தான் சோற்றுச் சட்டியையும் கறிச்சட்டியையும் தூக்கிக்கொண்டு பரிமாறத் தயாரானார்கள். அவர்களிடம் அவசரமும் தடுமாற்றமும் அதிகமாகவே தெரிந்தன.

செவநம்பி உள்ளிட்ட சிலரின் முன் மட்டும் வாழை இலைகள் விரிக்கப் பட்டிருந்தன. மாசானம், சூட்டோடு இருந்த சோற்றுச் சட்டியைத் துண்டால் பிடித்துக்கொண்டுத் தூக்கினார். விரிக்கப்பட்டிருந்த இலைகளில் ஒவ்வொருவரின் முன்னும் சட்டியை வைத்துவிட்டு, ஒவ்வொரு அகப்பையாக அள்ளி வைத்து அடுத்தடுத்த இலைகளுக்குச் சென்றார். சிலர் சாப்பிட ஆரம்பித்து விட்டார்கள். பின்னால் திரும்பி, யாரிடமோ பேசிக் கொண்டிருந்த செவநம்பி, ஏதோ ஞாபகத்தில் இலையில் இருந்த சோற்றை அள்ளி வாயில் வைக்க போகவும் ஓடையில் இருந்து தண்ணீர் எடுத்து விட்டு வந்த அவர் பொண்டாட்டி, அவர் இலையைப் பார்க்கவும் சரியாக இருந்தது.

வேகமாக வந்த அவர் பொண்டாட்டி, தண்ணீர்ச் சட்டியைத் தரையில் வைத்துவிட்டு, "என்ன கூறுகெட்டால, இதெப் போயி தியங்கியோ?" என்று அந்த இலையை வெடுக்கென இழுத்தாள். இழுத்த இழுப்பில் இலையில் இருந்த சோறு, விரிப்பில் சிந்தி அருகில் இருந்தவரின் இலையில் கொட்டியது. அதில் நான்கைந்து கறித்துண்டுகள், வெளியே வந்து விழுந்தன. கறித்துண்டுகளைக் கண்டதுமே ரத்தம் கொதித்தது அவருக்கு.

"இதெ எந்த செரிக்குள்ள எனக்கு கொண்டாந்து வச்சாம்?" என்று ஆவேசமாக எழுந்தார். அவர் பொண்டாட்டியும், "சனியம் புடிச்ச நாய்வோளா, எந்த கோட்டிக்காரம் இந்த வேலைய பாத்தாம்?" என்று ஏச ஆரம்பித்தாள்.

அவர்கள் கண்முன்னாலயே கறிச்சோறைச் பரிமாறிகொண்டிருந்த மாசானம், "ஏம் என்னாச்சு?" என்று கேட்க, "என்ன மயிரு வேலெ பார்த்த, நா என்னைக்கு கறித் தின்னேம்? நீ எப்டி, என் எலையில கறிச்சோறை வைக்கலாம்?" என்று அவரை நோக்கி கையை ஓங்கினார்.

முருகனும் பிச்சைமுத்துவும் இன்னும் சிலரும் வேகமாக வந்து செவநம்பியைப் பிடித்துக்கொண்டார்கள்.

"ஒரு பெரிய மனுஷன கைய ஓங்குவேரோ?" என்று செவநம்பியை ஏசத் தொடங்கினார்கள். மாசானம் பொண்டாட்டியும் தலை முடியை முடிந்துவிட்டு வந்து, 'அவரைப் பாத்து கைய ஓங்குவியோ நீ? ஒன் வயசென்ன அவரு வயசென்ன?, அவரெ கெட்டவார்த்த சொல்லி பேசுவியோ, ஒணருகெட்டால?' என்று குதித்தாள்.

“பெறவு எப்டி என் எலயில, கறிச்சோற வெப்பான் அந்த செரிக்குள்ள? நா என்னைக்கு அதைத் தின்னேம்?” என்று அவர் இன்னும் ஆவேசமாக அவயம் போட, ரணகளமானது பந்தி. ஆடு உரித்த, வயிறுவரை மைனர் செயின் அணிந்திருந்த அந்த ஆள் வேகமாக ஓடி வந்து, ‘‘என்ன செவநம்பி, ரொம்ப துள்ளுத, வார்த்தைய அளந்து பேசு. இப்பம் என்ன மயிரு நடந்துபோச்சு? வேண்டாம்னா, தூர ஒதுக்கிட்டு, வேற இலைய போட்டுத் தின்னு. அதுக்கு ஏம் இப்படி தங்கு தங்குன்னு குதிக்க?’’ என்றார் கையை நீட்டி கோபமாக.

“ச்சீ, ஆக்கங்கெட்ட நாயி, நீ யாருல ஏன்ட்ட சொல்ல? என் எலைல வந்து கறிச்சோற வச்சுட்டு, என்ன மயிரு பேச்சு பேசுத? கொதவலைய அறுத்துருவனாங்கும்’’

“ஏ, ங்கொப்பனோளி… அறுத்துருவியோல நீ? வாலெ, வந்து அறு, பாப்போம்’’

“மிதிச்சம்னு வையி, கொடலு குந்தானிலாம் பிதுங்கிரும். ஒழுங்கா ஓடிபோயிரு…”

“நா ஓடணுமோல? பாத்துட்டே இருக்கேன், தாயோளிக்கு வாயி நீண்டுட்டேலா இருக்கு…” என்று அவர் செவநம்பியை எத்துவதற்கு முன்னேறி வர சிலர் பிடித்துக்கொண்டனர். அவர் எத்த முயற்சித்த போது அவர் வலது கால், தோல் செருப்பு கழன்று செவநம்பியின் முகத்தில் போய் விழுந்தது.

“ஏ பேதில போவாம், செருப்பை கழத்தி அடிச்சுட்டானெ?” என்று யாரோ ஒருத்தி கத்த, பிடித்திருந்தவர்களின் கையை வேகமாகத் தள்ளி விட்டு, தரையில் கிடந்த கம்பு ஒன்றைத்தூக்கப் போனார், செவநம்பி. அவரை விடவில்லை, பிடித்திருந்தவர்கள்.

இரண்டு பகுதியாகப் பிரிந்து ஆண்களும் பெண்களுமாக மோதிக் கொண்டார்கள். மாசானம், அப்போதுதான் ஞாபகம் வந்தவராகப் பார்த்தார், அசைவத்துக்கும் சைவத்துக்கும் தனித்தனி பந்தி வைக்கப்படவில்லை என்பதை. அவர் முகம் முழுவதும் இப்போது வியர்த்திருந்தது. நெற்றியில் இருந்து வியர்வைக் கன்னத்தில் வடிந்தது. இது போதையால் ஏற்பட்டத் தவறு. அது தவறுதான் என்பதை உணர்ந்த அவர், எல்லோர் அவயத்தையும் மீறி, இன்னும் அதிகச் சத்தத்துடன், “எல்லாரும் தொண்டைய போடுததை நிறுத்துதேளா?’’ என்றார்.

செவநம்பி உட்பட எல்லாரும் மாசானத்தைத் திரும்பிப் பார்த்தார்கள். “நா தாம் கெவனிக்காம வச்சுட்டேன்டே. தனித்தனி பந்தியா வச்சிருக்கணும். ஏதோ யாவத்துல, நா வச்சதுதாம் அசைவ பந்தின்னு நெனச்சுட்டேன். பிரச்னைய விடுங்க. சைவ பந்திய தனியா போட்டுட்டு ஒக்காருங்க… இதுக்கு ஏம் இவ்வளவு அவயக்காடு. நாந்தாம் கவனிக்காம விட்டுட்டேன், எந்தப்புதாம்… போதுமா? யாம், ஆளாளுக்கு சண்டெ போடுதியொ. அந்த எலயெ ஓரமா வச்சிருங்க…

அசைவம் சாப்பிடுதவோ, அதெ எடுத்துக்குங்க'' என்றார் மாசானம்.

“அந்த மயிரு எனக்கும் தெரியும்ல. நீ யாரு இங்க வந்து பரிமாற? ஒஞ்சோலி மயித்த பாத்துட்டு போவ வேண்டியதான?'' என்று செவநம்பி கேட்க, மாசானத்தின் பொண்டாட்டி மற்றும் அவர் தம்பி உள்ளிட்ட உறவுகள் அவர் பக்கமிருந்து பாய்ந்தது. “அவெரப் பாத்து, நீ யாருன்னு எப்டி கேக்கலாம்? நீ யாருவே மொதல்ல?. இந்த காடும் கோயிலும் ஒங்கப்பன் வீட்டுச் சொத்தா?'' என்று செவநம்பியின் சட்டையைப் பிடித்த அவர் பொண்டாட்டி, காடே அதிரும்படி கத்தினாள். “அவரு சட்டையெ விடுங்க'' என்ற டீச்சர், அந்தம்மாவின் கையை விலக்கி விட்டாள்.

ஒரு பெரும் வாய்ச்சண்டை, காட்டை கண்டபடி கதறவிட்டுக் கொண்டி ருந்தது. இந்தச் சத்தம் கேட்டால், எந்த விலங்கும் ஒரேடியாக ஓடி ஒளிந்திருக்கும், அந்தப் பகுதியை விட்டு.

முத்துசாமி, முத்தையா, லட்சுமி டீச்சர் உள்ளிட்டோர் இவர்களை எப்படி சமாதானப்படுத்துவது என்று யோசித்துக்கொண்டிருந்தார்கள். லாரியில் வரும் போது, மாசானத்தின் மடியில் இருந்து பிராந்திப் பாட்டில்கள் விழுந்ததும், ‘இன்னைக்கு கோயில்ல சாமியாட்டம் கடுமையாதாம் இருக்கும்' என்று சொன்ன அந்தப் பெண், முத்துசாமியின் ஞாபகத்துக்கு வந்தாள். அவள் சொன்னதுபோலவே இது ஆவேச சாமியாட்டமாகவே அவனுக்குத் தெரிந்தது.

“ஏழெட்டு வருஷமாதாம் இங்க கறி படப்பு போடுதெ சாமிக்கு? அப்பவே கெடாவை காட்டுக்கு கொண்டாராதன்னு சொல்லிட்டிருக்கேன், கேட்டியா நீ? இந்த எழவுதாம் நடக்கும்னு அப்பமெ தெரியும்?''

“நா ஒன்னும் சும்மா செய்யல, எ... சாமி கேட்டாரு, கொண்டாந்து வெட்டுதேன், நீ பெரிய இவம் மாதிரி துள்ளுதெ? ஒங்கிட்ட சொத்து பத்து இருக்குன்னா என்னனாலும் பேசலாம்னு நெனய்க்காத, எனக்கும்தாம் சாமி சொந்தம்''

செவநம்பி பொண்டாட்டி சும்மா இல்லாமல், ‘கண்ட நாயிவோட்ட ஒங்களுக்கென்ன பேச்சு. பெத்த தாயி எது, பொண்டாட்டி எதுன்னு தெரியாதவனுவட்ட நீங்க ஏம் பேசணும்?'' என்றவள் திரும்பி, அவர்களைப் பார்த்து, “இவ்வளவு வருஷம் வாரியோ, அவரு என்னைக்காது கறி தின்னுருக்காராவே?'' என்று கத்தினாள். ஓடி வந்த மாசானத்தின் சின்ன மகள், அவள் தலைமுடியைக் கீழ்பக்கமாக இழுத்து, தரையில் தள்ளினாள். ஓரமாக ஒதுக்கப்பட்டிருந்த செத்தையில் போய் விழுந்தாள் அவள்.

அவள் மூஞ்சிக்கு நேராக நின்று, ‘ஏட்டி கண்டாரோளி, எங்கப்பனெ பாத்து அப்டி கேப்பியோ? பெத்த தாயிக்கும், பொண்டாட்டிக்கும் வித்தியாசம் தெரியாமதாம் இருக்காவளோ?, பலாவாட்ற செரிக்கி... ஒரு பெரிய மனுஷனை இப்டித்தாம் கேப்பியோட்டீ? ஓம் பரட்டை தலைய அறுக்கனா இல்லையான்னு

பாரு?'' என்று அரிவாள் மனையைத் தேடி ஓடினாள். அவளையும் செவநம்பி பொண்டாட்டி யையும் முத்தையாவும் மரகதமும் பிடித்து ஆளுக்கொரு பக்கம் இழுத்துச் சென்றார்கள்.

சண்டை முடிவதாகத் தெரியவில்லை. அந்தப் பக்கம் சமாதானம் செய்ய சென்றால், இந்தப் பக்கம் பிரச்னையைத் தேடி இழுத்தார்கள் என்பதால் மற்றவர்கள் குழப்பத்தில் இருந்தார்கள். புதிதாகத் திருமணமாகி வந்திருக்கிற சில பெண்கள், இதற்கும் தங்களும் தொடர்பில்லை என்பது போல ஒதுங்கி நின்று வேடிக்கை பார்த்தார்கள்.

இந்தச் சண்டையின் ஒரு பகுதியாகக் கறிச்சோறுச் சட்டியும் கொதிக்கும் குழம்பும் அவியலும் அங்கும் இங்குமாகக் காற்றில் பறந்தன. நான்கைந்து பேருக்கு நச் நச்சென்று அடியும் மிதியும் விழுந்தன. சூடானக் குழம்பு பட்டதில் ஒரு குழந்தைக்கும் நான்கைந்து பேருக்கும் தோல் வெந்தது. ஒரே கூப்பாடாகக் கேட்டது.

சாமி முன் வைக்கப்பட்டிருந்த அரிவாளையும் ஈட்டியையும் யாரோ எடுக்கப் பாய்ந்தார்கள். அவர்களை முத்துசாமி, "ச்சே... என்ன வேலெ பாக்கியோ?'' என்று தடுத்தான். முண்டிய அவர்களை முறைத்துத் திருப்பிவிட்டான். சமாதானப்படுத்தப் போன முத்தையா, கூட்டத்துக்குள் விழுந்துவிட்ட தனது மூக்குக் கண்ணாடியைத் தேடி பரிதவித்துக் கொண்டிருந்தார். இந்தக் கூட்டத்துக்குள் அது உடையாமல் இருந்தால் அதிசயம்தான். அவர் சட்டை முழுவதும் சோறும் கறியுமாக ஒட்டி இருந்தன.

செவநம்பியைப் பிடித்துத் தள்ளிக்கொண்டு போன முத்துசாமியின் கன்னத்தில் யாரோ அறைந்திருந்தார்கள். அது செவநம்பிக்கு விழ வேண்டிய அடி என்பதை அவன் உணர்ந்தான். அடித்தவன் யாரென பார்க்கத் திரும்பு வதற்குள், குழம்பின் ஒரு சொட்டு அவன் கண்ணுக்குள் தெறித்து எரியத் தொடங்கியது. கண்ணைத் திறக்க முடியவில்லை. கையால் கண்ணைக் கசக்கிக்கொண்டே இருந்தான்.

லட்சுமி டீச்சரும் இன்னும் சில பெண்களும் செவநம்பி பொண்டாட்டியையும் மாசானம் மகளையும் பிடித்து, தனித்தனியாக வைத்துக் கொண்டு மேலும் முன்னேறாமல் பிடித்துக் கொண்டிருந்தார்கள். "அவா எப்படி என்னைய கேக்கலாம்?'' என்று மூச்சு வாங்கியபடி பேசிக்கொண்டிருந்தாள் செவநம்பி பொண்டாட்டி. அவளுக்கு உடல் ஆடிக் கொண்டிருந்தது. முகம் கோணலாகி கோபம் கொப்பளித்துக் கொண்டிருந்தது. அவளை அப்படியே டிராக்டருக்கு அருகில் துணி விரித்துப் படுக்கப்போட்டார்கள். வியர்வை வடிந்துகொண்டிருந்தது. லட்சுமி டீச்சர் ஒரு ஈயதட்டைக் கொண்டு அவளுக்கு விசிறிக் கொண்டிருந்தாள்.

சிறிது நேரத்தில் போர் நடந்து முடிந்ததுபோல் இருந்தது இடம். சோறும் கறியும் தரையில் சிதறிக் கிடந்தன. சாமிகளின் முன் வைக்கப்பட்டிருந்த

தேங்காய் பழங்கள், அங்கும் இங்குமாகக் கிடந்தன. இரண்டு பேர், சாமி முன்னிலையில் தரையில் மூர்ச்சையாகி விழுந்து கிடந்தார்கள். சிலர் ஓடைக்குப் போனார்கள், உடலைக் கழுவ. சோற்றையும் குழம்பையும் சிந்தியபோது போக, சிலர் மிச்சப்படுத்தி வைத்திருந்தார்கள். சிறிது நேரத்தில், சாமி கொண்ட பெருங்காடு அமைதியானது. இந்தப் போர்க்களத்துக்கும் தனக்கும் யாதொரு சம்மந்தமும் இல்லை என்பது போல, அலங்கரிக்கப்பட்ட, ஆயுதம் தாங்கிய குலதெய்வமும் சாத்தாவும் இன்னும் பிற சாமிகளும் அப்படியே விழிகொட்டாமல் பார்த்துக் கொண்டிருந்தார்கள் சிலை வழியே.

முதன்முறையாகக் குலதெய்வம் பார்க்க வந்த முத்துசாமி, இப்படியொரு 'ஆக்ஷன் பிளாக்'கை எதிர்கொண்டதும் அதிர்ந்து போனான். இதையும் சாமி குத்தம் என்பார்கள் என்று நினைத்துக் கொண்டான். அதைப் போலவே, லட்சுமி டீச்சர், ''நான் நெனச்சேன். இது என்னமோ சாமி குத்தம்தாம்'' என்றாள்.

மரகதமும், ''காலைல கோயிலுக்கு பெறப்பட்டுட்டு, சாமிய கும்புடும்போது, பொருத்தி வச்ச விளக்கு சேலைலபட்டு, தீப்பிடிச்சுட்டு பாத்துக்கிடுங்க. அந்தானி அங்ஙனயே அதை அணைச்சுட்டு, அந்த சேலயெ கழத்தி வச்சுட்டு, இத உடுத்திட்டு வந்தேன். அப்பமே நெனச்சேன், கோயிலுக்கு போற நேரத்துல சேலைல இப்டி தீப்பிடிச்சுட்டேன்னு மனசே கேக்கல. நல்ல சவுனமா இல்லயே, என்ன நடக்கப் போவுதோன்னு மனசு சொல்லிட்டே இருந்துச்சு... இன்னா நடந்துட்டு பாரேன்' என்று ஆச்சரியம் பொங்கச் சொன்னாள், அவளோடு வந்திருந்த இளம் பெண்ணிடம்.

இன்னொரு பொம்பளை, 'வீட்டுல காலையில காப்பி போடதுக்கு கேஸ் அடுப்பை தொறக்கப் போனா, லீக்காயிட்டு. வீடு பூரா ஒரே கேஸ் நாத்தம். நல்லவேளை தீப்பெட்டிய தொடவே இல்லை. ஒடனே 'அவ்வோ'ள எழுப்பி, கேஸை வெளியே கொண்டு போவச் சொல்லிட்டேன். தொழுவுல வச்சு அதை அமுக்கி சரி பண்ணிட்டாவோ. இல்லனா என்னத்துக்காயிருக்கும்? பெறவு இதுயென்ன, கோயிலுக்கு போவுத நேரத்துல இப்படியாச்சேன்னு நெனச்சேன். இங்க இப்டி சண்டை வந்துட்டு'' என்றாள்.

இந்தச் சண்டையை தங்கள் கண்களுக்கு சாமி, முன்பே காட்டி விட்டதாகப் பேசிக்கொண்டார்கள். அங்குச் சிதறிக் கிடந்த பொருட்களை அடுக்கினார்கள். பசி, வழக்கத்தை விட அதிகமாக வயிற்றைக் கிள்ளியது. மாசானமும் அவர் குடும்பமும் பாறையோடையில் அமர்ந்திருந்தார்கள். மாசானத்தையும் ஆடு உரித்த மைனர் செயின்காரரையும் சமாதானப்படுத்திக் கொண்டிருந்தார்கள். செவநம்பியும் அவர் சொந்தக்காரக் கூட்டமும் கீழ்பக்கமாக பெருமரத்தின் கீழே அமர்ந்திருந்தார்கள். அவர் பொண்டாட்டியின் தங்கச்சி ஏசிக்கொண்டே இருந்தாள். அவளுக்குப் பதிலடியாக மாசானத்தின் மகளும் குரல் கொடுத்துக் கொண்டிருந்தாள். ஆண்கள் சண்டையை விட்டாலும் பெண்கள் விடுவதாகயில்லை.

இந்தச் சண்டைக்குள், தான் எந்தப் பக்கம் நிற்பது என்பது முத்துசாமிக்குத் தெரியவில்லை. அனைவரும் வேண்டியவர்கள் எனும்போது யார் பக்கம்

நின்றுகொள்வது? என்ற குழப்பம் இருந்தது. இதில் எது சரி, தவறு என்ற கேள்விக்குள் அவன் போகவே இல்லை. பொதுவாக இரண்டு தரப்பிடமும், “சரி அண்ணாச்சோ, விடுங்கெ விடுங்கெ...'' என்று மட்டும் சொல்லிக்கொண்டிருந்தான்.

சண்டை நடந்த இடத்தில் விழுந்த கண்ணாடியை, ஒரு வழியாகக் தேடி கண்டுபிடித்துவிட்ட முத்தையா, கீழே விழுந்து அழுக்காகக் கிடந்தவரை உசுப்பினார். அது விசில் மணி. அவர் போதையில் தூங்கியிருந்தார். முகத்தில் தண்ணீரைத் தெளித்ததும், “செரிக்குள்ளயெ விடக்கூடாது பாத்துக்க, தூக்கிப்போட்டு மிதிக்கணும்ல'' என்று தள்ளாடியபடியே எழ முயன்றுத் தோற்றார். அவரை இப்போது எழுப்ப முடியாது என்பதால், அருகில் குப்புறக்கிடந்தப் பெண்ணை எழுப்பினார் முத்தையா. அவருடன் அங்கிருந்து வந்த லட்சுமி டீச்சரும் சேர்ந்து உசுப்பினார். குப்புறக் கிடந்தவள் எழுந்து கொள்ளவில்லை. மரகதமும் இப்போது சேர்ந்து எழுப்பினாள். முத்தையா, பெண்ணின் முகத்தைத் திருப்பி, தண்ணீரைத் தெளித்தார். எந்தச் சலனமும் இல்லை.

“ஏ என்ன பெத்தா, பேச்சுமூச்ச காங்கலயே...'' என்று கத்தினாள் அந்தப் பெண்.

“குலதெய்வத்தை இப்படியாக்கிட்டேளே...'' என்று எல்லோரும் அவளருகே ஓடி வந்தார்கள்.

18

முத்துசாமி அவளைத் தூக்கி தனது மடியில் போட்டுக்கொண்டான். அதிக எடையில்லை. கொழுக் மொழுக்கான ஒரு பெரிய குழந்தையின் எடைதான் இருக்கும். இப்போது அவள் குலதெய்வமும் கூட. தெய்வத்தைக் காப்பாற்ற வேண்டிய பொறுப்பு அந்தக் கூட்டத்தில் அவனுக்கும் இருந்தது. குலதெய்வம் வேண்ட வந்த முதல் நாளே, அதைக் காப்பாற்றும் பொறுப்பும் வந்திருப்பது அவனுக்கு அதிசயமாக இருந்தது. ‘‘ஏத்தா எந்தி’’ என்று மூஞ்சில் தண்ணீரை அறைந்த சிறிது நேரத்துக்குப் பிறகு திடுக்கென விழித்தாள். கண்களை உருட்டி ஒவ்வொருவரையும் புதிதாகப் பார்ப்பதுபோல பார்த்தாள். தான் படுத்திருக்கும் மடியையும் அந்த மடிகொண்ட முத்துசாமியையும் பார்த்தாள். பிறகு இறுமினாள். அடிவயிறு ஏறி இறங்கி துடித்தது. வாயில் வடிந்த எச்சிலை சேலையால் துடைத்துக்கொண்டாள். இருந்தும் எச்சில் ஓரமாக வடிந்து கொண்டிருந்தது. அவள் சில நிமிடங்கள் மூச்சு வாங்கினாள். சுற்றி நின்றவர்கள், அவள் சேலையைச் சரி செய்தனர்.

“நீங்கலாம் மனுஷங்களாலெ?. நடுகாட்டுக்குள்ள வந்து வெட்டுவேன் குத்துவம்னா, என்னல அர்த்தம்? சாமிகும்புட வந்தமா, சண்ட போட வந்தமா? எல்லாரும் பச்சைப்புள்ளேலா?, கை சூம்பிட்டாலெ அலயுதியோ?’’ என்று வெறுப்பாக ஒவ்வொருவரையும் பார்த்தாள். அந்தப் பார்வை காட்டிய கோபத்தில் அவள் முகம் வேறொன்றாக இருந்தது. சாமியின் அருள் இறங்கி ஆடி, நல்குறி சொன்ன அந்த மென்முகமல்ல அது. வெறுப்பை அப்பியிருந்த அந்த முகம், அவள் அகம் காட்டிக் கொண்டிருந்தது. தொண்டைக் கட்டிய குரலில் அவள் கத்தியது கீச்சு கீச்சென கேட்டது. இப்போது அவள் மெதுவாக, முத்துசாமியின் மடியில் இருந்து

எழுந்தாள். அவனைத் திரும்பிப் பார்த்தாள். பிறகு கலை மடக்கி, விரிந்து கிடந்த தலையைக் கட்டினாள்.

கறிப்படைப்பு வைத்தவர் அவள் முன் நின்றிருந்தவர்களை விலக்கி, "ஏத்தா... தெரியாம தப்பு நடந்துபோச்சு, இன்னொருமட்டம் நடக்காது. மொதல்ல சாப்டுவோம், சின்னபிள்ளேலு பசில கெடக்கு, எந்தி'' என்றார். அவளுக்குக் கோபம் அடங்கவில்லை. மெதுவாக எழுந்து திண்டுபோல் இருந்த பெரும்வேரில் அமர்ந்து கொண்டு முதுகை மரத்தில் சாய்த்தாள். இன்னும் மூச்சிரைத்தது. செவநம்பி மகளும் இன்னொரு பெண்ணும் அவளுக்குச் சொம்பில் தண்ணீர் கொடுத்தார்கள். அவள் வாங்கிக் குடித்தாள். பாதி தண்ணீர் நெஞ்சில் வடிந்து சேலையை நனைத்தது. முத்தையா, சொளவால் அவளுக்கு வீசிக் கொண்டிருந்தார்.

எல்லோருக்கும் பசிதான். மற்றவர்கள் இப்போது சோற்றையும் கறியையும் பார்த்தார்கள். தூக்கி எறிந்தது, வீசியது, சிந்தியது போக கொஞ்சம் மிச்சமிருந்தது. அதற்குள் வீசப்பட்ட கறித்துண்டுகளை வண்டுகளும் கரும்எறும்புகளும் மொய்க்கத் தொடங்கின. பெரியவர் ஒருவர், தரையில் அழுக்கோடு கிடந்த விசில் மணியின் மூஞ்சில் தண்ணீரைத் தெளித்து எழ வைத்தார்.

இன்னும் போதைத் தெளியாத அவர், ''விடக்கூடாதுவே'' என்று ஆவேசமாகப் பேச முயன்று தடுமாறினார். பாதி திறந்திருந்த அவர் கண்கள் சிவந்திருந்தன. ஒரு பக்கம் முகம் முழுவதும் மண் அப்பி யிருந்தது. நாடியின் அருகில் ஏதோ இழுத்த மாதிரி சின்னதாக ரத்தக் கீறல். தரையில் நீட்டிக்கொண்டிருக்கிற சிறு வேர்கள் ஏதும் கிழித்திருக்கும். அவரை ஓரமாக உட்கார வைத்துவிட்டு, தரையில் கோணிகளை இரண்டு பந்திக்கானதாகத் விரித்தார்.

அவருடன் இன்னும் சிலரும் சேர்ந்து கொண்டார்கள். கீழ்ப்பக்கம் கோணிகளை விரித்து பந்தி போலாக்கி இருந்தனர். அதே போன்றே, மேல்பக்கமும். ஏற்கெனவே அடுக்கி வைக்கப்பட்டிருந்த தேக்கிலைகளை, சுப்பையா கையில் எடுத்து வைத்துக் கொண்டார்.

ராமசுப்பு, "செவநம்பி நீ மொதல்ல ஒக்காரு" என்று அவரைப் பிடித்து அமர வைத்தான். ஏதோ சொல்ல வாயெடுத்த செவநம்பி, மீண்டும் பிரச்சனையைக் கிளப்ப வேண்டாம் என்று வாயை மூடினார். இரண்டு மூன்று தேக்கிலைகளை ஒன்றாக வைத்து ஒவ்வொருக்கும் போடப்பட்டது. மிச்சமிருந்த சாப்பாடு பரிமாறப்பட்டது.

அசைவ பந்தியிலும் முழுவதுமாகச் சோறு சிந்திவிடவில்லை. சைவத்தைவிட அசைவ பந்தியில் கூட்டம் அதிகமாக இருந்தது. முத்துசாமியும் அசைவம் சாப்பிடுபவன்தான். ஆனால், அவனுக்கு வேண்டிய ஆண்டி, செவநம்பியுடன் பந்தியில் இருந்ததால், அவனும் அவருடன் உட்கார வேண்டியதாகிவிட்டது.

காட்டுக்குள் அதிக தூரம் நடந்து வந்தது, இவ்வளவு நேரம் சாப்பிடாமல் இருந்தது அவனுக்குச் சோர்வைத் தந்தன. லேசாகச் சாய்ந்தால் கூட நன்றாகத் தூங்கி விடுபவனாக இருந்தான். அதைக் காட்டிக் கொள்ளாமல் சாப்பிட்டான். வயிறு இறுக்கிக்கொண்டது. மெதுவாகவே சாப்பிட்டான். கண்கள் லேசாக இறுகியது.

ஒருமுறை சுற்றி, யார் யார் எங்கு உட்கார்ந்திருக்கிறார்கள் என்று பார்த் தான். செவநம்பி, "மெதுவா சாப்பிடுங்க" என்றார், இவனைப் பார்த்து அக்கறையாக. அவர் சட்டையில் கறித்துண்டுகள் பட்ட கறை அப்படியே இருந்தது. விசில் மணியை ஒரு வழியாகத் தூக்கி, அசைவப் பந்தியில் உட்கார வைத்திருந்தார்கள். ஆண்டி எதிரில் அமர்ந்து சாப்பிட்டுக் கொண்டிருந்தார். மேல் பக்கம் லட்சுமி டீச்சரும் முத்தையாவும் இப்போதும் பந்தியில் அருகருகே அமர்ந்திருந்தனர். அவர்களின் பார்வையும் லேசான சிரிப்பும் முத்துசாமியின் காதைத் தேடி விழுந்தன.

எல்லோரும் சாப்பிட்டு முடித்ததும், பொருட்களை எடுத்து வைக்க முயன்றுகொண்டிருந்தார்கள். பாத்திரங்களைத் தேய்த்துக் கழுவ வேண்டும். இரண்டு, மூன்று பெண்கள் சோறு பொங்கிய அண்டாவைத் தூக்கிக்கொண்டு ஓடைக்குப் போனார்கள். இப்போது கூட்டத்தில் அதிக பேச்சில்லை. முதலில் இருந்த குதூகலம் சண்டைக்குப் பிறகு சத்தமின்றி போனது. வயிறு வரை மைனர் செயின் போட்டிருந்தவர் மட்டும் தன் இருப்பைக் காட்டும் விதமாக அவயம் போட்டுப் பேசிக்கொண்டிருந்தார்.

இப்போது சைவம் சாப்பிட்டுக்கொண்டிருந்த குலதெய்வம், எல்லோர் முன்பும் திடீரென இருந்தவாறு சரிந்து விழுந்தது. அவள் கண்கள் வானத்தைப் பார்த்தபடி நிலைகுத்தி நின்றன. ஆனால், மூச்சு மேலும் கீழும் வேகமாக ஏறி இறங்கிக் கொண்டிருந்தது.

"ஏல, அத்தாளுக்கு என்னாச்சு?"

"தெரிலயே"

"ஏய், மொதல்ல டிராக்டரெ ரெடி பெண்ணு" என்ற செவநம்பி, எழுந்தார்.

அடுத்த சில நிமிடங்களில் எல்லோரும் ஆத்தாளின் அருகே கூடினார்கள். அவள் முகத்தில் வியர்வை தண்ணீர்த் துளிகளாகப் பூத்து நின்றன. மூக்கில் ஒருத்தி கை வைத்துப் பார்த்தாள். இன்னொருவர், தண்ணீர் அள்ளி அவள் முகத்தில் எறிந்தார். அந்த முயற்சிகளில் எந்த பலனும் இல்லை. எல்லோருக்கும் பயம் வந்துவிட்டது. நடுகாட்டுக்குள் ஏதும் ஆச்சு என்றால் என்ன செய்வது என்கிற பயம் அது. டிராக்டர் ரெடியானது.

குலதெய்வத்தை அப்படியே இரண்டு கைகளிலும் தூக்கிய முத்துசாமி, டிராக்டருக்கு கொண்டு போனான். டிராக்டரின் பின்பக்கம் ஏறி நின்ற இரண்டு வாலிபர்கள், அவளை முத்துசாமியிடம் இருந்து வாங்கிப் படுக்கப்

ஏக்நாத்

போட்டார்கள். காலியாகக் கிடந்த சாக்குகளையும், காயப்போடப்பட்டிருந்த இரண்டு காட்டன் சேலைகளையும் மடித்து அவளுக்குப் படுக்கை போன்ற ஒன்றை ஏற்பாடு செய்தான் ஒருவன்.

குழந்தைகளை வைத்திருந்த பெண்கள் அவசர அவசரமாகத் தாங்கள் கொண்டு வந்திருந்த பைகளோடு டிராக்டரில் ஏறினார்கள். அதில் எல்லோருக்கும் இடமும் இல்லை. ஒரே நிமிடத்தில் ஏதோ நடந்து விட்டதுபோல பரபரப்பு தொற்றிக்கொண்டது. சத்தம் ஏதுமின்றி அமைதியாக அங்கும் இங்குமாக அவசரமாக வேலைகள் நடந்தன. கழுவாமல் இருந்த பாத்திரங்களையும் சட்டிகளையும் டிராக்டரின் ஒரு ஓரத்தில் போட்டுக் கொண்டார்கள். ஒருத்தி, குலதெய்வத்தின் அருகில் அமர்ந்து அவள் நெஞ்சைத் தடவிக்கொண்டிருந்தாள். இன்னொருத்தி, “ஐயா சாத்தாவே, எங்க கொலதெய்வத்துக்கு ஒண்ணும் ஆயிரக் கூடாது'' என்று வானத்தைப் பார்த்து வேண்டிக் கொண்டிருந்தாள்.

முத்துசாமிக்கு என்ன செய்வதென்று தெரியவில்லை. சிலர் பாத்திரங் களைத் தூக்குவதும் பைக்கை எடுப்பதுமாக இருந்தார்கள். வழக்கமாகப் பாத்திரங்களைக் கழுவிக் கொண்டு செல்வதுதான் வழக்கம். டிராக்டருக்குள் வைத்தது போக மிச்சத்தைத் தலையில் தூக்கிக்கொண்டு வெளியே லாரி நிற்கும் இடத்துக்குக் கொண்டு செல்ல வேண்டும். அதற்குள் டிராக்டர் கிளம்பி விட்டது. ராமசுப்பு, அரைகுறை சாப்பாட்டோடு டிராக்டரை ஓட்டினார்.

“ஏய் மெதுவா வண்டிய ஓட்டு... ஆத்தாளுக்கு ஒண்ணும் ஆவாது'' என்ற செவநம்பி, “அந்த ஓடை பள்ளத்துல நிறுத்தி மெதுவா போ... சரியான எறக்கம் அது, பாத்துக்கெடெ'' என்றார்.

“நா பாத்துக்கிடுதேன். நீங்க மிச்ச பாத்ரத்தை கொண்டந்திருங்கெ” என்றான்.

“ஏல நேரா அம்பை ஆஸ்பத்ரி, கேட்டியா..”

“ச்சே...ச்சே... கீழ குருவபத்துல பாயம்மா டாக்டர்ட்ட காட்டிட்டு வேற என்னமும்னா, அம்பை போவோம்” என்றான்.

“செரி, செரி பாத்துப் போ”

டிராக்டரில் சிலர் ஏறிக்கொண்டார்கள். நாகர்கோயில் மரகதமும் அவள் மகள் அழகும் அதில் ஏறாதது முத்துசாமிக்கு மகிழ்ச்சியாக இருந்தது.

19

இன்னும் முழு கருக்கலாகவில்லை. அதற்கான நேரம்தான். எந்த நொடியும் மாறிவிட வாய்ப்பிருக்கிறது. குலதெய்வம் வீட்டுக்குச் சென்று விட்டது. டீச்சரை அவர் மகன் பைக்கில் அழைத்துச் சென்றுவிட்டான். பைக்கின் பின் சீட்டில் அமர்ந்தபடி, முத்தையாவை டீச்சரும் டீச்சரை முத்தையாவும் பார்த்தவிதம் முத்துசாமியின் கண்களுக்குள் ஒரு கனவு காட்சிபோல ஓடிக் கொண்டிருந்தது. நாகர்கோயில் மரகதமும் அவள் மகள் அழகும் மனதுக்குள் வந்துபோனார்கள். ஃபோன் செய்து, குலதெய்வத்துக்கு வேறு பிரச்சனை ஏதுமில்லை என்றும் அவர் மகன் வீட்டுக்கு அழைத்துச் சென்றுவிட்டான் என்று சொன்னான் முத்துசாமி. அந்தப் பேருந்து இரைச்சலிலும் கேட்டுக்கொண்ட மரகதம், "அடிக்கடி போன் பண்ணுங்க" என்று சொன்னது அவனுக்கு இதமாக இருந்தது.

செவநம்பி, அவர் மனைவி, முத்தையா உள்ளிட்ட அனைவரும் கிளம்ப ஆயத்தமானார்கள்.

"தம்பி நீங்க எங்க போவப்போறியோ?"

"ஊருக்குத்தாம்"

"சரி, நாங்க கெழக்க போணும், நீங்க பக்கத்தூர்லா" என்ற செவநம்பி, அப்பம் வரட்டுமா?" என்றார். கிளம்பினார்கள். ஆண்டியும் விசில் மணியும் பீடியை குடித்துக்கொண்டு ஏதோ, பேசிக்கொண்டிருந்தார்கள். முத்துசாமி, ஆண்டியின் அருகில் சென்றான்.

"ஊருக்குத்தானடெ போற?. அப்டியே பாநாசத்துல ஒரு முங்கைப் போட்டுட்டு போவுமா? நல்லா குளிச்ச மாதியும்

இருக்கும்'' என்றார். முத்துசாமிக்கு மறுக்க முடியவில்லை. ஓடும் தண்ணீரில் மனமும் உடலும் குளிர குளித்து நாட்களாகிவிட்டது. உடனே சரி என்றான். பாபநாசத்தில் குளிப்பது பற்றி நினைத்ததுமே அவனுக்கு உடலில் குளர்ச்சி வந்தது. கால்களைத் தேடி வந்து கடிக்கும் மீன்களால் வரும் கூச்சம் ஒரு நொடி வந்து, அவன் மேனி ரோமங்களைச் சிலிர்க்க வைத்தன.

விசில் மணி, ''நான் ஊருக்கு போயிருதேன். நீங்க போயிட்டு வந்திருங்கெ'' என்றான்.

தாலுகாபீஸ் நிறுத்தத்தில் இருந்து, பாபநாசம் செல்லும் பேருந்தில் ஏறிக் கொண்டார்கள். கூட்டம் அதிகமில்லை. டிக்கெட் வாங்கிவிட்டு ஆண்டியின் அருகில் உட்கார்ந்தான். மேற்கே செல்லச் செல்ல குளிர்ந்தகாற்று சுகமாக வீசியது. அந்தக் காற்று அலைந்த அசதிக்கு மருந்துபோல தடவிப் போனது.

''கோயில்ல வச்சு, சாமி கீழ எறங்காதுன்னு சொன்னேளே, ஏம்?''

''ஆமா, எப்டி இறங்கும்?''

''மேலணையில இருந்தே எறங்குன சாமி, அதுக்கும் கீழ எறங்காதாங்கும்?''

''இங்கரு, காட்டுல சாமி எங்க இருந்தாலும் பிரச்னையில்ல. வனத்துறைட்ட, இந்த மாதி எங்க சாமி உள்ள இருக்குன்னா போக்குவரத்துக்கு உட்ருவானுவோ. காட்டை விட்டுட்டு வெளிய வந்தா எங்க போயி சாமியெ வெப்ப?''

''அடிவாரத்துல?''

''அங்கலாம் பொட்டு எடம் கெடயாது. எல்லாரும் பட்டா போட்டுட்டானுவோ. அப்டி பொறம்போக்கு இடம் கண்டா, அதயும் கட்சிக்காரவனுவள்லா வளைச்சு வச்சிருக்கானுவோ. பெறவு சாமிய எங்க கொண்டு வெய்க்க?''

அவர் சொன்னதை முத்துசாமி இப்போது புரிந்துகொண்டான். இருந்தாலும் ''காட்டுக்கு வெளிய அவ்வளவு பெரிய கட்டாந்தரை இந்தான்னு கெடக்கு. அதுல ரெண்டு மூனு சென்ட்டாது கெடக்காதா?'' என்று கேட்டான். ஆண்டி அவன் முகத்தைப் பார்த்துவிட்டு உறுதியாகச் சொன்னார், ''ஒரு பயலும் ஒரு குத்து மண்ணை கூட தரமாட்டாம்'' என்று.

பாபநாசத்தில் கூட்டம் அதிகமாக இருந்தது. பங்குனி உத்திரக் கூட்டம். இந்தக் கருக்கலிலும் குழந்தைகளுடன் ஏராளமானக் குடும்பங்கள் கோயிலைச் சுற்றி இருந்தன. சொரிமுத்தய்யன் கோயிலில் இருந்து, நடந்தும் பேருந்துகளிலும் வருபவர்கள் தங்கள் கைப்பைகளுடன் கோயிலைக் கடந்து டாணா நோக்கிச் சென்று கொண்டிருந்தனர். சாலையில் இருபுறங்களில் இருந்த திடீர் தேநீர் கடைகளில் வியாபாரம் பரபரப்பாக நடந்துகொண்டிருந்தது.

கோயில் வாசலுக்கு எதிரே இருந்தப் படித்துறையை எட்டிப்பார்த்தான் முத்துசாமி. ஆண்களும் பெண்களுமாக எதையோ பேசிக்கொண்டும்

சிரித்துக்கொண்டும் உட்கார்ந்திருந்தவர்களின் உறவினர்கள், ஆற்றில் குளித்துக்கொண்டிருந்தார்கள். தண்ணீர் அதிகமில்லை. இருந்தாலும் லேசாகத் தொட்டக் காற்றும் குளிர் அப்பிவிட்டுப் போனது. ஆற்றுக்குள், கம்பி கட்டப்பட்டிருக்கும் இடத்துக்கு அருகே ஆட்கள் குறைவாக இருந்தார்கள்.

படிகளில் இறங்கி, அமர்ந்திருவர்களை மெதுவாகக் கடந்து சென்ற ஆண்டியின் பின் அவனும் சென்றான். அந்தச் சிறு மண்டபத்தில் பேக்கை வைத்தான். அருகில் குரங்குகள் ஏதுமில்லை. உடைகளைக் கழற்றி வைத்து துண்டுடன் தண்ணீருக்குள் இறங்கினான். குளிர்ந்தது தண்ணீர். சுகமாக இருந்தது. காலை முதல், காட்டுக்குள் அலைந்து திரிந்ததின் நசநசப்பு அவனைத் தொந்தரவு செய்து கொண்டே இருந்தது. அது இந்தக் குளியலின் வழி போய்விட்டதாக நினைத்தான். தனக்கே ஒரு புத்துணர்ச்சி வந்ததுபோல உணர்ந்தான். அருகில் குளித்துக்கொண்டிருந்தவர்கள் ஒவ்வொருவராகப் முடித்து விட்டு மேலேறிக் கொண்டிருந்தார்கள்.

அவனுக்கு உடனடியாக எழுந்துகொள்ள மனமில்லை. சென்னையில் பக்கெட் தண்ணீரில் அளந்துகுளிக்க பழகிவிட்டவனுக்கு இந்தத் தண்ணீர், சுகம் தந்ததில் ஆச்சரியமில்லை. ஆசை தீரக் குளித்தான் முத்துசாமி. தண்ணீர் இழுத்து இழுத்துத்தள்ளியது. அவன் நிலையாகி காலை ஊன்றி நின்றவாறே முங்கினான். பிறகு ஆழம் அதிகமில்லாத கம்பிக்குள் நின்று அதன் ஓரத்தில் முங்கி எழுந்தான்.

ஆண்டி, “ஏய் போமாடே, எவ்ளவு நேரம் குளிச்சுட்டிருக்கெ?” என்று கேட்டார்.

நன்றாக முங்கி எழுந்து, முகத்தில் வடிந்த தண்ணீரைத் துடைத்துவிட்டு எதிரில் பார்த்தான். ஆற்றின் உள்ளே ஓர் உருவம் அவனைப் பார்த்துவிட்டுத் திடீரென மறைந்தது போலிருந்தது. அவன் கண்ணைக் கசக்கிவிட்டு மீண்டும் பார்த்தான். இப்போது ஏதோ நிழலுருவமாகத் தெரிந்தது. படித்துறையின் மேலிருந்த ஒளிப்பட்டு விழும் மரக்கிளையின் நிழல் என அதை உணர்ந்தான். எழுந்து மேலே சென்றபோது காவி உடை அணிந்த பண்டாரங்களில் சிலர் படிக்கட்டில் வந்தும் யாசகம் கேட்டுக் கொண்டிருந்தனர்.

ஆண்டி, நனைந்த வேட்டியை விரித்து முதுகோடு மூடிக்கொண்டு, காற்றில் காய்வதற்காக மேலும் கீழும் ஆட்டிக்கொண்டிருந்தார். இடுப்பில் துண்டைக் கட்டியிருந்தார். பர்ஸை கொண்ட பெல்ட். பீடிகட்டும் தீப்பெட்டியும் அதில் இருந்தது. படித்துறையில் இருந்து மேலே ஏறிப் பார்த்தார். கோயிலுக்குள் நுழைய முடியாதபடி கூட்டம். சமீபகாலமாக இதுபோன்ற கோயில்களுக்கு வரும் பக்தர்கள் எண்ணிக்கை அதிகமாக இருக்கிறது. வேல்கம்பும் வீச்சரிவாளும் குண்டாந்தடியும் கொண்ட சிறுதெய்வங்களைக் கும்பிட மட்டும் யாரும் வருவதில்லை. அது ஒருசாராருடனும் முடிந்து விடுவது ஏன் என்ற கேள்வி முத்துசாமிக்கு உண்டு. தெய்வங்களுக்குள் இப்படியொரு வேறுபாட்டை வைத்தது ஏன் என்ற கேள்வியும் வந்துபோனது. ஆண்டி வெளியே நின்றவாறே சாமியை கும்பிட்டுக்கொண்டார்.

முத்து, “உள்ள போலயா?” என்று கேட்டான்,

“இந்த கூட்டத்துக்குள்ள போயிட்டு என்னக்கு திரும்ப?” என்றவர், “இந்தா பக்கத்துல இருக்கம்னுதாம் பேரு, கோயிலுக்குலாம் போயி ரொம்ப வருஷமாச்சு” என்றார், வேட்டியை காய வைத்துக்கொண்டே.

“ஏம்?”

“நம்ம வேல சோலிய பாக்கவா, கோயிலு கொளம்னு அலையவா? அதாம் ஒரே கோயிலா கொலதெய்வம் கோயிலுக்கு வந்துருதமே? அது போதாதா? எல்லா சாமியும் ஒன்னுதானெ?”

“சரிதாம்”

“நின்னு வேட்டியை காய வச்சுட்டு போமா?”

“ச்சே... ச்சே... இன்னா, நடந்துட்டே போனம்னா காஞ்சிரும்” என்று நடக்கத் தொடங்கினார்.

முத்துசாமி, துண்டை மட்டும்தான் நனைத்தான். ஏற்கெனவே அணிந்திருந்த பேன்டையும் சட்டையையும் மீண்டும் உடுத்திக் கொண்டான்.

“சாமிய கீழ கொண்டார வேற வழியே இல்லயா?”

“கீழ வந்து என்ன செய்ய போது?”

“எல்லாராலயும் காட்டுக்குள்ள வர முடியலன்னு சொன்னாவள்லா?”

“இங்கரு, என்னைக்கு மேல இருந்து சாமிய கீழ கொண்டாந்தாவளோ, அப்பமே இந்த பிரச்சனை இருக்கு. அந்த காலத்துலயே கீழ கொண்டாந்திருந்தா நல்லாந்திருக்கும். அதும் சாமி முடிவு பண்ணி சொல்லணும். வெளாட்டு காரியமில்லலா. இப்பம் நாம எப்டி முடி வெடுக்க முடியும், சொல்லு?”

“பிரச்னைன்னு இருந்தா முடிவுன்னு ஒன்னு இருக்கும்லா”

“நெசந்தாம். முடிவு இல்லாமயா இருக்கு?”

“அதாம் என்னன்னு கேக்கென்?”

“வன தேவதையளும் சாமியளும் அங்ஙனதாம் இருக்கணும், கேட்டியா? அதுதாம் அதுவோ எடம். மக்க புழங்குத இடத்துல இருக்கக் கூடாது... அதனால, சாமி பேசாம அங்ஙனயே இருக்கட்டும். பெறவென்ன?”

முத்துசாமி அவர் முகத்தைப் பார்த்தான். அவரும் அவன் முகத்தைப் பார்த்தார். இருவரும் சிறிது நேரம் பேசவில்லை. சாலையின் இடப்புற வயல்களின் குளிர்ந்த காற்றில் மேனி சிலிர்த்தது.

அதற்கு மேற்கே, கைகளால் அணைக்க முடியா, வருடங்கள் கடந்த பிரம்மாண்ட மரங்களையும் உருண்டு கிடக்கும் பெருங்கூழாங்கற்கள் மீதேறி ஓடும் தண்ணீரைக் கொண்ட ஓடைகளையும் ஒன்றைக் கொன்று, ஒன்று வாழும் விலங்குகளையும் கொண்ட அடர்மலைகளுக்குள்ளும் குலதெய்வங்கள் கோயிலின்றியும் கும்பிடும் ஆட்களின்றியும் இருக்கலாம். ஊர், மாவட்டம், மாநிலம், கடல்கடந்து வளர்ந்த குடும்பங்களில் இந்தத் தெய்வங்களை நினைப்பவர் யார்? அவர்கள் மொழி மறந்து, இனம் மறந்து, இயல்பு மறந்து யாராகவோ மாறி, யாராகவோ வாழ்ந்து கொண்டிருக்கலாம். கும்பிட ஆளின்றி இருக்கும் அக்குலதெய்வங்கள் தங்கள் குலங்களைத் தேடிக்கொண்டிருக்குமா? இல்லை அக்குலங்கள், தங்கள் தெய்வங்களைத் தேடிக்கொண்டிருக்குமா?

இப்போது நண்பன் கல்யாணி சொன்னது ஞாபகத்துக்கு வந்தது. ஒவ்வொரு வருடமும் தவறாமல் குலதெய்வத்தைப் பார்க்க குடும்பத்துடன் சென்றுவிடுபவன் அவன். இங்கிருந்து பக்கம்தான். மணிமுத்தாறு அருவிக்குப் போகும் வழி. சாத்தாவுக்கு ஏதோ ஒரு பெயரையும் சொன்னான். அவன் சாத்தா இருக்கும் இடத்தைச் சுற்றி ஒரு சாண் மனிதர்கள் வாழ்கிறார்கள் என்பது நம்பிக்கை என்பதால், சிறிது நேரம் அந்தப் பகுதியில் நின்று சத்தம் கொடுத்துவிட்டு வந்துவிடுவார்கள். அந்தச் சத்தம் கேட்டு அவர்கள் மறைந்துகொள்வார்கள். பிறகு சாத்தாவைச் சுற்றி இருக்கும் புற்களை வெட்டி சுத்தம் செய்துவிட்டு பூஜை செய்து கும்பிடுவோம் என்று சொன்ன ஞாபகம் வந்தது. இதையெல்லாம் விட, அந்த ஒரு சாண் மனிதர்கள் இருபத்தி நான்கு மணி நேரமும் புணர்ந்து கொண்டே இருப்பதாக நம்பிக்கை என்று அவன் சொன்னபோது முத்துசாமி சிரித்தான்.

“இதெல்லாம் நெசமாடே?” என்று கேட்டான் அவன்.

‘‘நெசம், பொய்ங்கதை தாண்டி அது நம்பிக்கை. ஆண்டாண்டு காலமா ஒரு கூட்டம் அதை நம்பிட்டே வருது... நா போயி அறிவுப்பூர்வமா கேள்வி கேட்டா எங்க தாத்தா, அப்பால இருந்து குடும்பத்துக் காரவளுக்கு எம்மேல கோவம்தாம் வரும். அதனால அப்டியான்னு கேட்டுட்டு வாய பொத்திக்கிட வேண்டியதாம்” என்று சொல்லியிருக்கிறான்.

காடுகளில் அடங்கியிருக்கும் சாமிகள் பல்வேறு நம்பிக்கைகளைக் கொண்டிருக்கின்றன. இதெல்லாம் எங்கிருந்து வந்திருக்கும்?

இன்னொரு நண்பன், ராஜ கன்னி ஒருத்தி தங்கள் குலதெய்வ சாமியைத் தேடி அடிக்கடி வருவதாகவும் அவளின் ஆவி அங்கேயே சுற்றிக்கொண்டிருப்பதாகவும் சொல்லியிருந்தான். ராஜ கன்னிகள், ராஜகுலத்தைச் சேர்ந்தவர்கள். அவர்களுக்கும் குலதெய்வத்துக்கும் என்ன தொடர்பிருக்கும் என்று யோசித்து யோசித்து காரணம் பிடிபடவில்லை அவனுக்கு. அதற்கும் ஏதும் ஒரு சம்பவம் காத்திருக்கும்.

சத்தமாகப் பேசிக்கொண்டும் சிரித்துக்கொண்டும் ஆட்கள் நடந்து சென்று கொண்டிருக்கிறார்கள். இடையிடையே வேகமாக இருசக்கர வாகனங்களும் பறக்கின்றன.

“ஐயப்பன் கோயிலுக்கு வருஷா வருஷம் மாலைபோட்டு போறாவளே... அந்தச் சாமி எங்க இருக்கு?” ஒரு பீடியை பற்ற வைத்து, இறுமியபின் கேட்டார் ஆண்டி.

“காட்டுக்குள்ள”

“அதெ எறக்கி கொண்டாந்திருக்கலாம்லா”

“ஏங் கொண்டரலயோ?”

“அதது இருக்க இடத்துல இருந்தாம் மரியாதெ. சாமி இருக்க இடத்தெ தேடி போனாதாம் நமக்கும் அதுக்கான முக்கியத்துவம் தெரியும், கேட்டியா? அதனால நம்ம சாமியும் அங்ஙன இருக்கதுதாம் மரியாதெ”

முத்துசாமிக்கு என்ன சொல்வதென்று தெரியவில்லை. சினிமாவில் தனக்கொரு இடமின்றி அலையும் அவன், சாமிக்கொரு இடம் கிடைக்க உதவலாம் என்று நினைத்திருந்தான். ஆனால், அனைத்தும் தெரிந்த சாமிகளுக்கு இதுவும் தெரியாதா என்ன? அதுமட்டுமின்றி முக்காலமும் அறிந்த சாமிகளுக்கு உதவ நாம் யார்?

இருவரும் நடந்து வந்துகொண்டிருந்தார்கள்.

“மெட்ராஸுக்கு எப்பம் போவப் போற?” என்று கேட்டார் ஆண்டி.

“நாளைக்கு சாந்தரம், பொதிகெல டிக்கெட் போட்டாச்சுலா”

“ஒங்கம்ம மட்டும் தனியாதாம் இருக்கா,ன்னா?”

“கூப்டாச்சு, ஊரெவிட்டுட்டு வர மனசில்லயாம். வேற என்ன செய்ய முடியும்?”

“இங்ஙனயே கெடந்து பொரண்டவ்வோளுக்கு அதெவிட்டுட்டு வர முடியாது தாம்”

“அப்டி என்னதாம் இருக்கோ, இந்த ஊர்ல?”

“என்னடே பொட்டுன்னு இப்டி சொல்லிட்டே, சினிமால இருக்கன்னு வேற சொல்லுதெ?”

“என்ன இருக்குன்னு சொல்லுங்களேன்”

“அங்கதான பொறந்து வளந்தே”

“ஆமா”

“இந்த ஊருதாம் ஒன்ன நல்லவனா வளத்திருக்கு. நாலு நல்லது பொல்லதை சொல்லித் தந்திருக்கு. மத்தவ்வோள மதிக்கணுங்கதை சொல்லித் தந்ததும் அதுதாம். நீ சினிமாவுக்கு போணும்னு ஒன்னய நெனய்க்க வச்சதும் அதுதாம். இதெல்லாம் இல்லாம, யாராது ஒரு பிள்ளைட்ட மனசை பறிகொடுத்திருப்பியே...”

“ஆமா. அந்த வெவாரமும்தாம் ஊரெவிட்டு போவ காரணம்’

“பெறவு, நீ ஓடுனதுக்கு ஒங்கம்மா என்ன செய்வா? அவளுக்கும் அந்த ஊருக்கும் ஆயிரம் நெனவு இருக்கும். ஒங்கப்பனோட வாழ்ந்த வாழ்க்கை அந்த வீட்டுலதான? இன்னைக்கு ஒங்கப்பன் இல்லனாலும் அந்த வீடு அவாட்ட பேசும்டெ. ஒங்கப்பன் நடமாடுன எடம் இருக்குல்லா, அதெல்லாம் ஒனக்கு வெறும் எடமாதாம் தெரியும். ஒங்கம்மைக்குதாம் அந்த இடத்துக்கும் சொவத்துக்கும் உயிரு இருக்குன்னு புரியும். அதெல்லாம் மனசால ஒணருத வெஷயம்... சினிமால இருக்கேன்னு சொல்லுத, இது தெரியாதாடே?”

முத்துசாமியின் மண்டையில் எதுவோ விழுவது போல தெரிந்தது. தடவிப் பார்த்தான். அரசமர இலைகள் மேலிருந்து மெதுவாக விழுந்தன. அதில் ஓர் இலையை மட்டும் கையில் வைத்துக் கொண்டான். ஆண்டி சொன்னது உண்மையான வார்த்தை. ஊர் என்பது உணர்வுடன் தொடர் புடையது. ஊரின் கிழக்கும் மேற்கும் வெறும் திசைகளல்ல. முடுக்கு, முக்கு, வாய்க்கா, வரப்பு, வயக்காடு, தோப்பு, கருவைக்காடு, கோயில், கொடை, கொளம், ஆச்சி, அக்கா, அம்மா, அப்பா, சித்தி, மைனி, மச்சான், மாப்பிள்ளை, பங்காளி, சொக்காரன், சாமி, சாமி கொண்டாடி... எல்லாம் கற்றுக்கொள்ளவும் கற்றுக் கொடுக்கவுமான அனுபவங்கள். அந்த அனுபவங்களே வாழ்க்கை. அதன் மீது ஏறி இறங்கி, விழுந்து எழுந்து செல்லும் தத்துவங்களே வாழ்வு.

‘ஏலெ, எனக்கு என்னாச்சு?’ என்று தன்னைத்தானே கேட்டுக் கொண்டான்.

டாணா வந்ததும் “நா இந்த பக்கம் போணும்” என்றார் ஆண்டி. பிறகு அவரே, “நா அங்ஙனயே பஸ்ல ஏறிருப்பேன். பேசிட்டு வரலாம்னுதாம் இங்க வர வந்தேன். ஒனக்கு பஸ்சு மொதல்ல வந்தா நீ போ. எனக்கு வந்தாலும் ஏறிக்கிடுதேன். அதுவரைக்கும் பேசிட்டு இருப்போம்” என்றார் ஆண்டி. சரி என்றார்கள்.

“அடுத்தால சாமி என்ன சொல்லும்னு இப்பவே யோசிச்சிட்டிருக்கேன்”

“அப்டியென்னத்த சொல்லிரும்?. கீழ இறங்குதேன், இறங்கமாட்டேன்... இந்த ரெண்டுல ஒன்னுதானெ? அதுக்கு போட்டு ஏம் யோசனை?”

“இறங்குதம்னு சொன்னா, என்ன நடக்கும்? இறங்க மாட்டம்னு சொன்னா என்ன நடக்கும்னு யோசிக்கேன்”

ஒன்னும் நடக்காது என்றார் ஆண்டி. ஏதோ நடக்கப் போகிறது என்று நினைத்தான் முத்துசாமி.

26

தென்காசிக்கு ரயில் ஏற்றிவிட வந்தான், உள்ளூர் நண்பனும் உறவினனுமான பாலு. தானாக ரயில் ஏறத் தெரியாதா என்ன? 'ரயில் ஏத்திட்டு வாரேன்' என்று சொல்லப்பட்டாலும் அது பேச்சுத்துணைக்கு. அம்மாவிடம் சொல்லிவிட்டு, அவன் பைக்கில் ஏறிக்கொண்டான் முத்துசாமி.

"குலதெய்வத்தை பாத்துட்டு வந்துட்டல்லா. நீ நெனச்சது நடக்கும். நீ சீக்கிரம் டைரக்டராயிருவெ, நடக்கா இல்லையான்னு மட்டும் பாரு" என்று சொல்லியிருந்தாள் அம்மா. எல்லா அம்மாக்களுக்கும் அப்பாக்களுக்கும் மகன் மீதிருக்கும் நம்பிக்கை அது. அப்படி ஆகவேண்டும் என்கிற எதிர்பார்ப்புமாக அது இருக்கிறது. மகன்களின் கனவுகளை விட, மகன்களைப் பற்றிய பெற்றோர்களின் கனவுகளில் வலிமையும் வலியும் அதிகமாகவே இருக்கின்றன. மகன்கள் தங்கள் கனவுகளை ஒவ்வொரு இடமாகத் தூக்கிக்கொண்டுச் செல்லும்போது அம்மாக்களோ, அப்பாக்களோ, அந்த கனவுகளோடு கூடவே வந்து கொண்டிருக்கிறார்கள்.

"ஏல பாலு, மெதுவா போ. இன்னும் ரயிலுக்கு நெறய நேரம் கெடக்கு, கேட்டியா? கொள்ளப் போதுன்னு வேகமா போவாதெ?" என்றாள் அம்மா, பைக்கை ஓட்டப் போகும் பாலுவிடம்.

"அதுலாம் நாங்க பாத்துக்கிடுதோம். நீங்க நிம்மதியா இருங்கெ. ஏம்னா, எங்களுக்கு வண்டி ஓட்ட தெரியாதுல்லா. அதும் ஒம் மவம் பச்சைபுள்ள பாரு... தாய்ப்பாசம் ஓவராதாம் இருக்கு..."

“நீ வா ஒனக்கு, ஒரு நா, மாட்டு மொத்தரத்துல காபிய போட்டு தாரம்ல”

“நீ செஞ்சாலும் செய்வன்னுதாம், ஒம் வீட்டுல பச்சை தண்ணி கூட குடிக்கமாட்டேங்கெ”

“கொழுப்பு ஏறிப்போச்சு ஒனக்கு”

அம்மா, அவனுக்கு மைனி முறை என்பதால் இப்படி கிண்டலாக விளையாடிக்கொள்வார்கள் என்பதால், முத்துசாமி வேடிக்கைப் பார்த்தான். ஊரில் நடந்து முடிந்த, நடக்கிற, நடக்கப் போகிற பல்வேறு கதைகளைச் சுவாரஸ்யமாகச் சொல்பவனாக இருந்தான் இந்தப் பாலு என்கிற பாலசுப்பிரமணியன். அவன் சொன்னக் கதைகளில் சில, சினிமாவை மிஞ்சும் அளவுக்கும் இருந்திருக்கிறது.

யார் பெயரையும் நேரடியாகச் சொல்லமாட்டான். சம்மந்தப்பட்டவனை புள்ளிக்காரன் என்றே விளிப்பான். அவனை மற்றொரு இடத்தில் சொல்வதென்றால் மேப்படியான் என்பதும் உண்டு. அதைச் சரியாகப் புரிந்துகொள்ளும் சாமர்த்தியம் நமக்கு வேண்டும்.

“புள்ளிக்காரன், நல்ல டிரைவரு பாத்துக்கெ. நம்மூர் மேட்டுத் தெருதாம். சின்ன வயசுலயே வடக்க எங்கயோ போயிட்டான் வேலக்கு. கொஞ்ச நாளுக்கு முன்னால ஊருக்கு வந்தாம். எனக்கே ஆளு மறந்துபோச்சுன்னா பாரு. பெறவு இன்னாரு மவம்னு சொன்னதும் ஞாவம் வந்துச்சு. கையில கொஞ்சம் துட்டு இருந்திருக்கும் போலுக்கு. அந்தானி, ஒரு டாக்ஸிய வாங்கிட்டாம். நம்மூர்ல ஏற்கெனவே நாலு வாடகை காரு நிய்க்கா. அதுக்கே ஆளு இல்ல. அடுத்த கணக்குக்கு இவனும் வாங்கிட்டாம். மேப்படியானை ஸ்டாண்டுல உள்ளவனுவோ சேக்கலை. ஏம்னு தெரியும்லா? அவனும் ரொம்பலாம் முண்டல. இன்னுமா சாதி பத்தி பேசிட்டு கெடக்கியோன்னு யோசிச்சாம். பெறவு, நீங்களுமாச்சு, ஒங்க சாதி மயிருமாச்சுன்னு விகே புரத்துக்கு வண்டிய எடுத்துட்டு போயிருவாம். அங்க மூணு லாம்புல வண்டிய நிறுத்துவாம். பதுவு ஆளுவோ கெடச்சிருக்கு போலுக்கு. வண்டியும் நல்ல ஓட்டம். ராத்திரியானா வீட்டுக்கு வந்துருவாம். நாலஞ்சு மாசமிருக்கும். நா ஒனக்கு போன் போடும்போது, ஒரு நா என்னமோ ஆடியோ பங்ஷன்ல இருக்கம்னலா... அன்னைக்குத்தாம் பெயலுக்கு கல்யாணம். நானும் போயி மொய்யி செஞ்சுட்டு வந்தேன். பிள்ளை, அதாம் அவம் பொண்டாட்டிக்காரி தீயா இருப்பா... அச்சங்கோயிலுக்கு போற வழியில என்னமோ ஊருன்னு சொன்னாவோ.

கல்யாணம் முடிஞ்ச ஒரே மாசத்துல பெயலுக்கு திருவந்தரத்துல ஒரு ஆஃபரு. யாரோ வெளிநாட்டுக்காரனுக்கு வண்டி ஓட்டணும் போலுக்கு. ஒரு மாசம் அங்க இருக்க போயிட்டாம். ஒரு மாசங் கழிச்சு வந்து பாத்தா, பொண்டாட்டிய காங்கல. வீட்டுல விசாரிச் சிருக்காம். “எப்பா, ஒம்பொண்டாட்டி, அவா ஊருக்கு போயிட்டாரம்னு சொல்லிட்டு போயி இருவது நாளிருக்கும். இன்னும் வரல”ன்னு சொல்லிருக்காவோ.

பெயலுக்கு கெதக்குன்னு ஆயிட்டு. ஊருக்கு போனம்னாளா? ‘‘முந்தா நாளுவர எங்கிட்ட பேசிட்டுதான இருந்தா... ஒரு வார்த்தெ சொல்லலியே. அம்மா ஊருக்கு போறம்னு. நான் இன்னைக்கு ஊருக்கு வாரம்னு வேற சொல்லியிருந்தனே’’ன்னு யோசிச்சிருக்காம்.

அங்ஙன நின்னே போனடிச்சா, அவா போனு சுவிச்சு ஆப்னு வந்திருக்கு. நேரா வண்டிய எடுத்துட்டு அவா ஊருக்கே போயிட்டாம். போனா, அங்க அவெள காங்கல. இங்க வரவே இல்லையேன்னு சொல்லியிருக்காவோ. பெறவு என்ன நடந்ததுன்னு தெரியுமில்லா, அந்தப் பெயலுக்கு தாய்மாமா, அந்தப் பிள்ளைய கூட்டிட்டு போயி, கருவேலங்குளத்துக்கு மேக்க என்னமோ ஊர்ல வச்சு குடித்தனம் நடத்திட்டு இருந்திருக்காம். பெயலுக்கு தாய்மாமம்னா, அவளுக்கு என்ன மொற? மவளுக்கு சமானம். இப்டியொரு கூத்தை எங்கயும் கேட்ருக்கியா? நம்மூர்ல இப்டிலாம் நடந்து இத்தன வருஷத்துல நாம் கேள்விப்படல, பாத்துக்கெ. அந்த பெயலுக்கு தாய்மாமனை நீ பாத்திருப்ப. அவம் பேரு என்னன்னு தெரில. மேப்படியானை சொரிஞ்சாம்பாவோ. ஒல்லியா, எப்பம் பாத்தாலும் பீடிய குடிச்சுட்டு, நம்ம சந்தரன் கடைலயே ஒக்காந்திருப்பாம்...

பெறவு என்னாச்சுன்னு கேளு. போலீஸுக்கு போயி, விவாரம் வச்சா, அந்த பிள்ளெ, அந்தப் பெய கூட வரமாட்டேனுட்டு. அவம் தாய் மாமென் கூடதாம் வாழ்வம்னுட்டா. பெறவு கட்டுன தாலிய அங்ஙனயே கழட்டி கையில கொடுத்துட்டு, அவங்கூட வாழ்ந்துட்டு இருக்கு. ஊரு பூரா ச்சீபட்டு போச்சு பாத்துக்கெ. பேப்பர்லலாம் வந்துச்சே, படிச்சியான்னு தெரில.

இந்த வெவாரம் முடிஞ்சு நாலு நாளு கூட ஆவலெ. நம்ம பூங்குறிச்சி போற வழியில ஒரு சாத்தாங்கோயிலு இருக்குல்லா, அதுக்கு கும்பாபிஷேகம் பண்ணணும்னு மேலத் தெருல ஒரு குரூப்பு கெளம்பிட்டு. அதுல வெளிநாட்டுல இருக்கானுவல்லா... நம்ம செம்பட்டை மவன், வம்பளந்தானம் மவன், ஓதப்புடுக்கு பேரம், பூக்காரி மவன் இவனுவோளுக்கு வெளிநாட்டுல எந்த லூசு பய என்ன சொன்னாம்னு தெரில. வந்து, எவ்வளவு செலவானாலும் பரால்ல, நாங்க பாத்துக்கிடுதோம், கும்பாபிஷேகம் பண்ணியே தீரணும்னு சொல்லிருக்கானுவோ. எல்லாம் வெளிநாட்டு துட்டுலா... அந்த கொழுப்பு அப்டி பேசச் சொல்லிருக்கு.

நம்ம கண்ணம்பி அப்பா இருக்காருல்லா, நம்ம நெய்மீசைடெ... அவரு போயி, ‘ஏ லூசு பயலுவோளா, இது சாத்தா... இதுக்கு கும்பாபிஷேகம்லாம் பண்ணக் கூடாது. நம்ம கோயிலுவோள்ல அந்த வழக்கமே கெடயாத. நீங்கயென்ன புதுசா ஒரு வழக்கத்த கொண்டாரியோ?ன்னு கேட்ருக்காரு. ‘நீரு எந்த காலத்துல இருக்கேரு. இப்பம்லாம் அதை நடத்துனாதாம் நம்மளயும் மதிப்பாவோன்னுருக்கானுவோ’

‘ஆட ஆங்கெங்கெட்ட கூவையளா. அப்டி ஒரு மரியாத மயிரு நமக்கு எதுக்கு? சாத்தாவுக்கு, கோயிலா இங்க கெட்டி வச்சிருக்கு?

அது வனாந்தரத்து மரத்து மூட்டுல ஐயோன்னு அம்மணமா நிய்க்கி. அதுக்கு போயி கும்பாபிஷேகம் நடத்தணுங்கெ? அதை நடத்தணும்னா, கோயிலு வேணும். அந்த கோயில்ல கோபுரம் வேணும். அதுக்கு மேல கலசம் வேணும். கோயில்ல ஒரு பிள்ளையாரு வேணும்... இதுலாம் இருந்தாம் அவ்வோலாம் பூசையவே நடத்துவாவோ. அது இல்லனாலும் கும்பாபிஷேசத்துக்காவ பிள்ளையாரெ புதுசா கொண்டாந்து கோயிலுல சொருவு வானுவோ. பெறவு அது எங்க சாத்தா கோயிலா இருக்கும்? நம்ம சாமி, நம்ம சாமியாவே இருக்கட்டும் கேட்டேளா? பெருமாளு, செவன் கோயிலு மாதி, சாத்தாவையும் ஆக்காண்டாம்... ஒங்க துட்டு கொழுப்புக்கு சாமிட்ட வம்பிக்கிழுக்காதியோல? நம்ம சாமிக்கு பங்குனி உத்ரத்துக்கு கெடா வெட்டி பூசையும் ஆடி மாசத்துல ஒரு கொடையும்தாம் உண்டு. புதுசா துட்டு வந்துட்டுன்னு வழக்கத்த மாத்தக் கூடாது, அது ஒன்னு கெடக்க ஒன்னை கொண்டாந்துரும், அதை சாதாரணமா நெனச்சிராதியோ. பொல்லாத சாமியாங்கும்' ன்னு சொல்லிருக்காரு.

அதுமட்டுமில்லாம ஊரு பூரா இந்த புதுப் பணக்கார திமிரை சொல்லிட்டாரு, நெய்வீசை. செம்பட்டை மவம்தாம் ரொம்ப துள்ளிட்டு இருந்திருக்காம், கும்பாபிஷேகம் நடத்தணும்னு. சொன்னா நம்பமாட்டடே, அந்தப் பெய இந்த வெவாரத்தைப் பேசிட்டு, வெளிநாட்டுக்குப் போயிட்டாம். போன ரெண்டே நாளுல, காலேஜ்ல படிச்சுட்டிருந்த செம்பட்டை மவா, திடீர்னு தூக்குல தொங்கிட்டா. எதுக்கு தொங்குச்சின்னு இந்த நிமிஷம் வரை யாருக்கும் தெரில. போலீஸ்காரம் பத்து நாளுவரை வந்துட்டும் போயிட்டும் இருந்தாம். குருவபத்துக்காரம் எவனையோ காதலிச்சுதுன்னும் ரெண்டு பேருக்கும் சண்டைல தூக்குல தொங்கிட்டுன்னும் சொல்லுதாவோ... யாரு கண்டா? இல்லாததயும் பொல்லாததயும் நம்ம பாக்காம சொல்லக் கூடாது, கேட்டியா? அதும் பொம்பளபுள்ள வெவாரத்துல அந்த பேச்சு கூடவே கூடாது. அந்த பாவம் நமக்கெதுக்கு?

ஆனா, நெய்வீசைதாம், 'சாத்தாட்ட விளாடுனா, சும்மாவா? பச்சத்தி மாடன் என்ன சாதாரண சாமியா? அவருதாம் பழிவாங்கிட்டாரு'ன்னு சொல்லிட்டு அலைதாரு..."

பைக், கடையம் தாண்டி சென்றுகொண்டிருந்தது. மரங்களாகவும் வயல் களாகவும் இருந்த இடங்கள் வீடுகளாகவும் கட்டிடங்களாகவும் மாறியிருந்தன. முதலியார் பட்டியும் கீழக்கடையமும் பெயர்களால் வேறாக இருந்தாலும் ஒன்றாக நெருங்கி விட்டதை போல, கடையமும் மத்தளம்பாறையும் விரைவில் நெருங்கிவிடும் என்று நினைத்தான். அதற்கான சாத்தியங்களை அவன் பார்த்தான். குளிர்ந்த காற்று வேகமாக வீசியது. பின்னால் அமர்ந்திருந்த முத்துசாமி, கண்ணை மூடி மோதிய காற்றைச் சுகமாக உணர்ந்தான். வலதுபுறம் தோரணமலை செல்லும் வழியைக் காட்டிய பாலு, "இந்த வழியா போனா, ஒங்கூட படிச்ச சேவியரு ஊரு வந்துரும். அப்டி போயும் தென்காசி போலாம். சுத்தணும், என்ன சொல்லுதெ?" என்றான்.

அதுவரை, கதைக் கேட்டுக்கொண்டு வந்த முத்துசாமி அவன் கேள்விக்குப் பதில் ஏதும் சொல்லாமல், “அவா, எந்தூர்ல இருக்கால?” என்று மொட்டை யாகக் கேட்டான். அவன் கேட்டதும் பாலுவின் முகத்தில் புன்னகை. பைக்கை சாலையின் இடதுபுறம் இருந்த மிகப்பெரிய வாகை மரத்தின் அருகே கொண்டு சென்று நிறுத்தினான். வண்டியின் சத்தத்தில் இரண்டு தெண்டல்கள் மரத்தின் மேலேறி மறைந்தன. பாம்பு சட்டைத் தொங்கும் வேலிக்கு உள்ளே எலுமிச்சைச் செடிகள். கொத்துக் கொத்தாக இளம் மஞ்சள் நிறத்தில் தொங்கிக்கொண்டிருந்த எலுமிச்சைகள். அந்த வாசனை மூக்கில் வந்து முட்டியது. ஒவ்வொரு மரத்துக்கு இடையிலும் நன்றாகத் தூத்து துப்புறப் படுத்தியது போல, பளிச்சென்று தெரிந்தது செம்மண்.

பாலு ஒரு சிகரெட்டை எடுத்துப் பற்ற வைத்தான். மோதிய காற்றில் இரண்டு முறை தீக்குச்சி அணைந்தது. பிறகு காற்றுக்கு முதுகுகாட்டி நின்று சிகரெட்டைப் பற்ற வைத்தான்.

“அவான்னா எவா?”

“தெரியாதோல?”

“யசோதாதானெ? எங்க கேக்கலயேன்னு நெனச்சேன். நீயா கேக்கட்டும்னு தான் நா வாய தெறக்கல. நெசமாவே ஒனக்கு, அவா எங்க இருக்கான்னு தெரியாதோ?”

“எனக்கெப்டி தெர்யும்? கல்யாணத்துக்கு போனதோட செரி”

“பெறவு பேசலயோ?”

“பேசி..?”

“பேசாம இருக்க முடிஞ்சுதா?”

“முடியலதாம். பேசுனா மட்டும் என்ன நடக்கபோது?”

“சும்மா, ‘எப்டியிருக்க?’ன்னு கேக்கதுல என்ன தப்பு இருக்கு?”

“எல்லாம் முடிஞ்ச பெறவு, பேசி என்ன நடக்கபோது?”

“சரிதாம்... இதயேதாம் அவளும் சொன்னா”

“என்னன்னு?”

“அவ்வோ சொந்த கோயிலு கொடைக்கு வந்திருந்தா ரெண்டு மாசத்துக்கு முன்னால. கொடை முடிஞ்சு பொத்தையில சாப்பாடு. பெரிய வாய்க்கால்ல தண்ணி எடுக்க வந்தவா, யாரும் பக்கத்துல இல்லன்னு அவளாதாம் ஆரம்பிச்சா, “அவம் பேசுனானா?”ன்னு. ஆமான்னு தலையாட்டிட்டு, “நீ?”ன்னு கேட்டேன். “ஆசையாதாம் இருக்கு. இனும பேசி என்ன நடக்க போவுது? ஆனா, என்

வீட்டுக்காரருட்ட, முத்துசாமிய காதலிச்சேங்கதை சொல்லிட்டேன். அவரு நல்ல மனுஷம். அந்த வயசுல எல்லாரும் பண்ணுதது தானன்னு பெருந்தன்மையா சொன்னாரு... பெறவு கண்டுக்கிடல. நா அவன்ட்ட பேசுனாலும் ஒண்ணும் சொல்ல மாட்டாருதாம். ஆனா, நெனப்பு வந்தாலே, அன்னைக்கு பூரா ஒரு வேலையும் ஓடாது. பொசமுட்டிட்டு வந்துரும். பேசுனம்னா இது அதிகமாவும்... எதுக்குன்னுதாம் பேசல. பேசாட்டாலும் தெனமும் அவம்தான் மனசு பூரா நிய்க்காம். அவனை பாத்தா நா இதைச் சொன்னம்னு சொல்லு,ன்னா'' என்றான்.

முத்துசாமியின் முகம் இப்போது மாறியது. அவள் பற்றிய நினைவுகள் எழுந்து ஓடத் தொடங்கின.

பெருங்கூட்டத்துடன் சென்றுகொண்டிருந்த புளியரைச் செல்லும் பேருந்து, முன்னால் செல்லும் வேனை ஓவர் டேக் செய்வதற்காக அடித்த ஹார்ன் சத்தம் இவர்கள் காதுக்குள் ஒலித்து எரிச்சலை ஏற்படுத்தியது.

“அவா புருஷம் லேப் டெக்னீஷியன். குத்தாலத்துல சொந்தமா லேப் வச்சிருக்காம்'' என்ற பாலு, “போற வழில, பழைய குத்தாலம் வழியா போயி, ஒரு எட்டுப் பாத்துட்டு போயிருமா?'' எனக் கேட்டான்.

“ச்சீ. அதுலாம் நமக்கெதுக்கு?''

“நா என்ன அவ்வோ வீட்டுக்கா போலாம்னு சொல்லுதென். அவம் லேப்பை காட்டுதேன். பாத்துட்டு போவோம்''

“அதெதுக்கு? சீரெட்டை முடிச்சுட்டன்னா, கெளம்பு'' என்றான். மனது முழுவதும் நிறைந்திருந்தாள் யசோதா. இருவரும் அதிகாலையில் ஆற்றில் சந்தித்துப் பேசியது, வாழ்க்கை பற்றிய பெருங்கனவுகளை இருவருமே சொன்னது எல்லாம் ஒவ்வொன்றாக அவன் ஞாபகத்துக்கு வந்து போயின. எல்லாம் உடைந்து சிதறிய கனவுகள். அள்ளி ஒட்ட வைக்க முடியாதக் கனவுகள். அள்ளவே முடியாத கனவுகள், தூரத்தில் நின்று அவனைப் பார்த்து கேலியாக நகைத்து ரசித்தன.

தென்காசிக்குள் பைக் நுழைந்ததும், “அல்வா வாங்கணும்'' என்றான். “எனக்குத் தெரியும், போவும்'' என்ற பாலு வழக்கமாக வாங்கும் கடைக்குச் சென்றான். தென்காசி பெரிய கோயிலுக்கு எதிரேயிருக்கும் அந்தச் சிறிய கடையில் பெருங்கூட்டத்துக்கு இடையில் வாங்கினான், சென்னை நண்பர்களுக்காக. ஊருக்கு வரும்போதெல்லாம் இங்கு வாங்கிச் செல்வது வழக்கம். அவனுக்கு அல்வா பிடிக்காது என்பது உண்மைதான். பேருக்கு சிறு துண்டெடுத்து வாயில் போட்டுக்கொள்வான். ‘இந்த ஒலகத்துலயே அல்வா புடிக்காதுன்னு சொல்லுத ஒரே ஆளு நீமட்டும்தாம்டே' என்பான் பாலு.

அல்வா வாங்கிய பாலு, ஒரு பொட்டலத்தை அங்கு வைத்தே தின்றான். முத்துசாமி பேருக்கு கொஞ்சம் பிய்த்துக்கொண்டான். பிறகு பேப்பரில் கையைத் துடைத்து, குப்பையில் போட்டு விட்டு எதிரில் பார்த்தான், யசோதா

நின்றிருந்தாள்! இருவருக்குமே அது ஆச்சரியமாகத்தான் இருந்திருக்கும். அவளைப் பற்றி பேசிக் கொண்டிருந்த சிறிது நேரத்துலயே அவளைச் சந்திக்கும் வாய்ப்பு இப்படி கிடைக்கும் என்று முத்துசாமி நினைத்திருக்க மாட்டான்.

“என்ன யசோதா, எப்டியிருக்கெ?” என்றான் பாலு. அவள் யாரோ ஒரு பெண்ணுடன் கையில் துணிப்பையோடு நின்றிருந்தாள். முத்துசாமி, இப்போது திரும்பி, அவளைப் பார்த்தான். இருவரும் சில நொடிகள் எதுவும் பேசிக் கொள்ளவில்லை. அவள், அவனையே பார்த்தாள். அவன் புன்னகைத்து, “எப்டியிருக்கீங்க?” என்று சம்பிரதாயமாகக் கேட்டான். “நல்லாருக்கேன்” என்றாள் அவள்.

“பங்குனி உத்ரத்துக்கு கொல தெய்வ கோயிலுக்கு வந்தாம் முத்துசாமி. ஆறு மணி பொதிகையில ஊருக்கு போறாம். அல்வா வாங்கணும்னாம், அதாம் வந்தோம்... ஒன்னைய திடீர்னு பாத்தாச்சு” என்ற பாலு வியப்பாகச் சொன்னான். .

முத்துசாமியின் முகம் பதற்றமாக இருந்தது. வேறு என்ன பேசுவதென்று புரியவில்லை. யசோதா, தன்னுடன் வந்த பெண்ணிடம், “இவங்களுக்கு எங்க ஊரு. சொந்தக்காரங்கதாம்” என்று அறிமுகப்படுத்தினாள். முத்துசாமியை மட்டும் கையைக் காட்டி, “இவங்க மெட்ராஸ்ல சினிமால இருக்காவோ” என்றாள். அந்தப் பெண் அப்படியா என்று கேட்டுவிட்டு, அவனை இன்னுமொரு முறைப் பார்த்துப் புன்னகைத்தாள். பிறகு என்ன நினைத்தாளோ, “நீங்க பேசிட்டிருக்கேளா, அந்தக் கடைல எண்ணெய் வாங்கிட்டு வந்திருதேன்” என்று கிளம்பினாள். அதைத்தான் எதிர்பார்த்திருப்பாள் யசோதா. பாலுவும், “பேசிட்டிரு, ஓரமா நின்னு ஒரு தம்மை போட்டுட்டு வாரேன்” என்று நகர்ந்தான்.

“எப்டியிருக்கெ?”

“நல்லாருக்கேன்... வீட்டுக்காரரு நல்ல மனுஷம்... ஒன்னப்பத்தி அவர்ட்ட சொல்லிருக்கேன்” என்றாள்.

“நிறைய கனவு வச்சிருந்தோம்”

“அதனாலதாம் கனவா போச்சு”

“...”

“எப்பம் படம் டைரக்ட் பண்ண போற? ரொம்ப எதிர்பார்த்துட்டு இருக்கென். நீ பெரியாளா வரணும்... சினிமா போஸ்டர் பாக்கும்போதெல்லாம், அதுல இருக்க டைரக்டர் பேர்ல உன் பேரை வாசிச்சு பாப்பேன்” என்று சொல்லிவிட்டு முகத்தைத் திரும்பி கோயில் கோபுரம் பார்த்தாள். கண்கள் லேசாகக் கலங்கியிருந்தன.

பிறகு சுதாரித்து, ‘எப்பம் கோயிலுக்கு போனாலும் நீ டைரக்டராகணும்னு ஒனக்காவவும் வேண்டுவேம். இப்பம் செய்ய முடியுதது இது மட்டும்தான...’’ என்றவள் முகத்தைத் திருப்பி எங்கோ பார்த்தாள். சிறிது நேரத்துக்குப் பிறகு, ‘‘சினிமாவுக்காக பேரை மாத்தலயே?’’ என்று கேட்டாள்.

‘‘ஏன் மாத்தணும்?’’

அல்வா வாசம் இழுத்தது. அருகில் நின்று அப்பாவுடன் அல்வா தின்ற சிறுவன், இன்னும் கொஞ்சம் என்று அவரிடம் கேட்டுக்கொண்டிருந்தான். முத்துசாமியும் அவளும் ஏதும் பேசாமல் ஒருவரை ஒருவர் பார்த்தபடி நின்றார்கள். அந்தப் பெண், எண்ணெய் வாங்கிவிட்டு வந்தாள். வேகமாக வந்த பாலு, ‘‘நேரமாயிட்டுடே, போவுமா?’’ என்றான். தலையாட்டினான், முத்துசாமி. இருவரும் கண்களால் விடைபெற்றார்கள். அவள், அவன் மறையும்வரை பார்த்துக்கொண்டிருந்தாள். ரயில்வே ஸ்டேஷன் அருகே வந்ததும் வண்டியை நிறுத்திவிட்டு பாலு சொன்னான்.

‘‘பாத்தியா நீ ஒன்னு நெனச்சா, காலம் ஒன்னு நெனய்க்கி. நீ அவளெ பாப்பேன்னு நெனச்சியா?’’

‘‘பாத்தா நல்லாயிருக்கும்னு நெனச்சேன்’’

‘‘எதேச்சயா வந்து நின்னுட்டா பாத்தியா? எனக்கெ ஆச்சரியமாதாம் இருக்கு’’ என்று சொன்னான் பாலு. ஆமா என்றான் முத்துசாமி. பிறகு ‘‘நேரமாயிட்டு, நான் உள்ள வரல. நீ கெளம்பு. போயிட்டு போன் பண்ணு,னா’’ என்றான். சரி என்று தலையாட்டிய முத்துசாமி, யசோதாவின் நினைவிலேயே பொதிகையில் ஏறச் சென்றான்.

பாலுதான், யசோதாவுக்கு போன் செய்து தென்காசிக்கு வந்து கொண்டிருப்பதையும் அல்வா கடையின் அருகே இத்தனை மணிக்கு நிற்போம் என்றும் சொன்னதையும் முத்துசாமி அறிந்திருக்க வாய்ப்பில்லை.

21

மலேசியாவின் கெந்திங் ஹைலேண்டுக்கு படப்பிடிப்புக்காக வந்திருந்தான் முத்துசாமி. படத்தின் கதாநாயகனாக அறிமுகமாக இருப்பவரின் தந்தை மலேசியாவில் அரசு ஒப்பந்தக்காரர். நடிப்பே வராத சொகுசான ஹீரோவுக்கு பதினைந்து நாட்கள் நடிப்புப் பயிற்சி அளிக்கப்பட்டது. முட்டி முட்டி பார்த்துவிட்டு, பயிற்சி அளித்தவர் சொன்னார். "வசதியான வீட்டு பிள்ள, அவருக்கு இதுக்கு மேல வராது. சட்டில இருந்தால்லா ஆப்பைல வரும். அவருக்கு என்ன வருதோ, அதை மட்டும் வச்சு எடுங்க" என்று சொல்லியிருந்தார். தன்னுடன் சில படங்களில் அசோஸியேட்டாக பணிபுரிந்த கோகுல்தான் இயக்குநர். முத்துசாமி இதில் அசோஸி யேட்டாக இருந்தான்

பிரபல ஹீரோவுக்கு சொன்ன கதை இது. "நல்ல கதைதான். எனக்கு பிடிச்சிருக்கு. நான் இன்னும் ரெண்டு வருஷத்துக்கு பிசி. அதுவரை எனக்காக வெயிட் பண்ண வேண்டாம். வேற யார்ட்டயாது ட்ரை பண்ணுங்க" என்று இளநீர் கொடுத்து அன்பாகச் சொல்லியிருந்தார், அந்த பிசி ஹீரோ.

பிறகு நண்பரின் நண்பர் சொல்லி, அவர்கள் கேட்ட கதைகளிலேயே இதுதான் சிறந்தது என்று தீர்மானித்து, நண்பன் கோகுல் படம் இயக்க அட்வான்ஸ் கொடுத்தார்கள்.

"இங்கரு, ஹீரோ நல்லா நடிக்கானோ, இல்லயோ. கதையா இது நின்னா போதும். ஒனக்கு அடுத்த படம் கிடைக்கும்" என்று நண்பர்கள் சொல்லி இருந்ததால், கோகுலும் முத்துசாமியும் அந்த ஹீரோவிடம் போராடி நடிப்பை வாங்கிக்கொண்டிருந்தார்கள்.

படப்பிடிப்பு இல்லாததால் முந்தைய நாள் குடித்த வெளிநாட்டு சரக்கின் ஹேங்கோவரில் இருந்து வெளிவராமல் முத்துசாமி,

லெமன் டீ குடித்துக் கொண்டிருந்தான். மண்டையில் பெரும் பாறாங்கல்லைத் தூக்கி வைத்துக்கொண்டு யாரோ அமர்ந்திருப்பது போல அவனுக்குத் தோன்றியது. தலையை அங்கும் இங்கும் ஆட்டிக் கொண்டே இருந்தான். சகஜநிலைக்கு வரவில்லை. சக குடிகார நண்பன் சொன்னதின் பேரில் லெமன் டீயை குடித்தான். அவன் இப்படி மது குடிப்பவனில்லை. பேச்சு சுவாரஸ்யத்தில் அதிகமாகிவிட்டது. மாலையில் தாய் மசாஜ் செல்வதற்கான திட்டத்தைப் பேசிக் கொண்டிருந்த போதுதான் அந்த ஃபோன் அழைப்பு வந்தது.

“தம்பி, நா செவநம்பி பேசுதேன். ஞாவமிருக்கா?”

“ஆங்.. நல்லாருக்கேளா?”

“நல்லாருக்கேன். ரொம்ப நேரமா போனை போட்டுட்டே இருக்கேன், கெடைக்கவே இல்லயே?”

“நா மலேசியாலலா இருக்கேன். இங்க ரூமுக்குள்ள சிக்னலு செரியில்ல. வாட்ஸப்ல கூப்டட்டா?” என்று சொல்லிவிட்டு பிறகு அழைத்தான்.

“கேக்கா... நா முத்துசாமி பேசுதேன்” என்றான்.

“கேக்கு, கேக்கு. அதாம் நம்ம சாமி கீழ இறங்குதம்னு சொல்லிட்டு, அதாம் சந்தோஷத்துல எல்லாருக்கும் போனை போட்டு சொல்லிட்ருக்கேன்” என்றார் செவநம்பி.

“அப்டியா, சர்தாம், எப்டி நடந்துச்சு, இது?”

அவர் சொல்ல ஆரம்பித்தார்.

“எண்ணி பதினாறாம் நாத்து, இதே எடத்துக்கு வாங்கெ, எம் முடிவெ சொல்லுதம். அது கட்டையோ, நெட்டையோ, என்னய அதுக்கு மேல தொல்ல பண்ணக் கூடாதுன்னு சாமி அன்னெக்கிச் சொல்லிச்சா? அந்தானி, சரின்னு பதினாறாம் நாத்து போயாச்சு. வளச்சு வளச்சு யாரு இங்க வரப்போறான்னு நாங்க நெனச்சா, ஆளுவோ சேந்து போச்சு, ஒரு லாரிக்கு. அந்தானிக்கு லாரிய கொண்டி, பதுவா நிப்பாட்டுத எடத்துல நிறுத்திட்டு காட்டுக்குள்ள நடந்தோம். கொலதெய்வத்து ஓடம்பு நல்லா ஆயி, நடந்து வந்தாவோ. அங்க போயி பாத்தா, சொன்னா நம்ப மாட்டே தம்பி..., ‘நம்ம கொல தெய்வம் செலயில கெடந்த பூமாலயும் சாத்தா செலயில கெடந்த பூமாலயும் மட்டும் ஒரு பூ கசங்கல. எப்டி போட்ருந்தமோ அப்டியே கெடந்தது. இந்த அதிசயத்தை எங்க போயி சொல்லுவெ?. மத்த சாமியோ மேல போட்டிருந்த பூமாலயள அங்ஙனயே காங்கல. நா பொய் சொல்லுதம்னு நெனச்சிராத. நீ வேணும்னா, நம்ம எலெக்ட்ரிஷியம் இருக்காம்லா, முத்தையா. அவன்ட்ட கூட கேட்டுக்க.

அந்தானி கும்புட்டோம். எனக்கு லேசா அருள் வந்துச்சு. எம் மவா புடிச்சுக்கிட்டா. சாத்தாவுக்கு முன்னால பரிவாரத் தெய்வம் இருக்குல்லா, அதெ

சுத்தி சுத்தி யானைச் சாணி. அதுவளும் வந்து கும்புட்டுட்டு போயிருக்கும், யாரு கண்டா? அதலாம் தூத்து தள்ளிட்டு, கொண்டு போன எலைய விரிச்சு பூஜை சாமான வச்சு கும்புட்டோம்.

நெனச்ச மாதி, கொல தெய்வத்துக்கு அருளு வந்துட்டு. கண்ணெ பொத்தி மேக்க பாத்து நின்னுகிட்டு ஆட ஆரம்பிச்சுது, பாத்துக்கெ. இது, அன்னைக்கு ஆடுன ஆட்டம்லாம் இல்ல. செலைக்கு முன்னால, தரைல ஒக்காந்து தலைய விரிச்சு போட்டு, கையயும் காலயும் பரத்திட்டு வந்த வரத்து இருக்கு பாரு, எனக்குலாம் என்னமோன்னு ஆயிட்டு. நெசமாவே பயந்துட்டம்னா பாரேன். என்னா ஆட்டம்ங்கெ. கொல தெய்வத்துக்கு ஆடுதவா ஒடம்பு, சும்மாவே சீத்துவம் இல்லாத மாதிதாம் இருக்கும். ஒனக்குத்தாம் தெரியுமெ. குச்சி மாதி இருப்பா. அன்னைக்கு என்னடான்னா, யானை பலம் வந்தமாதில்லா இருந்துச்சு. அவா, தரைல இருந்து உக்காந்த மாதியே குதிச்சு குதிச்சு ஆடுனதெல்லாம், சாதாரண ஆளுவோளால முடியாது, அதலாம் கண்கூடா பாத்தாதாம் தெரியும் கேட்டியா? பத்து பதினைஞ்சு நிமிஷம் இருக்கும். ஓ ஓ ன்னு அவயம் போட்டுக்கிட்டு பேசுன பேச்சு, என்ன மொழின்னே தெரியல. கெக்கே பிக்கேன்னு என்னமோ சொல்லுதா. ஆனா, தமிழ் இல்ல. நாங்க வாயெ பொத்திட்டு பேயறைஞ்ச மாதி பயந்துட்டுலா நின்னோம்.

பெறவு செத்த நேரத்துல ஒடம்புலாம் வேத்து விறுவிறுத்து தலய அங்கயும் இங்கயும் ஆட்டிட்டு சொல்ல ஆரம்பிச்சுது சாமி.

“என்னத்த இருந்தாலும் நீங்க எம்புள்ளேலு. ஒங்களுக்கு ஒன்னுன்னா, அது எனக்கு ஒண்ணுங்கத மாதிதான். எனக்காவ நீங்க ரொம்ப கஷ்டபடாண்டாம். ஒங்களுக்காவ, என் ஆசாபாசத்தை தொறந்துட்டு, என் சொந்த வீடு வாசலை விட்டுட்டு, வெளிய வாரதுக்கு முடிவு பண்ணிட்டென். இப்பவும் சொல்லுதென். இது எனக்காவ இல்ல. ஒங்களுக்காவ மட்டும்தான்...”

சாமி இப்டி சொன்னதும் எல்லாரும் கால்ல விழுந்து கும்புட்டாவோ.” அந்தானி நாந்தாம் கேட்டென். “வாரம்னு சொன்னது சரிதாம். கீழ எங்க வந்து பார்க்கெ?”ன்னு. நா கேட்டது சரிதானெ தம்பி. வாரம்னு சொல்லிட்டா, எடம் தெரியணும்லா நமக்கு.

சாமி சொல்லுச்சு பாத்துக்கெ, “ஆனை நடக்கும் வழி, ஆயிரங்கால் போன வழி, வானம் இடி இடிச்சு ஏழு பனை எரிஞ்ச வழி, நாலுசுரு போன வழி, அள்ளாத மணலிருக்கும், ஆறடி ஆழத்து நீரிருக்கும். நெரம்பாத அணையோரம் கொத்து கொத்தா செங்கிராம்பு மரமிருக்கும். ஊசிகுத்தி பொத்தையொன்னு சொக்கப்பனை ஒசரமிருக்கும். ஆடி பதினெட்டுல அயக்காம நானிருப்பேன், எங்கூட்டம் கூட வர. மறக்காம வந்து தேடு மத்தியான சோத்தோட...”

எடத்தெ இப்டி சொல்லியாச்சு. இது எங்கன்னு நாலு நாளா யோசிச்சிட்டிருக்கோம். ஓரளவு புடிபுட்டு போச்சு. அடுத்த செவ்வாய் இல்லனா வெள்ளிக்கிழமை எடத்தை தேடப் போறோம்... கண்டுபிடிச்சிருவோம்.

ஆடி பதினெட்டுல ஒரு பூஜைய போட்டிருவோம், கேட்டேளா? அன்னைக்கு ஒங்களால வரமுடியுமா?'' என்று கேட்டார்.

"நா வாரதுக்கு பாக்கென். கண்டிப்பா வருவம்னு சொல்ல முடியல'' என்றான் முத்துசாமி.

"ச்சே வாங்க தம்பி, நீங்களாம் வந்தாதாம் நல்லாருக்கும்''

"ஒங்ககிட்ட சண்டபோட்ட மாசானம் வந்தாரா?''

"வராம, எங்க போவாம் அர்தலி? அது என்ன சண்டெ, என்னத்த அடிச்சாலும் புடிச்சாலும் மூதி அவம் சொந்தம்தானெ... அடிச்சுக் கிடுதது, கூடிக்கிடுததுதாம். நா எல்லாருக்கும் ஃபோன் போட்டு சொல்லிட்டேன். வாரம்னு சொல்லிட்டாவோ. இப்பதாம் நாகரோயில் மரகதத்துக்குச் சொல்லிட்டு, லட்சுமி டீச்சருக்கு போனை போட போனேன். அதுக்கு முன்னால ஒங்களுக்கு சொல்லிரும்னு அடிச்சேன்'' என்றார்,

முத்துசாமிக்கு மரகதம் பெயரைக் கேட்டதும் அவள் மகள் கண்முன் வந்துசென்றாள். "நானும் கண்டிப்பா வாரம் அண்ணாச்சி'' என்றான், செவநம்பியிடம்.

22

குலதெய்வம் சொன்ன இடம் எது என்பதை கண்டுபிடித்து விட்டார்கள். கீழே வருவதாக சாமி சொன்ன அன்று காட்டுக்குள் லாரி நின்ற இடத்துக்கு அருகே தனியாக சிறுநீர் கழிக்கச் சென்ற செவநம்பி, ஆடுமேய்க்கும் அந்தப் பெரியவரைப் பார்த்தார். அவர் கையில் ஆடுகளை விரட்டுவதற்கான, சுட வைக்கப்பட்டு தோல் நீக்கப்பட்ட வழுவழுப்பான கோங்கு கம்பு. நரைத்த தாடி, பழுப்பேறிய வெள்ளைத்துண்டால் தலைப்பாகைக் கட்டியிருந்தார்.

செவநம்பி குனிந்து எழுந்தபோது, “சாமி, கீழ வாரம்னு சொல்லிட்டு, னா” என்று சிரித்தபடி கேட்டார் அந்தப் பெரியவர். அவரைப் பார்த்ததும் செவநம்பிக்குத் திடுக்கென்று இருந்தது. திடீரென்று ஓர் அந்நியர், முன்னால் வந்து நின்றது அவருக்கு ஒரு மாதிரியாக இருந்தது. இவரை இந்தப் பக்கம் இதுவரை பார்த்ததில்லை.

“ஆமா, சாமி கீழ வாரம்னு சொல்லிட்டு, நீங்க யாரு?”

“எனக்கு கீழதாம் ஊரு. உள்ள பெரம்பு கம்பு கெடைக்குமான்னு மரத்துவோளப் பாக்க போனென். திடீர்னு ஆளுவோ சத்தமா கேட்டதுன்னு பார்த்தா, சாமி பேசுனது எங்காதுல விழுந்தது. அதாம் கேட்டேன்” என்றார்.

“ம்ம்..”

“சாமி சொன்ன எடம் லேவு தெரிஞ்சுதா?”

“இனுமதாம் தேடணும்”

“எங்க போயி தேடப்போறியோ? அன்னா, அணைக்கு

வடபக்கமா, பாறை இருக்குல்லா...'' என்று கையை நீட்டிச் சொன்னார். அவர் சொன்ன இடம் இங்கிருந்து அணைக்கு இடபக்கமாக இருந்தது. அணை முடிந்து பாறைகள் துண்டு துண்டாக வளர்ந்திருந்த இடம் அது,

“பாத்துட்டேளா, அதெ தாண்டுனா அங்ஙனதாம், இடி விழுந்து ஏழு பனை மொத்தமா கருவுச்சு. வயக்காட்டுல வேல பாத்த நாலு பேரு, மூணு பொம்பளையாளு, ஒரு ஆம்பளை எல்லாரும் இடி விழுந்து கரிகட்டையா செத்துக் கெடந்ததும் அங்ஙனதாம். அதுக்கு அந்தானிதாம் ஊசிக்குத்திப் பொத்தெ...''

“இவ்ளவு வெவரமா சொல்லுதேரே, உள்ள எதுக்கு வந்தேரு?''

“அதாம் சொன்னம்லா. ஆடுவோள இங்ஙன மேயவிட்டுட்டு காட்டுக்குள்ள பெரம்பு கம்பு பாக்க வந்தம்னு. ஓங்க சாமி சத்தம் கேட்டுதும் என்னன்னு கேட்டெம். நானும் அங்க வரலாம்னுதாம் நெனச்சேன். திடுதிப்புனு அப்டி வந்தா என்ன நெனப்பேளோன்னு தாம் வரல''

செவநம்பி அவரையே ஏற இறங்கப் பார்த்தார். அவருக்கு இவர் யாரோ என்பது போல சந்தேகம்.

“கீழுருல யாரு?''

“நானா, சூச்சாருனு கேட்டுப் பாரும் சொல்வாவோ'' என்ற அந்த பெரியவர், “பெய ஆடுவோ அங்க எங்க போதுவோ... க்க்கிய...'' என்று சொல்லிக் கொண்டு, “வாரம்யா'' என்றபடி அதை விரட்டுவதற்காகப் போனார். செவநம்பி அவரையே பார்த்துவிட்டு லாரிக்கு வந்தார். எல்லோரும் ஏறியிருந்தார்கள். குலதெய்வப் பாட்டியைத் தூக்கி உள்ளே உட்கார வைத்திருந்தார்கள். சாமி இறங்குவதாகச் சொன்னதில் அனைவருக்கும் ஏற்பட்ட மகிழ்ச்சி முகத்தில் தெரிந்து கொண்டிருந்தது. இனி பங்குனி உத்திரம் மட்டுமின்றி, நினைத்த நேரத்தில், நினைத்த நாளில் குலதெய்வத்தையும் சாத்தாவையும் பார்த்து விட முடியும்.

ஆண்டியை லாரியின் முன்பகுதியில் உட்காரச் சொன்ன செவநம்பி, பேசிக்கொண்டே வண்டியை ஸ்டார்ட் செய்தார். ஓட்டுநர் இருக்கையில் அமர்ந்தபடியே, திரும்பி, ‘ஏய், எல்லாரும் ஏறிட்டேளா?'' என்று கேட்டுக் கொண்டார். “ஏறியாச்சு, ஏறியாச்சு வண்டிய எடு'' என்று பதில் வந்ததும் லாரி சென்றது.

அந்த ஆட்டுக்காரர் சொன்ன விஷயத்தை ஆண்டியிடம் அப்படியே சொன்னார், ஒன்று விடாமல்.

“காட்டோரத்துல ஆடு மேய்க்கவன் உள்ள ஏம் வரப்போறாம்? அதும் நம்ம கோயிலு வரைக்குமா பெரம்பு கம்பை தேடி வருவாம்? சூச்சாருங்க பேரை கீழூர்ல நா கேள்விபட்டதே இல்லியே? டவுட்டால்லா இருக்கு'' என்று யோசிக்கத்

தொடங்கினார். பிறகு, "செரி, அவரு சொல்லுத எடத்தையும் என்னன்னுதாம் போயி பாத்துருமெ'' என்றார், ஆண்டி.

"அவரு சொல்லுத எடம் புள்ளிக்காரம் வளச்சு போட்டதா பேசுத எடம்லா"

"மாவட்டச் செயலாளரா? அவம், காட்டையுமா வளச்சு வச்சிருக்காம்?"

"ஓசி இடம்னா, சுடுகாடா இருந்தாலும் வளச்சு அதுலயும் பயித்த வெளய வச்சிருவானுவோ... பொறம்போக்க எப்டி விடுவாம்? ஒரு குத்து இடம் சும்மா கெடந்தாலும் வெசாரிச்சிருவாம் யாருக்குள்ளதுன்னு"

"ச்சீ... அவரு சொல்லுத எடம் பொறம்போக்கா இருக்காது? வனத்துறைக்கு சொந்தமாதாம் இருக்கும்"

"வனத்துறைன்னா, தொல்ல இல்ல பாத்துக்கெ. சாமி, சாத்தான்னா கும்புட்டுட்டு போவ விட்ருவாவோ. பொறம்போக்குன்னா, புள்ளிக்காரம் இதுக்குள்ள பட்டாவே போட்ருப்பாம்"

"ஊருக்குள்ளயும் பாதி வயக்காட்டை வச்சிருக்காம். அக்கம் பக்கத்து ஊர்லயும் அவ்வளவு வளச்சு வச்சிருக்காம். ரெண்டு பொட்டப் புள்ளதாம் இருக்கு, மூதிக்கு. அவ்ளத்தையும் சேத்து வச்சு எங்க கொண்டு போவப்போறாம்?"

"ஆங்... மவள கெட்டிக்கொடுக்கும் மருமவனுவளுக்கு சீதனமா கொடுப்பாம்"

"அதுக்கு ஒழச்சு வாங்குனதெ கொடுக்கலாம்லா? இப்டி ஏமாத்தியும் வளச்சும் வாங்குன சொத்து, எப்டி பிள்ளேலுக்கு தங்கும்? பாவம், அதுவோதாம் செரமப்படப்போது"

"பாவம் புண்ணியம்லாம் இப்பம் யாரு பக்கா? செரி, அது நமக்கெதுக்கு?"

"அப்பம் என்னைக்கு போயி பாப்போம்"

"யாருலாம் வாராவோன்னு கேப்போம். வார வெள்ளி சரிபடுமா?"

"அன்னைக்கு வேண்டாம். வயக்காட்டு வேல கெடக்கு"

"அடுத்த செவ்வா?"

"மத்தவோட்டயும் கேட்டுக்கிடுவோம்"

லாரி கீழே இறங்கியிருந்தது. கடையில் டீ குடித்துக்கொண்டிருக்கும் போது, யாரெல்லாம் வருகிறார்கள் என்பதைக் கேட்டார் செவநம்பி.

"நீ தெய்ங்கெ கெழம போனை போடென். அன்னைக்கு வேலை சோலிய பாத்துகிட்டு சொல்லுதேம்" என்றார்கள் சிலர்.

23

மலேசியன் ஏர்லைன்ஸில் சென்னைக்குத் திரும்பிக் கொண்டிருந்த போது, பத்துமலை முருகன் சிலை, கண்முன்னால் வந்து நின்றது, முத்துசாமிக்கு. சரியாக ஒரு மலையைத் தேர்வு செய்து, அதற்கு படிகள் கட்டி, குகைகள் அமைத்து, இவ்வளவு உயர முருகனை நிர்மாணித்த தமிழர்களின் பக்தியை நினைத்துப் பார்த்தான். பிழைக்க வந்த இடத்தில் தன் மண்ணோடு, தனது வழிபாட்டையும் கொண்டு வந்து அதை சரியாக வழிநடத்துகிறவர்களை நினைத்து ஆச்சரியப்பட்டான். திருச்செந்தூர், பழநிமலை உள்ளிட்ட இடங்களில் இருக்கிற முருகன், மலேசியா, சிங்கப்பூர், அமெரிக்கா என கடல் கடந்து சென்றுவிட்டபோது, இன்னும் நம் மருதமலை சாஸ்தாவும் பச்சத்திமாடனும், பேச்சியம்மனும் பிரம்மராட்சதையும் இசக்கியும் தளவாய் மாடசாமியும், பட்றையனும் பூதத்தாரும், மந்திரமூர்த்தியும் மாடசாமியும் ஏன் மாநிலமோ கடலோ தாண்டவில்லை? என்ற கேள்வி அவனுக்குள் தானாகவே எழுந்து தானாகவே போனது. பெரும்பான்மை சிறுபான்மை சாமிகளின் பாகுபாடு இது என்று நினைத்துக் கொண்டான். நானே, ஒருவேளை அமெரிக்காவிலோ, லண்டனிலோ செட்டிலானால், பூதத்தாரையோ, பட்றையனையோ அங்கு பிடிமண் எடுத்துப் போய் கோயில் கட்டிருப்பேனா? என்றும் நினைத்தான். சாத்தியமில்லை என்றே தோன்றியது.

இவர்கள், எங்கிருந்து பிடிமண் கொண்டுவந்திருப்பார்கள் என்று தெரியவில்லை. அல்லது முருகனுக்குப் பிடிமண் தேவையில்லையோ என்னவோ? ஆனால், நம் சாமிக்கு மட்டும் அப்படி என்ன பிடிவாதம், கீழே வரமாட்டேன் என்று அடம்பிடிக்க? சாமிகளுக்குள் இருக்கும் இந்த விசித்திர வில்லங்கங்கள் அவனுக்குப் பிடிபடவே இல்லை.

ஆனாலும் முத்துசாமிக்குக் குலதெய்வம் பற்றிய சுவாரஸ்யம் அதிகமானது. இந்தச் சாத்தாவுக்கும் குலதெய்வத்துக்கும் நிச்சயமாகக் கதை ஒன்றிருக்கும். அது வீர தீர கதையாகவும் இருக்கலாம். அப்படி இல்லாமலும் இருக்கலாம். ஆனால், அவன் விசாரித்த யாருக்கும் தங்கள் குலதெய்வம் பற்றிய கதைத் தெரியவில்லை. பெரியவராக இருக்கிற ஆண்டியும், "எனக்கு தெரிலயேடே?" என்றார். குலதெய்வத்துக்கு ஆடுகிற பாட்டிக்கும் தெரியவில்லை. சாமியின் அருள் பெற்று, சாமியின் வார்த்தைகளைக் குறியாக ஒப்பிக்கிற அவள், அதை சாமியிடம் கேட்டே கூட சொல்லலாம்.

விமானப் பணிப்பெண் அருகில் வந்து நின்றதும் சுகமான வாசனை வந்து மோதியது. யோசனையில் இருந்து மீண்டு அவளைப் பார்த்தான். சீனப் பெண்ணாக இருக்கலாம். முன் இருக்கையில் இருந்தவர்களிடம் அவள், ட்ரிங்ஸ் பற்றி கேட்டுக் கொண்டிருந்தாள். நெற்றியில் ஒட்ட வைத்ததுபோன்ற தலைமுடியையும் காய்ந்த மிளகாய்வத்தலின் நிறத்தைக் கொண்ட லிப்ஸ்டிக்கையும் அப்பியிருந்த அந்த ஒல்லிக்குச்சி பணிப்பெண், புன்னகைத்தபடியே கொடுத்துக் கொண்டிருந்தாள். முத்துசாமி என்ன பியர் வாங்குவது என யோசித்தான். இவன் நினைக்கும் பிராண்ட் இருக்குமோ இல்லையோ? அவள் இவர்கள் சீட்டுக்கு அருகே வந்ததும் முத்துசாமி பியர் என்றான். அவள் பச்சை நிற ஹனிகேன் டின்னை கொடுத்தாள். அருகில் இருந்த இயக்குநரும் புரொடக்ஷன் மானேஜரும் விஸ்கிக்கு போனார்கள். இரண்டு பேருமே, இன்னொரு பெக்கையும் உடனடியாக வாங்கிக்கொண்டார்கள். அவள் திரும்பி வரும்வரை தாமதிக்க முடியாது என்கிற அவசரம். வரும்போது மூன்றாவது பெக் வாங்க வேண்டும் என்று தூண்டியது அவர்களின் ஆசை மனது.

ஜன்னல் ஓரத்தை விரும்பி வாங்கியிருந்த முத்துசாமி, வெளியே பார்த்தான். வெண்ணிற மேகங்களின் இடையே நீலம் படர்ந்த கடல், துண்டு துண்டாகத் தெரிந்தது. தூரதூரமாகச் செல்லும் கப்பல்களும் தீப்பெட்டி அளவில் தெரிந்தன.

"பிளைட்ல ஏம் சரக்கு கொடுக்காங்கன்னு சொல்லுங்க பாப்போம்" என்றார் புரொடக்ஷன்.

"குடிக்கத்தாம்"

"அது தெரியாமலா? எதுக்கு இவ்வளவு அடி உயரத்துல பறந்துட்டு இருக்கும்போது கொடுக்காம்?"

"தெரியல?"

"அந்தாப்ல பிளைட்டு நடு வானத்துல வெடிச்சோ, வெடிக்காமலோ கீழ விழுந்துதுன்னு வையன், வலி தெரியாம போய் சேர்ந்துர்லாம் பாரு, அதுக்குத்தாம்"

“ச்சீ ஆங்கங்கெட்டவனெ. எங்க வந்து என்னத்த சொல்லிட்டிருக்கெ? நல்லதாவே யோசிக்க மாட்டியா?” என்று செல்லமாக புரொடக்ஷனை அடித்தான் முத்துசாமி.

க்கெக்கே என்று சிரித்துவிட்டு அடுத்த பெக்கையும் காலி செய்தார் புரொடக்ஷன்.

கொஞ்சமாக அவருக்குப் போதை ஏறியிருந்தது.

“மொத்தம் எத்தனை படம் வொர்க் பண்ணியிருப்பீங்கண்ணே?” என்று கேட்டார் இயக்குநர் கோகுல்.

“இருக்கும் ஐம்பது, அறுவது படத்துக்கு மேல”

“எந்தெந்த வெளிநாடுலாம் போயிருக்கீங்கெ?”

“எங்களாம் போலன்னு கேளுங்கெ?”

“நாலு பாஸ்போர்ட் ஃபுல்லு. இப்பம் வச்சிருக்கது அஞ்சாவது பாஸ்போர்ட்டு”

“ராஜ வாழ்க்கைதாம்”

“ஆமாமா” என்ற புரொடக்ஷன் தனது அனுபவங்களைச் சொல்லிக் கொண்டுவந்தார். முத்துசாமி ஒரு பீருக்கே தூங்கியிருந்தான். அவரை வைத்துதான் அடுத்தப் படத்துக்கான தயாரிப்பாளரைப் பிடிக்க வேண்டும் என்று கணக்குப் போட்டிருந்ததால், அவன் சொல்லும் கதைகளைச் சுவாரஸ்யமாகக் கேட்டுக்கொண்டு வந்தான், இயக்குநர் கோகுல்.

சென்னையில் விமானம் இறங்கியதும் நாளை சந்திப்பதாகக் கூறி பிரிந்தார்கள்.

24

முத்துசாமி, ஊருக்குப் போயிருந்தான். அம்மாவிடம் விஷயத்தைச் சொன்னதும் ஆச்சரியப்பட்டாள்.

"காட்டுக்கு வெளிய சாமி வந்தா நல்லதுதாம்" என்றாள். அவனுடன் அவளும் அந்த இடத்துக்கு வருவதாகச் சொன்னாள். காலையிலேயே சென்றிருந்தார்கள். வழக்கமாக லாரியை நிறுத்தியிருக்கும் மைதானத்துக்கு இவர்கள் போகும்போது, அங்கு ஆண்டி, செவநம்பி, மாசானம், முத்தையா உள்ளிட்டவர்கள் நின்றிருந்தார்கள். அம்மாவிடம் நலம் விசாரித்தார்கள். அந்த நாகர்கோயில் மரகதமும் அவள் மகளும் இன்னும் வரவில்லை. முத்துசாமி வந்ததுமாக அவர்களைத்தான் தேடினான். முத்தையா வந்திருந்தார். லட்சுமி டீச்சர் தனது மகனுடன் வந்திருந்தாள். அப்போது பார்த்ததை விட இப்போது கொஞ்சம் பூசினாற்போல தெரிந்தாள் டீச்சர். வெறும் மூன்று மாதத்தில் இப்படியொரு மாற்றமா? அவனுக்கு ஆச்சரியமாக இருந்தது. முத்தையா இப்போதும் டீச்சருடன் தான் நெருக்கமாகப் பேசிக்கொண்டிருந்தார்.

செவநம்பி, "எங்க வரமாட்டியளோன்னு நெனச்சேன்" என்றார் முத்துசாமியிடம்.

சிரித்த அவன், "வேற யாரும் வரணுமா, எப்பம் கெளம்பணும்?" என்று கேட்டான்.

"இன்னா, நாகரோயிலு ஆளுவோ வரணும். வந்ததும் கெளம்பிருவோம்"

ஆண்டி, மாசானம், உள்ளிட்டோருக்கு அம்மாவை ஏற்கெனவே தெரியும் என்பதால் முத்தையாவிடமும்

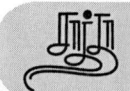

லட்சுமி டீச்சரிடமும் அம்மாவை அறிமுகப்படுத்தினான் முத்துசாமி. அவர்கள் பேசிக்கொண்டிருந்தார்கள். அம்மா டீ வேண்டாம் என்று சொல்லிவிட்டதால், அங்கிருந்த கடையில் அவன் மட்டும் டீ குடித்தான்.

அணை வரை செல்லும் மினி பஸ், 'ஊ சொல்றியா மாமா'வை அலறவிட்டபடி வந்து நின்றது. அதில் இருந்து மரகதம், அழகு உள்ளிட்ட இன்னும் சிலரை கொண்ட நாகர்கோயில் ஆட்கள் இறங்கினார்கள்.

எல்லோரையும் லாரியில் ஏறச் சொன்னார் செவநம்பி. ஏறுவதற்குத் தோதாக லாரியை பின்பக்கமாக ஓட்டி ஆலமரத்திண்டின் அருகில் நிறுத்தினார். திண்டில் ஏறி லாரிக்குள் இறங்கினார்கள். முத்துசாமி, அம்மாவுடன் லாரியில் ஏறினான். மரகத்தின் மகள் இப்போது எந்த புத்தகத்தையும் கொண்டு வரவில்லை. முத்துசாமி, அவர்களை அம்மாவுக்கு அறிமுகம் செய்து வைக்காமலேயே அவர்கள் பேசிக்கொண்டார்கள். அழகு, அதிக மேக்கப்புடன் வந்திருந்தாள். இரண்டு முறை முத்துசாமியை பார்த்துப் புன்னகைத்தாள். அது வழக்கமான புன்னகையாக இல்லை. அவன் அவளைப் பார்க்காதது போல அவளை அடிக்கடிப் பார்த்தான்.

லாரிக்குள் பூஜை மற்றும் படைப்புச் சோறுக்கான அரிசி, காய்கறிகள் மற்றும் தண்ணீர் கேன்களும் இருந்தன.

வழக்கமான இடத்தில் இருந்து கிளம்பி, அணையின் கீழ்பக்கமாகத் திரும்பிச் சென்றது லாரி. அணையைத் தாண்டிய வலப் பக்கத்தில் குலதெய்வம் சொன்ன இடம் இருந்தது. இவர்கள் சாமி கீழே வருவதாகச் சொன்ன விஷயம் ஊரிலும் பரவியிருந்தது. இரண்டு மூன்று நாட்கள் அதைப் பற்றியே ஊரில் பேசிக்கொண்டிருந்தார்கள்.

"வராதுன்னு சொன்ன சாமி, இப்பம் எப்படி வர சம்மதிச்சுது?" என்று ஒருத்திக் கேட்டதும் எல்லோரும் சாமி கதைகளைப் பேசத் தொடங்கினார்கள்.

"நமக்காவ சாமியா, சாமிக்காவ நாமளா?" என்றொரு விவாதம் தொடங்கி முடிந்திருந்தது. குலதெய்வப் பாட்டி, ஓரமாக சாய்ந்து உட்கார்ந்திருந்தாள். அவளிடம், "இன்னைக்காது ரெண்டு இட்லிய வாயில போட்டுட்டு வந்தேளா? இல்ல வெரதமா?" என்று விசாரித்தாள் மரகதம்.

"இப்பம்லாம் முடியல தாயி, காலைலயே வயிறு கபகபன்னு பசிக்க ஆரம்பிச்சிருது. தர்மாஸ்பத்ரில என்ன மாத்திரைய கொடுத்தானோ, தெரில. அதைத் தின்னதுல இருந்து கொஞ்ச நேரம் ஆயிட்டுனா கூட பசி தாங்க முடில" என்றாள் குல தெய்வம்.

"நல்லா சாப்பிடுததுதாம் வேணும். வயசாச்சுல்லா"

"யாருக்கு வயசாச்சுங்கெ? எனக்கென்ன வயசாச்சு?" என்று கேட்டாள்.

மரகதத்துக்கு என்ன சொல்வதென்று தெரியவில்லை. ‘ஆமா ஒனக்குத்தாம்’ என்று சொன்னால், கோபமாக ஏதும் சொல்லி விடுவாளோ என்று நினைத்தாள்.

“இல்ல, பொதுவா சொல்லுதேன். வயசு ஆவ ஆவ நல்லா சாப்பிட ணும்லா” என்று சொல்லிவிட்டுத் தப்பித்தாள்.

அணையின் மேலே சென்ற லாரி, பிறகு கீழே இறங்கி வலப்பக்கம் திரும்பிச் சென்றது. அங்கிருந்த வயது முதிர்ந்த, அடர்ந்த கிளைகளைக் கொண்ட பலா மரத்தின் அடியில் லாரியை நிறுத்தினார் செவநம்பி. கைக்கெட்டும் தூரத்தில் இரண்டு காய் தொங்கியது. தூரத்தில் யாரும் காவலுக்கு இருக்கலாம். எல்லோரும் இறங்கினார்கள். பெண்களும் கீழே குதிக்க வேண்டியதாகிவிட்டது. குலதெய்வத்தை இரண்டு பேர் பிடித்து பத்திரமாக இறக்கினார்கள்.

இங்கிருந்து கீழ்பக்கமாக புதிதாக சாலை போடப்பட்டப் பாதை செல்கிறது. அதுவும் கீழுருக்குச் செல்லும் பாதையாக இருக்கும்.

தரையில் இருந்து இப்போது கொஞ்சம் மேல் நோக்கி ஏற வேண்டியிருந்தது. ஓர் ஆள் உயர மேடு அது. அங்கே மாட்டு வண்டி செல்வது போன்ற மண் தரை, காட்டுக்குள் சென்றது. ஒரு பக்கம் வாழை தோப்புகளாக இருந்தன. உயரே சென்றதும் அங்கிருந்து கிழக்கு நோக்கிப் பார்த்தான் முத்துசாமி. வயல்களும் தோப்புகளுமாக இருந்தன. வயக்காடுகளில் சிலர் வேலை பார்த்துக் கொண்டிருந்தனர். அவனுக்கு அந்த இடம் பிடித்திருந்தது. பசுமையான அந்த இடம் பத்திரப்படுத்திக் கொள்ளும்படியான லொகேஷனாக அவனுக்குத் தெரிந்தது. சிலர் பீடியை பற்ற வைத்துக் கொண்டார்கள். செவநம்பியும் ஆண்டியும் நடக்க, அவர்கள் பின்னால் எல்லோரும் நடந்தார்கள்.

சிறிது தூரம் சென்றதும் வெண்மணல் பரப்பு. மணல் அள்ளுபவர்கள் இந்த இடத்தை எப்படி விட்டார்கள் என்று வியப்பாக இருந்தது. ஆற்று மணல் போல அதில் நடக்க சுகமாக இருந்தது. மாடுகள் சென்ற கால் தடங்கள் தெரிந்தன. ஓரங்களில் உடைத்துப் போடப்பட்ட, உடையாத மது பாட்டில்களும் பிளாஸ்டிக் கிளாஸ்களும் கிடந்தன.

வாழை தோப்பில் நின்றுகொண்டிருந்த இரண்டு மூன்று பேர், அவர்களைக் கண்டதும், “யாரு, எங்க கூட்டமா போறியோ?” என்று கேட்டனர். செவநம்பி, “பக்கத்தூருதாம். எங்க சாமிய தேடி போறோம்?” என்றார்.

“சாமிய தேடியா? இங்ஙன எந்த சாமி இருக்கு?”

“சாத்தா?”

“இங்ஙன எங்ககண்ணுகாங்க, எந்த சாமியவும் பாத்ததில்லயே”

“இடிவிழுந்த பனை, எந்த எடம்?”

“அது இன்னா, இங்ஙனதாம் இருக்கு” என்று அவர்கள் கைகாட்டியது அருகிலேயே இருந்தது.

“அங்க எங்கெ?”

“அங்கதாம் இருப்பேன்னு சாமி சொல்லிருக்கு. அதாம் பாக்க போறோம்”

“செரி, செரி பாருங்க”

மணல் பகுதி தாண்டியதும் மண் தரை. இப்போது மழை பெய்யவில்லை. இருந்தாலும் ஈரம் கொண்டதாகத் தரை இருந்தது. கிராம்பு வாசனை அடிக்கத் தொடங்கியது. செவநம்பி, “கிட்ட வந்துட்டோம்” என்றார். பார்வை படும் தூரத்தில் பொத்தை ஒன்று தெரிந்தது. ஊசிப்பொத்தை அதுவாகத்தான் இருக்கும். அவர்கள் அதிகம் அலையவில்லை. சிறிது தூரம் நடந்ததுமே, நிழல் படர்ந்த மரத்தின் அடியில் இரண்டு கருங்கற்கள் இருப்பதைப் பார்த்தனர். அவை மண்ணுக்குள் பூந்திருந்தது. வாய்க்காலில் துணிதுவைக்கப் போடப்பட்ட கல்போல அது கொஞ்சம் சரிந்த அளவில் மண்ணுள் பூந்து இருந்தது. மற்றொன்று, வேலிக்கான ஊனிக் கல் போல இருந்தது. இரண்டும் தரைக்கு மேல சிறிய அளவிலேயே தெரிந்தன. தோண்டினால் பெரிய கற்களாக இருக்கலாம்.

அதுதான் சாஸ்தாவும் குலதெய்வமும் என செவநம்பி சொன்னார். ஆண்டியும் மறுக்கவில்லை. இருந்தாலும் பக்கத்துல வேற ஏதும் இருக்கான்னு பாக்குமா? என்றார் மாசானம். குலதெய்வம் சொன்ன பொத்தை, யானைச் செல்லும்பாதை, இடிவிழுந்து பனைகள் கருகிய, உயிர்கள் போன இடம் இதனருகில்தான் என்று மீண்டும் சொன்னார் செவநம்பி.

அந்தக் கற்கள் ஏதும் உருவங்கொண்ட சிலையாக இல்லை. வெறும் கற்கள்தான். அதன் மீது ராஜநாகமோ, கருநாகமோ ஏறி நின்று தலையையாட்டவும் இல்லை. குலதெய்வப் பாட்டி இந்தக் கற்களைப் பார்த்ததும் அதுதான் சாமி என்றாள். எல்லோரும் அதைக் கும்பிட்டார்கள். பாட்டிக்கு அருள் வந்து ஆடவில்லை. அவள் மேலுக்கு சரியில்லை என்பது போல தெரிந்தது.

பூஜை பொருட்களை எடுத்து, அந்தச் சாமிகளின் முன் விரிக்கப் பட்டிருந்த வாலை இலைகளின் மீது அடுக்கி வைத்தார்கள் மாசானமும் முத்தையாவும். லட்சுமி டீச்சரும் விளக்கை வைத்து அதில் எண்ணெய் ஊற்றினாள். எதிரில் இருந்த மரவேரில், குலதெய்வப் பாட்டியுடன் அமர்ந்தார்கள் மற்றவர்கள். வெற்றிலைப் பாக்கு, சூடன், சாம்புராணி, கதலிப்பழங்கள், சந்தனம், குங்குமம், பத்தி, தலா இரண்டு இளநீர் ஆகிய பொருட்களைக் கொண்ட இரண்டு வாழை இலைகள் சாமிகளின் முன் வைக்கப்பட்டன. இதில் எது சாஸ்தா, எது குலதெய்வம் என்பது இன்னும் முடிவாகவில்லை.

அதை எப்படி கண்டுபிடிப்பார்கள் என்ற ஆவல் முத்துசாமிக்கு இருந்தது. “இது என்ன பெரிய விஷயமா? காட்டுக்குள்ள நம்ம சாத்தா எங்க இருந்தாரு,

குலதெய்வம் எந்த தெசையில இருந்தது?” என்று கேட்ட ஆண்டி, “இன்னா, தெக்க பாத்து இருக்கது சாத்தா, கெழக்க பாத்து இருக்கது குலதெய்வம்” என்றார்.

அதற்குள் முத்துசாமியின் செல்போனுக்கு இரண்டு மூன்று கால்கள் வந்திருந்தன. அவன் பேசவில்லை. டீச்சர், சாமியை கண்டுபிடித்த தகவலை கணவரிடம் போனில் சொல்லிக் கொண்டிருந்தாள்.

கொண்டு வந்திருந்த கேன் தண்ணீரை வைத்து அந்தக் கற்களை, அதாவது சாமியைக் கழுவினார்கள். இப்போது அந்த கற்கள் பளிச்சென்று இருந்தன. பிறகு அங்கேயே காய்ந்து கிடந்த சுள்ளிகளை அள்ளிப் பொறுக்கி வந்தார்கள் மாசானமும் முத்தையாவும் நாகரோயில் மரகதம் உள்ளிட்டப் பெண்களும். சாக்கை விரித்து காய்கறிகளை நறுக்கினார்கள். அக்கம் பக்கத்தில் இருந்து அடுப்புக்கு கல் கொண்டு வந்து கூட்டாஞ்சோறு போல ஆக்கினார்கள்.

சாமிகளின் முன் விரிக்கப்பட்ட இலையில் படைப்புச் சோறு வைக்கப்பட்டது. அடுத்தமட்டம் வரும்போது, காட்டுக்குள்ள இருந்து சாமி சிலைகளைக் கொண்டு வந்து வைக்க வேண்டும் என்று பேசிக் கொண்டார்கள்.

இப்போது சூடன் ஏற்றப்பட்டு பூஜை தொடங்கியது. செவநம்பி, சட்டையைக் கழற்றிவிட்டு இடுப்பில் துண்டை அணிந்து பூசாரியாகி இருந்தார். விளக்கை குலதெய்வப் பாட்டி ஏற்றிவிட்டு, தீபாராதனை தட்டை மேல் நோக்கி காண்பித்துவிட்டு, “நீதான் எங்களை காப்பத்தணும்” என்று சொல்லி, சாமியின் முன் வைத்தாள்.

இப்போது எல்லோரும் கும்பிட்டார்கள். சிறு மணி ஒன்றை அடித்தபடி நடந்த பூஜை, புகை மற்றும் பத்தியின் மணம் நுகர்ந்து அக்கம் பக்கத்தில் வயல் வேலையில் இருந்தவர்கள் வந்து வேடிக்கை பார்த்தார்கள்.

“என்ன திடீர்னு என்ன பண்ணுதியோ?”

செவநம்பி நடந்த விஷயத்தைச் சொன்னார். அவர்கள் ஆச்சரியமாகப் கேட்டுக்கொண்டார்கள். வாழை இலைகளைத் துண்டு துண்டாக வெட்டி, கொஞ்சம் கொஞ்சமாகப் படைப்புச் சோறு பரிமாறப்பட்டது. வேடிக்கைப் பார்க்க வந்தவர்களுக்கும் கொடுத்தார்கள். அதைச் சாப்பிட்டுவிட்டு, திடகாத்திரமானத் தோற்றம் கொண்ட அந்த வயதானப் பெண்தான் சொன்னாள்.

“எல்லாம் சரி. இது பொறம்போக்கு எடம்தாம்... ஆனா, அவம்லா வளச்சு போட்ருக்காம்! நீங்க கேள்விபடலயா? சுத்தி வேலி போடதுக்குலா ஏற்பாடு பண்ணிட்டிருக்காம்...”

“அப்டியா?”

“இது அவம்லாம் வளச்சு வச்சிருக்காம்... ஊருக்காரவோ எல்லாருக்குமே தெரியுமே?”

“மாவட்டம்தானெ?”

“ஆமா. இங்ஙன வந்து, சாமி, சாத்தான்னு சொன்னா, நெலயால்லா நிப்பாம். அவனயாது சேத்துக்கிடலாம். அவனுக்கு குரங்கு ஒண்ணு வாய்ச்சிருக்கு பாரு... அதாம் அவம் மச்சினம்.., அந்த பேதில போவானதாம் தாங்க முடியாது. என்னனாலும் செய்வாம், எறப்பாலி பெய...”

இதைக் கேட்டதும் எல்லோருக்கும் ஒரு மாதிரியானது. அதை எப்படி சமாளிக்கலாம் என்ற யோசனையில் அவர்கள் இருக்க, முத்துசாமி வேடிக்கைப் பார்த்துக் கொண்டிருந்தான். குலதெய்வப் பாட்டி, “நம்ம தெய்வம் உண்மையா இருந்தா அவனெ அது கேட்டுக்கிடும்” என்றாள் நம்பிக்கையாக.

அங்கு வந்திருந்தவர்களில் இன்னொருவர், “அவம் பொல்லாதவம்லா. சக்கரையா பேசியே ஆளுவோள கவுத்துருவாம். பத்தடி எடத்தை அவங்கையில இருந்து தானமா கொடுத்த மாதி கொடுத்து காசைக் கறக்கதுக்கும் பாப்பாம்... அவம் காதுக்கு போறதுக்கு முன்னால, நீங்களே யாராது பெரியாளுவோ மூலமா அவென போயி பாத்துருங்க... அதுதாம் சரிபட்டு வரும்” என்றார்.

கன்னத்தில் வெட்டுத்தழும்பு விழுந்த ஒருவர், பீடியை நன்றாக இழுத்து விட்டபடி சொன்னார். “ஐம்பதாயிரம் ரூவாய கடனா கொடுத்ததுக்கு போனவாரம்தாம் அஞ்சு லட்ச ரூவா வீட்டை எழுதி வாங்கியிருக்காம். அவனுக்குலாம் நல்ல சாவே வராதுன்னு ஊரு பூரா பேசிக்கிடுதாவோ. எங்களுக்குலாம் அவன எதுக்கதுக்கு வலுவில்ல, பாத்துக்கிடுங்கெ... அவம் அதிகாரத்துக்கும் குவிச்சு வச்சிருக்க துட்டுக்கும் முன்னால நாங்க எம்மாத்தரம்? கேள்வி கேட்டா, நாளைக்கே வீட்டு வாசல்லலா வந்து நிப்பாம்” என்றார்.

சரிதாம் என்ற செவநம்பியும் ஆண்டி, முத்தையா உள்ளிட்டோரும் என்ன செய்யலாம் என்று கூடி பேசத் தொடங்கினார்கள். முத்துசாமிக்கு, நண்பன் சரவணன் சொன்னது இப்போது ஞாபகத்துக்கு வந்தது.

“ஏன் பாஸ், பெரிய ஹீரோக்கள்ட்ட கதை சொல்ல முயற்சி பண்ணுதீங்க. சின்ன பட்ஜெட்ல ஒரு கதை இருந்தா சொல்லுங்க. காளி வெங்கட்டை ஹீரோவா வச்சி பண்ணுத மாதி. நம்மட்ட ஒரு புரொட்யூசர் இருக்காரு”

இப்போது அவனுக்கு இந்த சாத்தா கோயில் விஷயங்களை வைத்தே ஒரு கதை பண்ணினால் என்ன? என்று தோன்றியது. காளி வெங்கட்டை, செவநம்பி ஆக்கலாம்! அங்கேயே அவனுக்குள் அந்தக் கதை, ஆர்டராக வரத் தொடங்கியது. எங்கிருந்து தொடங்கி எங்கு முடிக்கவேண்டும் என்று ஒரு நூலாக ஓடியது, ஒன்லைன். அதில், மரகதமும் அழகும் முத்தையாவும் லட்சுமி டீச்சரும் வேறொரு கதாபாத்திரங்களாக மாறியிருந்தார்கள். ஏன், சாத்தாவே கூட சினிமா தெய்வமாக ஒரு கண்ணின் அனல்பட்டு எரியும்

காட்டை இன்னொரு கண் கொண்டு அணைக்கும் சாமியாக, ஆக்ரோஷம் கொண்டவராக மாறியிருந்தார். கிளைமாக்ஸில் வரும் மாவட்டத்தை என்ன செய்யலாம் என யோசிக்கத் தொடங்கினான் முத்துசாமி.

அது அவனை சுவாரஸ்யங்கள் கொண்ட ஓர் உலகத்துக்குள் இழுத்துச் சென்றது. அந்த உலகம் அவனை தனது இல்லாத கரங்களால் தாங்கிக் கொண்டது. அந்தக் கைகள் அவனை உயரே உயரே கொண்டு சென்றன. அவனுக்கு அந்தப் பறத்தல், எப்போதும் உணர்ந்திராத அனுபவத்தைக் கொடுத்தது. இதுவரை கிடைத்திராத, நினைத்திராத பறத்தல் அது. அதில் அவன் பறவையாகவும் காற்றாகவும் வேறொன்றாக மாறி மாறி சென்று கொண்டிருந்தான்.

காட்டில் இருந்து அடிக்கடி இறங்கிவிடுகிற மதங்கொண்ட, ஒற்றை யானையின் கால்பட்டு, அம்மாவட்டமும் மச்சினனும் சாத்தாவின் அருகில் சடலமாகக் கிடப்பதாகவும் அச்சடலத்தைப் பார்க்க ஊரே சந்தோஷமாக ஓடிவருவதாகவும் முத்துசாமியின் திரைக்கதை ஒரு வழியாக முடிந்திருந்தது.